'ब्राह्मणी' सत्यशोधकाचे
'अब्राह्मणी' सौंदर्य शास्त्र

दिलीपराज प्रकाशन प्रा.लि.™
२५१ क, शनिवार पेठ, पुणे - ४११०३०
दिलीपराज प्रकाशनाची सर्व पुस्तके आता आपण **Online** खरेदी करू शकता.
आमच्या Website ला कृपया अवश्य भेट द्या. **www.diliprajprakashan.in**
दूरध्वनी क्रमांक (फॅक्ससहित) - **२४४४१७२३, २४४८३९९५, २४४९५३१४**
info@diliprajprakashan.in

'ब्राह्मणी' सत्यशोधकाचे
'अब्राह्मणी' सौंदर्य शास्त्र

डॉ. श्रीपाल सबनीस

 दिलीपराज प्रकाशन प्रा. लि.™
२५१ क, शनिवार पेठ, पुणे - ४११ ०३०.

'ब्राह्मणी' सत्यशोधकाचे 'अब्राह्मणी' सौंदर्य शास्त्र

Bramhani Satyashodhkache Abhramhani Soundaryashastra

ISBN - 978 - 93 - 82988 - 63 - 2

प्रकाशक
राजीव दत्तात्रय बर्वे । मॅनेजिंग डायरेक्टर ।
दिलीपराज प्रकाशन प्रा. लि. ।
२५१ क, शनिवार पेठ, पुणे ४११०३०
दूरध्वनी : २४४८३९९५, २४४७१७२३,
२४४९५३१४ (सर्व फॅक्ससहित)

© **प्रकाशकाधिन**

प्रकाशन दिनांक : ४ नोव्हेंबर २०१३

प्रकाशन क्रमांक : २०८४

मुद्रक
Repro India Ltd, Mumbai.

टाईपसेटिंग
सौ. मधुमिता राजीव बर्वे । पितृछाया मुद्रणालय
९०९ रविवार पेठ, पुणे ४११००२

मुखपृष्ठ - कैवल्य राम मशिदकर

अर्पण...

साहित्य संस्कृतीच्या विश्वात
आपापल्या भूमिकेनुसार योगदान पेरणाऱ्या तरुण स्नेह्यांना–

डॉ. अविनाश अवलगावकर श्री. संजय सोनावणी

डॉ. विनायक तुमराम डॉ. सतीश बडवे

डॉ. तुकाराम रोंगटे श्री. घन:श्याम पाटील

- डॉ. श्रीपाल सबनीस

|| मनोगत ||

सत्यशोधक कम्युनिस्ट पक्षाची स्थापना करणारे कॉ. शरद पाटील यांना मार्क्सवादी कम्युनिस्ट पक्षात असताना ब्राह्मण जातीच्या नेतृत्वाकडून उपेक्षा सहन करावी लागली. त्या कटू अनुभवातून त्यांनी स्वत:चाच स्वतंत्र सत्यशोधक कम्युनिस्ट पक्ष काढला. त्या पक्षाचे तत्त्वज्ञान 'मार्क्सवाद-फुले-आंबेडकरवाद' ठरवले आणि 'ब्राह्मणी आणि अब्राह्मणी' असा नवा जातवादी सिद्धान्त मांडून ग्रंथरचना केली. त्यापैकी 'अब्राह्मणी साहित्याचे सौंदर्य शास्त्र' हे पुस्तक महत्त्वाचे आहे. त्याचप्रमाणे त्यांनी 'सत्यशोधक मार्क्सवादी' नावाचे नियतकालिकही बरेच दिवस चालवले. त्यातही प्रामुख्याने 'ब्राह्मणी-अब्राह्मणी' सूत्रावरच लेखन केले.

कॉ. पाटलांचे 'माफुआ' (मार्क्सवाद-फुले-आंबेडकरवाद) हे तत्त्वज्ञान अर्धवट असून 'ब्राह्मणी-अब्राह्मणी' सिद्धान्त हा जातीयवादी आहे. त्याचप्रमाणे मार्क्सवादाचा त्यांचा अभ्यास त्यांच्या वैयक्तिक भूमिकेच्या सोईनुसार केल्याने त्यांना मार्क्सवादाचे अपुरेपण जाणवते. त्यांची वर्ग संकल्पना व मार्क्सवादी आकलन अयोग्य आहे. या संबंधाने 'ब्राह्मणी सत्यशोधक' नावाचा माझा ग्रंथ यापूर्वीच सुमारे २३ वर्षापूर्वी प्रसिद्ध झाला. त्यात कॉ. पाटलांचा केलेला सप्रमाण प्रतिवाद महाराष्ट्रभर गाजला. त्याच ग्रंथाच्या दुसऱ्या आवृत्तीच्या मांडणीमध्ये कॉ. पाटील यांच्या 'अब्राह्मणी साहित्याचे सौंदर्य शास्त्र' या पुस्तकातील सैद्धान्तिक भूमिकेचा प्रतिवाद आता नव्याने समाविष्ट करून हा नवा ग्रंथ वाचकांच्या सेवेत सादर करीत आहे.

कॉ. पाटलांची मांडणी जातीयवादी असल्याचे मी सप्रमाण सिद्ध केल्याने त्यांच्याच भाषेत त्यांची भूमिका 'ब्राह्मणी' ठरते. म्हणून कॉ. शरद पाटील हेच 'ब्राह्मणी' सत्यशोधक आहेत. तसेच कोणतेही सौंदर्यशास्त्र जात, धर्म, पंथ, देश अशा संकुचित संदर्भांनी बंदिस्त नसते. पण शरद पाटलांचे सौंदर्य शास्त्र

मात्र 'अब्राह्मणी' असल्याचा त्यांचा दावा आहे. त्यांची ही 'अब्राह्मणी' जातीयवादी भूमिका मान्य केल्यास भारतातील शेकडो जाती व पोटजातीची वेगवेगळी 'सौंदर्यशास्त्र' निर्माण होण्याची शक्यता नाकारता येणार नाही. अर्थात पूर्वीची धर्म जातीय भिन्नता व भेदभाव शिल्लक असतानाच पुन्हा नवी वर्ण जात व्यवस्था कॉ. पाटील, मार्क्स-फुले-आंबेडकरांच्याच नावे रुजवू पाहतात. ही सांस्कृतिक अध:पतनाची घटना, या तीन महापुरुषांसह सर्वच मानवतावादी व परिवर्तनवादी महामानव, कलावंत, वैज्ञानिक विद्वानांचा पराभव करणारी आहे. मला ही भूमिका सर्वार्थाने घातक वाटते म्हणून सांस्कृतिक शोकान्तिका टाळण्यासाठी या ग्रंथाची निर्मिती अपरिहार्य ठरली!

डॉ. श्रीपाल सबनीस

'Brahmani' Satyashodhak
Introduction

The issue of 'caste and class' has faced the Indian revolutionary movement since the time of its origin. Yet it is only in the last two decades that the Indian Marxist Left, the communist movement which claims to be the vanguard of revolution, has in turn faced the question and made 'caste' an object of theoretical analysis and political debate. The main reason for this is ofcourse the rise of militant movements of dalits and other low castes which have consciously taken the goal not only of fighting the domination of certain castes but of ending social and economic exploitation altogether. But, at the theoretical level, particularly in Maharashtra, it has been mainly Comrade Sharad Patil who has raised the issue for Marxism. Beginning as a CPI (M) district leader, raising the question within the Party and work out his own historical materialist methodology of 'Marx-Phule-Ambedkarism', Sharad Patil has won a unique place in Maharashtrian political life.

No one willl question either his dedication to revolutionary struggle or the value of forcefully and constantly bringing forward the question of caste at a theoretical and political level. But, is the Satyashodhak Communist Party capable of becoming the vanguard of the Indian left? Can 'Marxism-Phule-Ambedkarism' provide the main theoretical base and methodology for an analysis of Indian society? These are different questions, and here Dr. Shripal Sabnis, a young professor from Patil's home town of Dhule, gives a strong negative answer. Talking on Sharad Patil, point by point, using a method of writing that sometimes resembles a volley of shots fired from a sling, he contests Patil's claims to theoretical leadership.

Some may feel that at times Sabnis is being harsh and unfair. But, he makes atleast five major points that are basically valid:

1) Sharad Patil's 'Marxism-Phule-Ambedkrism' is not really a historical materialist methodology but an addition (बेरीज) which assumes and does not question the walls between 'Marxism' and 'Phule-Ambedkarism'. That is, it takes 'Marxism' as representing 'class' and 'Phule-Ambedkarism' as representing 'caste' and simply argues for a combination of the two, rather giving a critical analysis of either caste or class. This does an injustice to the thinking of Marx, Phule and Ambedkar.

2) 'Ambedkarism' is consistent with 'Marxism'. Both Marx and Ambedkar made mistakes - for example, Marx assumed that caste would whither away automatically with industrialism while Ambedkar made many anti-Communist statements. But, these have to be distinguished from their basic ideologies, which are compatible. In making analysis, we have to make a distinction between the utterances, specific actions and concrete statements of a person throughout his life and the logical core of his thoughts, eg. we have to distinguish 'Ambedkar and Ambedkarism', 'Marx and Marxism' (Marx's statement, 'I am not a Marxist', as well as arguments that Marx, became a Marxist only at a certain period of his life, will come to mind.)

3) Regarding 'Class', Shripal Sabnis argues for a broad definition : class should be defined not only in terms of ownership of the means of production but should include other factors, including political domination. The intervention of the superstructure should also be recognized. In this sense, class certainly did exist in pre-British society.

4) Further, he argues that 'Exploitation' is the most important concept in Marxism, not 'class.' 'Class' is a secondary concept.

5) 'Marxism' should be treated as a methodolgy, not a set of concrete proposition. Some concrete propositions may be proved wrong, but mistakes can be corrected and developed. Marxist methodology can be used to analyse caste.

These are important points, which I think are basically correct. At the same time, they raise some questions for us.

For example, in regard to point 2, I think it is valid to make such a distinction, for instance between, 'Ambedkarism' and Ambedkar, and that this can be based on some analysis of the logical core of a person's thought. But Shripal Sabnis does not tell us how to do this. And I have some doubts that the basic core of Ambedkar's thinking is compatible with Marx. Yet, it is certainly true that the major part of Ambedkar's social and political thinking was not only compatible with 'Marxism', it was drawn from 'Marxism' as it was known in India. (This also included some mistakes of marxists. In particular, we can argue that Ambedkar's concept of state socialism included the mistaken notion that exploitation was only based on private property, and that 'nationalisation' (nationalised factories, nationalisation of lands is equivalent to putting them under people's control.) It is important today to stress the truth that Ambedkar always took socialism as his goal-particularly when many 'Ambedkarites' and even some progressives today try to hide this by saying that Ambedkar was only for 'social democracy.'

Probably the most important issue has to do with the analysis of 'class' and 'class conflict'. Here I think, Sabnis's criticisms of Patil are essentially right, but they do not always face upto the problems of analysis and in making his attack only against Patil, he ignores the reality that traditional Marxists are as much in error on this point.

Can the concept of 'class' be applied to pre-British Indian society? This depends very much on how we define 'class'. The basic problem here is that, there are at least two ways in which Marxists, and Marx himself, used the concept. One is to define class in terms of the ownership of the means of production, i.e. private property. This we may call the narrow definition. The other, the broad definition, is to define class in terms of exploitation (In which 'exploitation' itself can be quite precisely define in terms of the production, appropriation and accumulation of surplus labour) so that all the exploited, or all those who are exploited in a particular way, constitute another class. For example, when Marx writes that 'all history is the history of class struggles'. He is wrong. The broad definition of 'caste' Com. Sharad Patil also sometimes uses a broad definition, as when he writes. 'वर्णव्यवस्था व जातिव्यवस्था या वर्गव्यवस्थेची भारतीय रूपे होती.'

How do we examine the issue? Sharad Patil claims that only his methodology of 'Marxism-Phule-Ambedkarism' (in this case, the argument that 'caste' is the basis of exploitation) can analyse the conflicts of pre-British India. Traditional Marxists will argue that 'class' defined in terms of private property can give an analysis of pre-British India. Whereas 'non-traditional Marxists' such as myself (and probably Dr. Sabnis) would argue that the concept of exploitation (or a broad definition of class) should be used. How do these methodologies stand up to the test of explaining relationships between groups and conflicts in a 16th or 17th century Maharashtrian village?

We can take one aspect : the relation between the peasants, and the Deshmukhs and other Watandars who claim the state's share of the crop. (We are leaving aside the question of the relation between peasants and balutedars/dalits, or of the watandars and balutedars /dalits.) Peasants and Deshmukhs etc. are of the same jati-both are Kunbis- and the same varna-shudra. (Deshmukhs and watandars and sardars etc. Often called themselves 'Marathas' and tried to claim as 'Kshatriya' status, but were usually unsuccessful because this claim was not valid-their jati roots were among the kunbishudra peasants.) So, Sharad Patil's jati sangharsh does not explain anything : The Kunbi peasants can be called 'landowners' because they basically controlled the land. The Deshmukhs, rajas, watandars, sardars etc. claimed their rights over the Kunbis' crops not because of control over land but because they represented the state; they controlled state power, they claimed the state's share of the crop. So, a 'traditional class' methodology does not get us very far either, because the deshmukhs are not exploiting peasants on the basis of private property. But, if we look at exploitation - at the production, extraction and accumulation of surplus- the Kunbis were producers and the deshmukhs and other big watandars could extract the surplus and live off of it. It seems clear that Deshmukhs were exploiting the peasants, and there was contradiction and conflict among them. If we decide to define 'class' in the broad way, we can say that this is 'class conflict' But 'class' comes at the end of our analysis, not at the beginning of it.

Let us ask a more complicated question : what is the relation between the Patil and the rest of the Kunbi peasants in this village? Is the Patil part of the same 'class' as the peasants or of a different 'class?' Does he exploit the peasants or not? (Note that different answers are given in two important recent books on Shivaji Maharaj. Govind Pansare in 'Shivaji Kon Hota? and Sharad Joshi in 'Shetkaryancha Raja Shivaji' both agree on the most important point - that Shivaji represented the peasants. But they disagree about village social-economic structure. To Pansare, the Patil is part of the exploiting 'class'. To Joshi, the Patil is part of the 'village tailors' being exploited by deshmukhs, watandars, rajas and others outside the village.) First of all, again the Patil and the peasant Kunbis are of the same jati, often even of the same bhauki, so a 'jati' methodology does not help at all. But it also does not help to begin and say that the Patil is of such-and-such a class and the peasant of such-and-such a class.

We have to do an empirical examination using the

methodology of exploitation, and looking at the process of extracting the surplus from the peasant. The patil is an intermediary between the peasant and the state, in one sense the 'lowest rung' of the state power, in another sense the 'representative' of the peasants. But the Patil's actual position in the process of extracting surplus may vary from area to area. Patils may be basically toiling peasants who only pass on the surplus to the overlords; in this case they will take the side of the peasants in 'class conflict' or they may themselves grab a good share of the surplus; in this case they will tend to take the side of the state and feudal lords. The point is, there will be variations, but we can make a concrete analysis by using the concept of exploitation. Again, the use of the term 'class' will come only at the end of the analysis, it is not a method of analysis; rather the method is to examine the process of exploitation.

In this way, we can endorse (स्वीकारणे) the idea that Marxism is basically a methodology and that the concept of exploitation is one of its core concepts. Still, it raises some problems that Shriplal Sabnis does not quite deal with that we have to face.

If we want to keep Marxism as a methodology but give up the 'mistakes' in Marx, the question is coming of : how much of what we have known as 'Marxism' will we have to give up? For example, in discussions of some 'non-traditional Marxists' with Sharad Joshi in 1987, Joshi made the claim that I am a Marxist, but you have to give up the idea of working class leadership, the labour theory of value is wrong and it is not true that all history is the history of class struggle. If we agree with this, we will have to 'give up' some propositions, that most people have thought, were the core of Marxism.

Now, Joshi in saying this was defining 'class' in terms of private property, i.e. using the narrow definition of class just as Sharad Patil has used the narrow definition of class. We can 'save' the concept of class and go on saying that 'all history is the history of class struggle' if we define class in the broad sense, in terms of relations of exploitation.

But this does not solve the problem of Marxism. In traditional Marxism (and in much of Marx's own thinking) the broad concept and the narrow concept of class were thought to coincide. That is, it was thought that private property or ownership of the means of production would explain exploitation. But, we have to clearly admit that 'ownership of the means of production' can explain only a limited part of exploitation. It doesn't explain most of the exploitation of the peasants, either in pre-British India or in India today. And it doesn't explain exploitation by the state. If we understand exploitation only in terms of private property, we will never be able to explain events in Eastern Europe or the Soviet Union where people have rebelled against exploitation by the state. This is the main problem before party Marxists today that they have to broaden their understanding of exploitation, and look for alternatives to state bureaucratic Socialism. Shripal Sabnis has attacked Sharad Patil for not giving a methodology to explain class and exploitation in pre-British India. But, in defending 'Marxist methodology' he also tends to defend the Communist Parties, form of Marxism and this is even more erroneous, historically.

At points, Dr. Sabnis's criticism will seem extremist and one-sided to many readers. In attack Sharad Patil's own overstated and one-sided views, one should not fall into the same trap. Otherwise Sharad Patil's contributions will be disregarded. For example, Shripal Sabnis attacks Sharad Patil's use of the terms brahmani-abrahmani to characterize the divisions of Indian philosophy and argues that it is practically unthinkable to describe the Indian national congress or other political parties (including left parties) as brahmani. But, the question is : if caste is a part of the material structure of exploitation in India, then it is appropriate to describe organisations and institutions in such terms. The Congress, or the Communist Parties, or the Indian state might be characterized as 'brahmani' to the extent that caste-linked practices and ideologies are embodied in them.

Today the Communist Parties feel obliged to give data on the 'class origins' of their members. Why should they not feel it necessary to tell what caste they are from and how many men and women are there? A brahman is not 'counter-revolutionary' from the moment of his birth and many play an important role in toiling people's movements. But, if a large majority of leaders of any organization are Brahman males, we have at least some reason to be suspicious! We may attack Sharad Patil's overuse of the terms 'brahmani-abrahmani' or we may debate the criteria used to determine if an organization or individual is brahmani. But this is different from saying there is no basis for using the concept. We may also reject the way in which many non-Brahmans or dalits use the term simply to gain personal or political advantage against an opponent. But, people in leftist circles have gone on using the term bourgeois or pettybourgeois in the same way.

At times, then Sabnis ends up attacking Patil from a mistaken perspective. For instance, he argues against saying that the enemies of Shivaji were Brahmans, by accepting the hindutva perspective that Muslims were the enemies of Shivaji and that Shivaji founded a Hindu State against Muslims. This is a historical distortion and it is a dangerous one. Sabnis writes. 'गोब्राह्मण प्रतिपालक' ही पदवी राजांना ब्राह्मणांनी चिकटवली तरी त्यांनी ती स्वीकारली आहे हे सत्य कॉ. पाटलांच्या अब्राह्मणीवादाची अडचण करणारे आहे.'

But, where is the historical evidence that Shivaji 'accepted' the Padvi of 'Go-brahman pratipalak?' Rather than trying to attack Shirad Patil from all sides, it would have been better if Shripal Sabnis had narrowed his focus and spend more time to give necessary historical and empirical evidence for some of the assumptions he makes.

Overall, however, the main thrust of Sabnis's criticisms is valid, and Brahmani Satyashodhak will, hopefully, play an imporatnt role in deepening and extending debate on these issues not only in academic circles but also among activists in social movements. Sabnis has attacked Patil harshly and at points with extremist language Sharad Patil has himself attacked not only opponents but even those who disagree partially with him with equally one-sided and reckless language. At some points we have to go beyond this habit also, Com. Sharad Patil has made important contributions that have to be recognized : he has brought forward the issue of caste as a subject for analysis in the left movement; he has begun the work of applying an analysis that uses caste to all-around problems of political struggle. At the practical level he has led his party to vigorous participation in the 'namantar' struggle; he has pioneered the founding of the Dalit-Adivasi-Gramin Samyukta Sahitya Parishad as a cultural platform uniting different sections of toiling masses; he has vigorously pressed for an alliance in action with Shetkari Sanghatana at time when it was boycotted by most of the left. These and other contributions have to be given credit and proper recognition. But they have to be carried forward, and to do so we have to go beyond Shard Patil's own limitations. This will be a collective effort, and we can hope Sharad Patil will also be part of it.

The problem now is not to attack Shard Patil's theory and methodology but to provide an alternative better capable of analyzing the Indian reality he wants to analyze, and to do so from the point of view of the toiling people seeking liberation. Path-breaking efforts in this direction are already being made by non-traditional Marxists such as Bharat Patankar's मुद्दा आहे जग बदलण्याचा. In carrying these forwards, we also have to attack 'brahminism' in theory. And what is this? 'Brahminism' in theory means the monopoly of making theory by a small intellectual elite-whether in the universities or in the central committee of parties. It means proclaiming truth on the basis of 'authority' (so-and-so said this, and so it must be right); it means teaching the masses or people or the masses of activists in parties to accept without questioning the 'truths' as their leaders proclaims them. It means sectarianism, creating narrow walls between groups with each one proclaiming that it has the 'truth'. We have to smash all these monopolies and break down all these walls and become really 'satyashodhaks'. As Jotiba Phule wrote.

मतामतांचा गलबला ॥ कोणी पुसेना कोणाला ॥
जो जे मती सापडला ॥ तयासी तोची थोर ॥
असत्याचा अभिमान ॥ तेणे पाविजे पतन ॥
म्हणोनिया ज्ञाते जन ॥ सत्य शोधिती ॥

- **Gail Omvet**

'ज्ञानपीठ पुरस्कार' विजेते
श्री. वि. वा. शिरवाडकर
यांचा अभिप्राय

-*-

आपल्या नव्या पुस्तकाबाबत आपले बोलणे झाले. गौरवग्रंथातील आपला लेख मला आवडला होता. आपला सखोल व्यासंग तर लक्षात आलाच; पण आपल्या विचारांची दिशाही अभिनंदनीय वाटली. या पुस्तकात तोच विचार आपण विस्ताराने मांडला आहे, असे समजले. विचाराला आणि सत्यशोधनाला भौगोलिक सरहद्दी नसतात; त्याप्रमाणे जातीय वा धार्मिक सीमाही नसाव्यात, असू शकत नाहीत हे आपले विचारसूत्र मला मान्यच आहे. भविष्याकडे जाताना हे भूतकाळाचे ओझे विधायक प्रगतीला अहितकारकच होईल. आपल्या नवीन पुस्तकाला माझे अनेक शुभाशीर्वाद आहेत.

-*-

अनुक्रमणिका

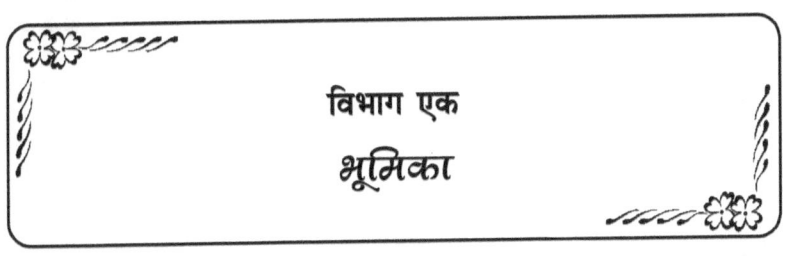

विभाग एक

भूमिका

मानवमुक्तीच्या लढ्यात विश्वात्मक स्तरावर विविध प्रयोग चालू आहेत. क्रांतिकारक दार्शनिकताच गोंधळली जावी, अशी वास्तवता अनेक देशात अनुभूतीचा भाग बनली आहे. भारतीय समाजक्रांतीसुद्धा आज अडून राहिल्याचे चित्र दिसत आहे. क्रांतीची कोंडी फोडण्याचे अनेक प्रामाणिक प्रयत्न केले जात आहेत. त्यापैकी 'सत्यशोधक कम्युनिस्ट पक्षाची' सैद्धान्तिक आणि व्यावहारिक भूमिका महत्त्वपूर्ण आहे. भारतीय समाजकारण-राजकारणासह सांस्कृतिक क्षेत्रातही या पक्षाची तात्त्विक भूमिका वादग्रस्त बनली आहे. भारतातील कम्युनिस्ट पक्षासह सर्व डाव्या पक्षांशी मतभेद नोंदवून, हा नवा पक्ष 'मार्क्सवाद-फुले-आंबेडकरवादा'च्या नव्या तत्त्वज्ञानाच्या निर्मितीचा दावा करून, समग्र क्रांतीची हमी देत आहे. या पार्श्वभूमीवर सत्यशोधक कम्युनिस्ट पक्षाच्या सैद्धान्तिक भूमिकेचे नेमके कोणते योगदान आहे? खरोखरच हा पक्ष भारतीय क्रांतिकारी प्रवाहाचे नेतृत्व करू शकतो का? त्याला क्रांतीची कोंडी फोडता येईल का? या प्रश्नांची उत्तरे देणे प्रबोधनाच्या दृष्टीने आवश्यक ठरले आहे.

'सकप' चे तात्त्विक अधिष्ठान ज्या सिद्धान्तांनी बनले आहे, ते पायाभूत सिद्धान्त वादळी आहेत. परिवर्तनवादी चळवळींच्या संदर्भातील अनेक प्रश्न या सिद्धान्तांच्या निर्मितीतून उभे राहिले आहेत. हा नवा पक्ष 'मार्क्स-फुले-आंबेडकरां'च्या दार्शनिकतेसह, क्रांतिवादी प्रवाहाच्या ऐन मध्यात उभा आहे. त्यामुळे विशुद्ध प्रबोधनातही तात्त्विक गुंता वाढला आहे. याचा परिणाम म्हणून प्रबोधनच गोंधळले आहे. परिणामतः क्रांतिवादी चळवळ मोठ्या प्रमाणावर संभ्रमात पडली आहे.

या पार्श्वभूमीवर सत्यशोधक कम्युनिस्ट पक्षाची सैद्धान्तिक भूमिका मुळातूनच तपासून तिचे सम्यक् मूल्यमापन करणे आवश्यक ठरले. या पक्षाचे प्रवर्तक व 'माफुआं' तत्त्वज्ञानाचे निर्माते कॉ. शरद पाटील आहेत. या पक्षात त्यांच्या

तोडीचा दुसरा विद्वान नाही. या तत्त्वज्ञानाची मांडणी एकट्या शरद पाटलांनीच त्यांच्या ग्रांथिक व नियतकालिकातील (सत्यशोधक मार्क्सवादी) लेखनातून केली आहे. त्यामुळे 'सकप' च्या सैद्धान्तिक भूमिकेचे मूल्यमापन करताना सरळ सरळ कॉ. पाटील यांच्याच नावाचा निर्देश प्रत्येक ठिकाणी करणे अपरिहार्य ठरले आहे.

शरद पाटलांचा व्यासंग विविधांगी आहे, याबद्दल कुणाचेही दुमत होण्याचे कारण नाही. धर्मशास्त्र, समाजशास्त्र, इतिहास, भाषाशास्त्र, तत्त्वज्ञान, मानववंशशास्त्र इ. अनेक शाखांच्या प्रवाहांतून त्यांच्या प्रतिभेचा मुक्त प्रवास झाला आहे. म्हणूनच त्यांच्या विवेचनात प्रौढता, ठामपणा आणि आत्मविश्वास प्रकट झाला आहे. त्यांचे अनेक भाषांचे ज्ञानही गौरवास्पद आहे. अतिप्राचीन तत्त्वज्ञानापासून अत्याधुनिक दार्शनिक प्रवाहापर्यंत, कॉ. पाटलांचे अभ्यासक्षेत्र व्यापक राहिले आहे. संशोधनासाठी लागणारी जिद्द, तळमळ आणि तपश्चर्येची बैठक व बळ, त्यांच्या जीवनाचे अविभाज्य अंग आहे. समाजातील उपेक्षितांचा-शोषितांचा कळवळा हा त्यांच्या मानसिकतेचा स्थायीभाव ठरावा. याच माणसांच्या मुक्तीसाठी कॉ. पाटलांनी आयुष्यभर समाजकारणाचा व राजकारणाचा खडतर प्रवास केला. तत्त्वावरील श्रद्धेसाठी त्यांनी अनेक वेळा संघर्ष केला, तुरुंगवास भोगला. विलासी, चैनी जीवनापासून लाखो मैल दूर राहणारा हा प्रारंभीचा मार्क्सवादी तपस्वी, उत्तरार्धात 'सत्यशोधक कम्युनिस्ट' बनला. त्यांची साधी राहणी, प्रौढ, गंभीर व्यक्तिमत्त्व आणि प्रकांड पांडित्य माझ्या आदराचा नेहमीचा विषय झाला आहे.

सामान्यांच्या, शोषितांच्या कैवारातून त्यांचे जीवन व त्यांचे तत्त्वज्ञान सिद्ध झाले आहे. प्रस्थापितांच्या विरुद्ध कॉ. पाटलांनी सर्व स्तरांवर रान पेटवले आहे. दलित-ग्रामीण-आदिवासी साहित्य संमेलनाचा पाया त्यांनीच घातला. जात्यान्तासाठी कायदा करण्याची मागणी त्यांनी आग्रहपूर्वक केली आहे. त्यांच्या संशोधनातून भारतीय इतिहासाचे धक्कादायक निष्कर्ष पुढे आले आहेत; त्यामुळे सांस्कृतिक संचितच संशयास्पद ठरून समाजमनातील धार्मिकतेला हादरा बसला आहे. त्यांचे विश्लेषण आणि विवेचन धक्के देत देतच पुढे येते. प्रतिपक्षावर आणि स्वपक्षावरसुद्धा अत्यंत कठोर भाषेत टीका करून, 'सत्य' मांडण्याचा त्यांचा स्वभाव आहे. त्यांची टीका म्हणजे बौद्धिक हल्लाच असतो; त्यामुळे सर्व धार्मिक मूलतत्त्ववादी, विशेषत: हिंदुत्ववादी, तर त्यांच्यावर चिडून आहेतच; पण सर्व कम्युनिस्ट आणि बहुतेक आंबेडकरवादीही त्यांच्यावर रागावून आहेत.

परिणामत: कॉ. पाटील यांच्याबद्दल काही अपवाद वगळता, कुणीही चांगले बोलायला तयार नाहीत. या सर्व मंडळींकडून अत्यंत वाईट अशी

खाजगी टीका कॉ. पाटलांच्या वाट्याला आली आहे. या प्रकाराशी मी मुळीच सहमत नाही. वैयक्तिक टीका करणारे बहुसंख्य विद्वान आहेत, प्रामाणिक नेते आहेत; परंतु कॉ. पाटलांच्याएवढा विविध शास्त्रांचा व तत्त्वज्ञानांचा अभ्यास, त्यांचा नसल्यामुळे, त्यांच्या विद्वत्तेला आव्हान देण्याचा प्रयत्नसुद्धा होऊ शकला नाही. आंबेडकरवादी चळवळीतील विद्वानांचा अभ्यास बुद्ध-आंबेडकरांपर्यंत मर्यादित आहे. फार तर म. फुले आणि हिंदू तत्त्वज्ञानपर्यंत ते भिडले आहेत. परंतु मार्क्सवादाचा सूक्ष्म अभ्यास त्यांना जमलेला दिसत नाही आणि भारतीय कम्युनिस्ट मार्क्सवाद कोळून प्याले असले तरी, भारतीय प्राचीन तत्त्वज्ञानाचे प्रवाह व प्राचीन भारतीय वास्तव त्यांना आकळता आले नाही. शिवाय फुले-आंबेडकरांची उपेक्षा त्यांना नडली. एखाद्या संस्कृतज्ञाचे भाषिक सामर्थ्य श्रेष्ठ असले तरी, त्याला मार्क्सवाद, आंबेडकरवादात गती नसल्यामुळे पाटलांच्या प्रतिपादनातील चुकांना कुणीच ठणकावू शकले नाही. प्रत्येक विद्वानाचे क्षेत्र मर्यादित असल्याने सर्व विषयांत प्रावीण्य संपादन केलेल्या कॉ. पाटलांसारख्या पंडिताला वैयक्तिक टीकेने मारण्याचा प्रयत्न झाला; पण त्यांच्या कर्तृत्वाला कुणीच समर्थपणे तपासले नाही. काही तुरळक व असफल असे एकांडे प्रयत्न झालेत हे खरे!

माझ्यासमोर कॉ. पाटील ही व्यक्ती नाहीच! म्हणून त्यांच्या 'खाजगी'वर मी लिहिणार नाही. त्यांची सैद्धान्तिक भूमिका हाच माझा अभ्यासाचा विषय आहे. या भूमिकेचे सामर्थ्य कोणते आणि मर्यादा कोणत्या, या प्रश्नाच्या उत्तरातच भारतीय परिवर्तन चळवळीची दिशा स्पष्ट होणार आहे! कारण हे प्रश्न मुळातच तात्त्विक असल्यामुळे प्रबोधनाची शुद्ध-अशुद्धताही त्यावरून ठरणार आहे.

कॉ. शरद पाटील यांचे सामर्थ्य आणि चांगुलपण सर्वदूर पसरले आहे. परिवर्तन चळवळीचा इतिहास त्यांच्या कर्तृत्वाची नोंद केल्याशिवाय कुणालाही लिहिताच येणार नाही. त्यांच्या पांडित्याचा एक जबरदस्त दरारा सर्वच गोटांत पसरला आहे. अर्थात त्यांच्या विद्वत्तेच्या दहशतीचेच सर्वत्र वातावरण आहे. तरीही अगदी टोकाला जाऊन त्यांची टिंगलटवाळी करण्याचे प्रकारही घडलेत; पण त्यांना अर्थ नसतोच.

विशुद्ध प्रबोधन आणि समग्र क्रांतिवादी मानवमुक्तीच्या लढ्याचा अत्यंत अतूट संबंध असतो आणि त्याच्या बांधिलकीतूनच सत्य प्रतिपादन करण्याची भूमिका अभ्यासकांनी स्वीकारणे योग्य ठरते. या संदर्भातच सर्वच महापुरुषांचा डोळस अभ्यास व परखड मूल्यमापन करण्याचा माझा प्रयत्न असतो. त्याचप्रमाणे क्रांतीसाठी वचनबद्ध असलेल्या महापुरुषांच्या अभ्यासकांचेही मूल्यमापन करताना

वस्तुनिष्ठ भूमिकाच मला आवश्यक वाटत आली आहे; म्हणून कॉ. शरद पाटील या व्यक्तीबद्दल मला राग-द्वेष वाटण्याचे कारण नाही. उलट त्यांच्याबद्दल आदरच वाटतो. माझ्या जीवनातील अत्यंत दु:खद प्रसंगी कॉ. पाटलांनी वडीलकीच्या आपुलकीने सांत्वन केले आहे. त्यांच्या संतापी, गंभीर बाह्यरूपाच्या मागे दडलेला जिव्हाळा माझ्या वाट्याला फार थोडा तरी आलेलाच आहे. त्यांच्यातील असामान्यत्व अनेक प्रसंगी मी अनुभवले, मान्य केले. त्याचप्रमाणे या विद्वान माणसातील अत्यंत 'सामान्यत्व'सुद्धा माझ्या अनुभवाला आले आहे. लहान मुलासारखे ते भांडतात. तोल जाऊन बोलतात, हे आणि बरेच काही अनुभवले. या दोन्ही रूपांचा प्रत्यय घेऊनही या माणसाच्या एकूण ध्येयवादी व्यक्तिमत्त्वाबद्दल, त्यांच्या प्रगाढ पांडित्याबद्दल आणि व्रतस्थ जीवनाबद्दल मला आज या क्षणीही नितांत आदर आहे. हा आदर पुढे कमी होण्याचा संभव नाही. कॉ. पाटलांच्या एकूण सामर्थ्याबद्दल लिहिण्यासाठी एक ग्रंथ पुरणार नाही. शिवाय त्यांचे कर्तृत्व त्यांच्या विपुल ग्रंथलेखनातून सर्वदूर पसरले आहेच; पण त्यांच्या तात्त्विक भूमिकेच्या मर्यादा आणि विद्वत्तेमधील दोष मात्र अद्यापही झाकूनच आहेत; कारण ते कळायला तेवढाच व्यासंग हवा आणि मांडायला तेवढे धाडसही हवे. शिवाय 'सत्या'ची निष्ठा तेवढीच प्रबळ हवी!

मी माझ्या कुवतीनुसार प्रामाणिकपणे कॉ. पाटलांच्या सैद्धान्तिक भूमिकेचा प्रतिपाद माझ्या या ग्रंथात केला आहे. त्यांच्या सामर्थ्याची महती सर्वांना समजली आहे; म्हणून पुन्हा ती मांडण्याचे प्रयोजन नाही, अशी माझी समजूत आहे. उलट त्यांच्या प्रचंड व्यासंगातून काही अत्यंत चुकीचे व घातकी सिद्धान्त जन्माला आल्यामुळे, समाजपरिवर्तन चळवळीत गोंधळ निर्माण झाला आहे, अशी माझी खात्री झालीय. म्हणूनच त्यांच्या तात्त्विक भूमिकेचा परखड पंचनामा 'सत्या'च्या कसोटीवर नम्रपणे करण्याची जिद्द बाळगून मी हा ग्रंथ निर्मिला. या सर्व प्रकारात कॉ. शरद पाटील आणि मी दोघेही महत्त्वाचे नाहीत, याची मला जाण आहे. मी त्यांच्या सिद्धान्ताबद्दलचे माझे प्रामाणिक मतभेद सत्यनिष्ठेतून नोंदले आहेत. त्यात चिंतनक्षेत्रातील 'सत्य' या मूल्याची निष्ठा महत्त्वाची आहेच; पण त्या सत्याचे दुसरे टोक विशुद्ध समाजपरिवर्तनाशी जोडले आहे आणि या निर्मळ प्रबोधनावरच भारतीय समाजक्रांतीच्या चळवळीचे यश अवलंबून आहे. या संपूर्ण वर्तुळाचा वेध घेण्यासाठी या ग्रंथाचा जन्म आहे. अर्थात सत्यशोधक कम्युनिस्ट पक्ष आणि त्याचे प्रवर्तक कॉ. पाटील, या मध्यवर्ती केंद्रातूनच या वर्तुळाचा परीघ मी पाहिला. या ग्रंथात कॉ. पाटील यांची भूमिकाच मी केंद्रस्थानी

ठेवली आणि त्याच भूमिकेच्या मर्यादाच प्राधान्याने मी मांडल्या आहेत. अर्थात त्यांच्या भूमिकेचे विधायक योगदान अल्पांशाने व्यक्त केले आहे आणि उर्वरित गृहीत धरले आहे. पण ज्यामुळे प्रबोधनच कुजण्याची, चुकण्याची वेळ आली आणि क्रांतीची दिशाही गोंधळली, ही अवस्था सच्च्या पाईकांना संभ्रमात टाकणारी, म्हणून मी घातक ठरवून अग्रक्रमाने या सिद्धान्ताचा पर्दापाश अटळ ठरविला. एखादी बाब पुराव्याने वाईट ठरली, की मग तिच्या विरोधासाठी सर्व शक्ती पणाला लावणे आवश्यकच! त्याच भूमिकेतून पाटलांच्या सैद्धान्तिक भूमिकेचा प्रतिपाद सिद्ध झाला आहे.

सर्व कम्युनिस्ट पक्ष, आंबेडकरवादी पक्ष व संघटना, समाजवादी गट व पक्ष-काही अपवाद वगळता, कॉ. शरद पाटील यांच्या विरोधात असल्याचे चित्र दिसते. त्याची कारणे तात्त्विक किती आणि वैयक्तिक किती याचा हिशेब माझ्याजवळ नाही. माझा विरोध मात्र केवळ तात्त्विक संदर्भातच आहे. शिवाय कॉ. पाटील यांनी जी सत्यशोधक परंपरा जोपासली आहे, त्याच 'सत्या'च्या शोधक प्रवाहातील एका अभ्यासकाच्या विनम्र भूमिकेतून हा विरोध, मी प्रतिवादाच्या रूपात मांडला आहे. या प्रयत्नात मी त्यांच्या व्यासंगाशी, विद्वत्तेशी स्पर्धा करू इच्छित नाही; कारण 'सत्या'चा शोध हा व्यासंगाच्या लांबी-रुंदीच्या तपश्चर्येतून लागतोच असा नियमही नाही. कॉ. पाटील ज्याला 'सत्य' मानतात, ते 'सत्य'च नव्हे हे माझ्या अभ्यासातून मला जाणवले आहे. शिवाय माझ्याही श्रद्धा मार्क्स-फुले-आंबेडकरांच्या ठिकाणी एकवटल्या आहेत. पण या श्रद्धेची व्याप्ती मोठी असून, समग्र परिवर्तनच माझ्या चिंतनाचा श्रद्धाविषय आहे आणि माझाही पंथ 'सत्यशोधका'चाच आहे. याबद्दल कदाचित कॉ. पाटलांना शंका आलीच तर नवल नाही! प्रतिवाद म्हणजे शत्रुभावी विरोध असतो असे त्यांनीच काय, कुणीही समजण्याचे कारण नाही. मी या पुस्तकाधारे त्यांचा प्रतिवाद केलाय, शत्रुत्व नव्हे!

आशयानुसार भाषाविष्कार

आता या ग्रंथातील भाषेबद्दल काही मुद्दे अपरिहार्य आहेत. चिंतनात्मक लेखन हे प्रौढ, गंभीर आणि संयमित असावे, अशी अपेक्षा सर्वसाधारणपणे व्यक्त केली जाते. या ग्रंथातील भाषा मी निवडलेल्या विषयाच्या प्रतिपादनाला आवश्यक ठरली आहे, असे मला प्रामाणिकपणे वाटते. एखादी बाब घातक ठरल्यानंतर ते सांगणारी भाषा 'संयत'च्या नावाखाली मवाळ आणि लेचीपेची असली तर ती परिणामाच्या दृष्टीने उपयुक्त ठरत नाही. 'सत्य' हे सडेतोड

भाषेतच सांगितले पाहिजे आणि 'असत्य' हे घातक म्हणून ते झोडूनच काढले पाहिजे, ही माझी धारणा आहे. म्हणूनच कॉ. पाटलांच्या चुकलेल्या सिद्धान्तांचा परामर्श घेताना, मी अत्यंत कठोर भाषेत माझा विचार मांडला आहे. खंडण करताना माझा तोल गेल्याची तक्रार कुणी करीलही! पण खंडणाचा विषय महत्त्वाचा, भाषा नव्हे! शिवाय माझ्या दृष्टीने विशिष्ट खंडण विषय वा मुद्दा, हाच स्वतःच्या आविष्काराचे भाषारूप निवडतो. त्यात लेखकाचा संबंध अपरिहार्य असला तरी मुद्द्याच्या आशयाची बाधकता जेवढी वाईट, तेवढीच त्याच्या खंडणाची भाषाही अधिक कठोर असणे स्वाभाविक ठरावे.

आणखी एक खुलासा! खुद्द कॉ. पाटलांची भाषा आक्रमक व प्रतिपक्षावर तुटून पडणारी आहे. त्यामुळे त्याच भाषेतील जेवढा चुकीचा विचार असेल, त्याच्या प्रतिवादासाठी मीसुद्धा तशाच भाषेचा अवलंब जाणीवपूर्वक केला आहे. यापेक्षा वेगळ्या, काहीशा सौम्य, मवाळ भाषेतही हा ग्रंथ लिहिणे शक्य असावे! पण परिणामाच्या दृष्टीने मला मात्र याच भाषेत हा ग्रंथ सिद्ध करणे आवश्यक वाटले. या संदर्भात मला कुणी दोषी ठरविल्यास, मी ती कृती अयोग्य मानणार नाही; पण भाषेच्या रूपाविष्कारापेक्षा विचारशुद्धीला अधिक महत्त्व असावे, ही माझी अपेक्षा आहे.

या ग्रंथात कॉ. पाटलांच्या विचारसूत्रांचा ज्या ज्या विचारप्रवाहाशी संबंध पोहोचतो, तेवढ्याच संदर्भात माझे मतप्रदर्शन वा विश्लेषण आलेले आहे. कम्युनिस्ट पक्ष, दलित संघटना किंवा इतर क्रांतिवादी संघटना यांच्यातील दोष किंवा गुण विशद करण्याची मला इथे गरज वाटली नाही; कारण ती इथे माझी भूमिकाच नाही! म्हणूनच या क्रांतिकारी प्रवाहातील नेत्यांच्या, अनुयायांच्या चुकांवर मी कोरडे ओढलेले नाहीत किंवा त्यांच्या सामर्थ्याचा गौरवही केलेला नाही.

'सकप' हाच केंद्रबिंदू!

'सत्यशोधक कम्युनिस्ट पक्ष' आणि त्यांची तात्त्विक भूमिका हाच मुख्य विषय ठरवून पाटलांच्या विचारसूत्रांचे मूल्यमापन करणे, एवढीच मर्यादित भूमिका मी स्वीकारली आहे. पारंपरिक कम्युनिस्टांच्या अनेक घोडचुका झाल्यात, हे सर्वश्रुत असून त्या पक्षांनाही ते जाणवले आहे. आंबेडकरवाद्यांच्या मर्यादाही आता स्पष्ट होत आहेत. या दोन्ही प्रवाहांतील मर्यादांवर बोट ठेवून, त्यांच्या समन्वयाचा तिसरा विधायक पर्याय देणाऱ्यांच्याही चुका होताहेत. माझ्या विवेचनात पहिल्या व दुसऱ्या प्रवाहातील मर्यादा गृहीत आहेत; कारण त्या उघड झाल्यात; पण तिसरा पर्याय जो विधायक म्हणून समोर आला आहे, त्याच्याही मर्यादा

आहेत, हे सांगणे मला महत्त्वाचे वाटते; कारण या सर्वांच्या मर्यादा टाळून शुद्ध प्रबोधन क्रांतीच्या चळवळीला योग्य अशी दिशा देऊ शकेल. म्हणून तर सत्यशोधनाची प्रक्रिया ही अत्यंत जागृत हवी. महापुरुषांच्या नावे पुढे आलेली प्रत्येक भूमिका, ही त्या महापुरुषांच्या विधायक विचारांना न्याय देणारीच असते असे मानण्याचे कारण नाही. मुखवटा आणि चेहरा यांतील फरक सत्यशोधकांनी तरी लक्षात घेतला पाहिजे; नाही तर महापुरुषाचे वाटोळे होईलच; पण दलित-शोषितांच्या मुक्तिपर्वातील यशाचे स्वप्नही उद्ध्वस्त होईल. क्रांतीची बीजे कुजविण्यासाठी शत्रुशक्तीपेक्षा, क्रांतिवादी चिंतनातील विकृतीही पुरेशी ठरते.

'सकप'च्या सैद्धान्तिक भूमिकेच्या प्रतिवादाचा ग्रंथ सिद्ध करणे सोपे नाही याची जाण मला आहेच; पण मी परिश्रमपूर्वक तसा प्रयत्न केलाय एवढे खरे! ज्याचा प्रतिवाद केला आहे, त्या भूमिकेचा गोषवारा अगोदरच वाचकांसमोर ठेवणे आवश्यक आहे. 'सकप' प्रवर्तक शरद पाटील यांच्या मते, 'मार्क्सवाद हा अपुरा' आहे; कारण तो 'वर्गवादी एक प्रवाही आहे' भारतीय समाजवास्तव हे 'वर्गीय' नसून ते 'जातीय' आहे. ही अवस्था ब्रिटिशपूर्व भारतापर्यंतची आहे. अर्थात ब्रिटिश भारतात येण्यापूर्वी या समाजात 'वर्ग' नव्हतेच. फक्त जाती होत्या आणि त्याहीपूर्वी वर्ण होते. म्हणून 'वर्गीय एक प्रवाही मार्क्सवाद,' या भारतीय समाजवास्तवाचे आकलन व विश्लेषण करू शकत नाही. त्यासाठी 'सकप'ची 'मार्क्सवाद-फुले-आंबेडकरवादी', 'बहुप्रवाही अन्वेषणपद्धती'च उपयुक्त ठरते. 'वर्ग' संकल्पनेचे कॉ. पाटीलप्रणीत आकलनबरोबर असेल तर त्यांचा उपरोक्त सिद्धान्त बरोबर ठरेल आणि अभिजात मार्क्सवादातील 'वर्ग' सिद्धान्ताचे कॉ. पाटलांनी केलेले आकलन मुळातच 'चुकलेले' असेल किंवा 'चुकविलेले' असेल, तर त्यांचा हा सिद्धान्तही चुकीचा ठरेल. हा प्रश्न एकूणच परिवर्तनाच्या गाभ्याचा प्रश्न असून, नवमार्क्सवादी आणि पारंपरिक मार्क्सवादी यांच्यातील या प्रश्नांसंबंधीचे मतभेद तीव्र झालेत. अर्थात या प्रश्नांच्या इतर बाजूंचा परामर्श घेण्याची इथे गरज नाही. 'ब्रिटिशपूर्व भारतात वर्ग नव्हते' आणि 'मार्क्सवाद अपुरा आहे' या पाटलांच्या सिद्धान्ताचाच मी साकल्याने विचार केला आहे.

'सकप' प्रवर्तक पाटलांचा दुसरा महत्त्वपूर्ण सिद्धान्त म्हणजे 'ब्राह्मणी व अब्राह्मणी' हा होय. कॉ. पाटलांनी ब्राह्मणी म्हणजे 'वर्ग, जात, स्त्रीदास्य समर्थक' आणि 'अब्राह्मणी' म्हणजे 'वर्ग, जात, स्त्रीदास्यविरोधक' अशी व्याख्या केली आहे आणि या दोन्ही प्रवाहांना ऐतिहासिक आधार असल्याचा त्यांनी दावा केला आहे. डॉ. राधाकृष्णन व डॉ. केतकरांनीसुद्धा याच सिद्धान्ताचा वापर

केल्याचे पाटील सांगतात; तसेच फुले-आंबेडकरांनीसुद्धा अशीच मांडणी करून भारतीय समाजवास्तवाचे विश्लेषण केले आहे, असे प्रतिपादन कॉ. पाटलांनी केले आहे. त्याच पद्धतीने त्यांनी भारतीय समाज, तत्त्वज्ञान, संस्कृती, साहित्य, सौंदर्यशास्त्र यांचे विश्लेषण करून भारतीय समाजाचा, ऐतिहासिक भौतिकवाद सिद्ध केल्याचा दावा केला आहे.

कॉ. पाटलांनी मानसशास्त्र, भाषाशास्त्र, तत्त्वज्ञान, प्रमाणशास्त्र यांच्या अभ्यासाची मदत घेऊन व 'मार्क्स-फुले-आंबेडकरवादी बहुप्रवाही अन्वेषण पद्धती'च्या उपयोगातून काही निष्कर्ष काढले आहेत. 'अब्राह्मणी साहित्य व अब्राह्मणी साहित्याचे सौंदर्यशास्त्र' ही त्यांनी सिद्ध केले, असा त्यांचा दावा आहे.

भारतीय इतिहासाचे विश्लेषण 'ब्राह्मणी-अब्राह्मणी' या एकमेव पायावर करणे अयोग्य असून, ही पद्धतच चुकीची असल्याचे माझे प्रामाणिक मत आहे. शिवाय कॉ. पाटलांनी केलेल्या व्याख्येचा आणि त्यांच्या प्रतिपादनातील भूमिकेचा ताळमेळच बसत नाही; म्हणूनच या सिद्धान्ताची वस्तुनिष्ठता संशयास्पद ठरल्याने चिंतनक्षेत्रात विकृत जाणिवा रुजविल्या जाण्याचा धोका निर्माण झाला आहे. 'महाराष्ट्रातील जातिसंस्थाविषयक विचार' या शीर्षकाच्या ग्रंथप्रस्तावनेतसुद्धा याच 'ब्राह्मणी व अब्राह्मणी' परिभाषेच्या कसोट्यांचा आधार घेऊन विश्लेषण केले, गेलेय. जिथे पाटलांचा मूळ सिद्धान्त विकृतीने भरलेला आहे, तिथे त्यांच्या या सिद्धान्तावर आधारित असलेली प्रस्तावना, विकृतीचा उत्तम नमुना न ठरली तरच नवल! 'जातिसंस्थेचा इतिहास' संपादित करायचा तो जातिव्यवस्था संपविण्यासाठी की ती विकसित करण्यासाठी? याचा संभ्रम पडावा अशी ही प्रा. यशवंत सुमंत यांची नमुनेबाज प्रस्तावना आहे. कॉ. पाटलांच्या 'ब्राह्मणी-अब्राह्मणी'वादाचे भूत स्वत:च्या मनावर स्वार करवून घेऊनच त्यांनी प्रस्तावना लिहिली आहे. हा सिद्धान्त योग्य की अयोग्य याचा विचार करण्याची त्यांना गरजही भासली नाही. 'ब्राह्मणी-अब्राह्मणी' हा सिद्धान्त बुद्धिप्रामाण्यावर टिकणारा नाही; म्हणून हे चिंतन विवेकाचा खून करणारे आहे. सबब, हा सिद्धान्त फक्त चुकीचाच नव्हे, तर तो विकृतही आहे, असा माझा निष्कर्ष आहे. सिद्धान्तच चुकीचा म्हणून 'अब्राह्मणी साहित्याचे सौंदर्यशास्त्र'सुद्धा चुकीचे ठरणे क्रमप्राप्त आहे.

कोणत्याही वैचारिक लेखनात पूर्वसूरींचे ऋण स्वीकारूनच वाटचाल करता येते. डॉ. पाटलांनी असे ऋण काही ठिकाणी जरूर नोंदले आहे. भारतीय मार्क्सवादी पंडीत, बौद्ध विद्वान, पाश्चात्त्य विचारवंत, प्राच्य विद्यापंडीत इ. अनेकांच्या अभ्यासातून सिद्ध झालेली विचारसूत्रे, कॉ. पाटलांनी त्यांच्या प्रतिपादनासाठी

स्वीकारली आहेत. या उसनवारीचे श्रेयही त्यांनी नोंदले आहे, पण सर्वच ठिकाणी हा प्रकार घडत नाही. कॉ. पाटील स्वत:चेच संशोधन असल्याच्या आविर्भावात दुसऱ्याचे संशोधन निष्कर्ष मांडतात; त्यामुळे त्यांच्या पांडित्याचा दरारा वाढतो; पण त्याचा पाया मुळात पाटलांचा नसतोच! ही वास्तवता सांगण्यासाठी पाटलांनी केलेल्या वैचारिक उसनवारीचा आलेख, काही पुराव्यांसह काढला गेला आहे. उसनवारी आपण समजून घेऊ, पण 'वैचारिक दरोडा' समर्थनीय कसा ठरावा?

संपत्तीच्या दरोड्यामुळे मर्यादित नुकसान होते; पण चिंतनाच्या विश्वातील दुसऱ्यांच्या सिद्धान्तावर, विचारांवर दरोडा घालणे हे मूल्यात्मकदृष्ट्या भयंकर कृत्य ठरते आणि त्याचा परिणाम सांस्कृतिक अध:पतनात होतो. म्हणून वैचारिक चोरी ही सर्व प्रकारच्या गुन्ह्यापेक्षा वाईट ठरते. नागपूरच्या प्रा. या. वा. वडस्करांचे १९७० च्या सुमारास उदयाला आलेले 'फुआंमा' हे विचारसूत्र, (फुले-आंबेडकर-मार्क्स) कॉ. पाटील यांनी चोरून, 'ट्विस्ट' करून 'माफुआं' च्या नावे पुढे आणले, असा आरोप मी जाहीरपणे १३ मे, १९९० रोजी धुळ्याच्या 'अस्मितादर्श' मेळाव्यात केला. नंतर 'परामर्श'च्या लेखातही केला; पण पाटलांनी प्रा. वडस्करांचे हे मूळ श्रेय लिखित स्वरूपात कुठेच नोंदले नाही; म्हणूनच या आरोपाचे खंडण करणे त्यांना जमले नाही. हा किरकोळ मुद्दा आहे. पण मूल्यात्मक श्रेयातील 'दरोडा' छोटा काय, मोठा काय, तो सबंध चिंतनविश्वच डागळणारा ठरतो; म्हणून तो किरकोळ समजून दुर्लक्षित करता येत नसतो.

वस्तुनिष्ठ सत्यच चिंतनाचा मूलाधार

सत्य हे 'सापेक्ष' असते असे म्हटले जाते. पण मानवाच्या अंतिम कल्याणाच्या अटीतच सत्याचे 'सत्यत्व' खऱ्या अर्थाने साठवलेले असते. तेव्हा या निर्णायक अशा महत्त्वपूर्ण संघर्षातच सत्याची 'सापेक्षता' तपासून घेणे आवश्यक ठरते. सत्यप्रतिपादनातील हे भान लक्षात घेऊनच, 'सत्या'चे मूल्यमापन करणे आवश्यक असते. या पार्श्वभूमीवर कोणत्याही वैचारिक ग्रंथाचे मूल्यमापन करताना ग्रंथ-लेखकाची 'जात' गौण ठरावी आणि ग्रंथातील विचारांच्या वस्तुनिष्ठतेवरच त्याचे मोल ठरविले जावे, ही अपेक्षा कोणत्याही अभ्यासकाची राहणार, हे उघड आहे. जातिव्यवस्थेत जन्माला आलेल्या प्रत्येक व्यक्तीच्या जन्मापासून अटळपणे चिकटविलेली जात हा एक वाईट अपघात असतो. या अर्थाने प्रत्येक भारतीय माणूस हा या अपघाताचा बळी ठरतो; परंतु जातसंस्कारातून निर्माण झालेली व पोसली गेलेली जातजाणीव, ही वास्तवता तिच्या विकृतीच्या विरोधी जागृत जाणिवेबरोबर

क्रमाने नष्ट होऊ शकते; कारण जात हा नैसर्गिक नियम नव्हे; म्हणूनच जातजाणिवेवर, संस्कारांवर मात करण्याचे सामर्थ्य प्रत्येक जातीमधील माणसात आहेच. अस्पृश्य माणूस जातीच्या न्यूनगंडात्मक संस्कारजाणिवेवर जसा मात करून स्वत:चे माणूसपण जागृतीच्या आत्मभानातून सिद्ध करू शकतो, तसेच ब्राह्मण वा मराठा माणूससुद्धा जातीचे घातक रूप लक्षात येताच, स्वत:च्या अहंगंडात्मक जातजाणिवेवर मात करून, सर्व माणसे समान असल्याचे आत्मभान प्रकट करू शकतो.

अन्यायाची चीड आणि न्यायाचा कैवार, ही मानवी संस्कृतीच्या इतिहासातील माणसाची सर्वांत मोठी कमाई असून, जातिव्यवस्थेतील अन्याय्य रूपाविष्कार जसा अस्पृश्याला जाणवू शकतो, तसा सवर्णालाही जाणवू शकतो आणि या प्रारंभबिंदूपासूनच जातिव्यवस्थेच्या सर्व अन्याय्य परंपरांचा विरोध करणारी फळी उभी राहत असते. या विरोधी फळीत जातजाणिवेवर मात करणाऱ्या क्रांतिवादी प्रवृत्तीचा आविष्कार असतो. या फळीला कोणत्याही जातीय नावाने संबोधणे मुळातूनच चूक असते; कारण संपूर्ण जातिव्यवस्थाविरोधी शक्ती-प्रवृत्तींचा तो समूह असतो. या संघर्षात जातीय संस्कार झुगारून जे जे 'जातविरोधी गटा'त सामील होतील, ते क्रांतिवादीच ठरतात; म्हणूनच या दोन फळ्यांना कॉ. शरद पाटील यांनी 'ब्राह्मणी' व 'अब्राह्मणी' अशा ज्या जातीय संज्ञा दिल्या आहेत, त्या वस्तुनिष्ठ चिंतनाच्या व प्रतिपादनाच्या दृष्टीने आणि विधायक परिणामाच्या दृष्टीने अयोग्य आहेत.

प्राचीन काळापासून ब्राह्मण वर्चस्वातून व पुढाकारातून आकारास आलेली वर्ण-जातव्यवस्था, क्षत्रिय व वैश्यांच्या हितसंबंधांना लाभदायक होती, हे सत्य नोंदविले तरी या विषम व अन्याय्य व्यवस्थेचे पुनरुज्जीवन करण्याचा अत्यंत घातकी प्रयत्न विसाव्या शतकातसुद्धा राष्ट्रीय स्वयंसेवक संघासारख्या कर्मठ संघटनेद्वारा होतो आहे आणि या संघटनेचा 'ब्रेन' ब्राह्मणच आहेत ही वस्तुस्थिती नाकारण्यात अर्थ नाही. हा ब्राह्मण वर्चस्ववादी 'ब्रेन', हिंदुधर्मवादाशी व देशाशीही प्रामाणिक आहे, असा त्याचा दावा असला तरी, त्याच्या एकूण संकुचित तत्त्वज्ञानामुळे आणि 'विषमतापूजक' धोरणामुळे, देश आणि धर्मही अध:पतित झाल्याचा इतिहास आहे. तेव्हा आर. एस. एस.चा 'ब्राह्मण ब्रेन' विषमतावादी म्हणून त्यांची 'देशनिष्ठेची भाषा' परिणामत: विषमता-निष्ठतेचीच पावती देते. म्हणून हा घातक ब्रेन आर. एस. एस.च्या हिंदुत्ववादी ध्येयाशी व भारताच्या कल्याणाशीही बेईमान झालेली वास्तवता ठरते.

हा 'ब्राह्मणग्रस्त ब्रेन'च विशुद्ध हिंदुत्वाचा, सच्च्या धार्मिकतेचा आणि देशाच्या भवितव्याचा क्रमांक एकचा शत्रू आहे. पर्यायाने राष्ट्रीय स्वयंसेवक

संघातील अपवादात्मक सच्च्या राष्ट्रवादाचे, मानवतावादाचे तेच शत्रू ठरतात. या सत्याची नोंद केल्यानंतर हे घातक ब्राह्मणत्व जिथे जिथे आणि ज्या ज्या संघटनेच्या ध्येय-धोरणात प्रतिबिंबित झाले असेल, ते 'शत्रू'च मानले पाहिजेत. पण यावरून सर्वच ब्राह्मण जात ही 'ब्राह्मणी' म्हणजे जातव्यवस्था समर्थक ठरविणे मात्र अयोग्य ठरते. तसेच सर्वच ब्राह्मणेतर हे 'जातव्यवस्था-विरोधक' म्हणून क्रांतिकारी ठरविणे तेवढेच अयोग्य ठरते. ही पार्श्वभूमी लक्षात घेता, कर्मठ 'ब्राह्मण्यवादा'चा झेंडा फडकविणाऱ्या ब्राह्मणग्रस्त 'ब्रेन'ची प्रतिक्रिया म्हणून संपूर्ण ब्राह्मण जातीच्या वर्चस्वाविरुद्धच ब्राह्मणेतरांची चळवळ उभी राहणे, आपण समजून घेऊ. पण ब्राह्मण-वर्चस्व झुगारून त्यांची जागा स्वत:च्या जातीला प्रतिष्ठा मिळवू पाहणारी जातीय प्रवृत्ती आणि संपूर्ण जातिव्यवस्थाच निकालात काढणारी क्रांतिवादी प्रवृत्ती यामध्ये मूलत: फरक असतो, याचे भान अभ्यासकांनी ठेवणे आवश्यक आहे.

यांपैकी दुसऱ्या प्रवृत्तीच्या गटात क्रांतिवादी प्रवाहात, जातीय प्रवृत्तीच्या विरोधात ब्राह्मणही सामील होऊ शकतात आणि अस्पृश्यही! अट एकच, त्यांनी जात-जाणिवेवर मात केली असली पाहिजे आणि जातिव्यवस्थेलाच सुरुंग लावण्याची त्यांची कृती-उक्ती असली पाहिजे. नेणिवेत 'जात' शिल्लक राहत असेल तर ती सर्व जातीतील माणसांच्या नेणिवेत राहू शकते, हे एक सत्य आणि त्या नेणिवात्मक जात-जाणिवेवरही, जागृत जातविरोधी जाणीव मात करून, समतेला न्याय मिळू शकतो, हे दुसरे सत्य होय.

या पार्श्वभूमीवर ब्राह्मण वर्चस्ववादाविरुद्धच्या प्रतिक्रियेतील स्वाभाविकता, ही समर्थनीय ठरायला हरकत नाही; पण या प्रतिक्रियेचे योगदान संपूर्ण जातिव्यवस्थेला सुरुंग लावणाऱ्या जाणीवजागृतीच्या संदर्भात विधायक ठरते! ब्राह्मण वर्चस्ववादाची जागा त्यांच्या विरोधातून ब्राह्मणेतर वर्चस्ववादाने घेतल्याने प्रश्न संपत नसतो, तर तो तितकाच आव्हानात्मक बनतो! म्हणून ब्राह्मण वर्चस्ववाद वा ब्राह्मणेतर वर्चस्ववाद हे वर्णीय-जातीय अहंताचीच रूपे आहेत. ब्राह्मणाविरुद्धची प्रतिक्रिया ही जातविरोधी पायावर आधारित असल्यासच, ती क्रांतिकारक ठरते. नाही तर प्राचीन इतिहासातील ब्राह्मण विरुद्ध क्षत्रिय संघर्षाची ती विसाव्या शतकातील आधुनिक आवृत्ती ठरते.

या संपूर्ण विवेचनाचे सूत्र कॉ. शरद पाटील यांच्या 'ब्राह्मणी व अब्राह्मणी' या सिद्धान्ताच्या विरोधी जाणारे आहे. त्यांच्या मते फक्त 'अब्राह्मणी' प्रवाह म्हणजे वर्ग-जात- स्त्री-दास्यविरोधी प्रवाहच परिवर्तनवादी असून, तो आधुनिक

काळाच्या संदर्भात फक्त फुले-आंबेडकर-पेरीयारपुरता मर्यादित आहे. या परिवर्तनवादी अब्राह्मणी प्रवाहात कॉ. पाटील यांनी न्या. रानडे, आगरकर, विष्णुशास्त्री पंडित, म. शिंदे यांचीही नोंद केली नाही. इतिहासाचा अत्यंत विकृत अर्थ सांगण्याचा-लावण्याचा हा पाटीलप्रणित प्रयत्न, निंद्य स्वरूपाचा आहे. अरुण कांबळेंसारखा दलित विचारवंत, परिवर्तनाचा प्रवाह सांगताना म्हणतो की, 'महाराष्ट्राला समाजसुधारणेच्या चळवळीची प्रदीर्घ परंपरा लाभली आहे. म. ज्योतिबा फुले, लोकहितवादी, आगरकर, राजर्षी शाहू, कर्मवीर विठ्ठल रामजी शिंदे, कर्मवीर भाऊराव पाटील व डॉ. बाबासाहेब आंबेडकर अशी ही परंपरा आहे.' (समाजप्रबोधन पत्रिका, जानेवारी-मार्च ९०, पृ. ६).

प्रा. कांबळे यांनी या परिवर्तनवादी प्रवाहातील सुधारकांची जात पाहिली नसून त्यांचे परिवर्तनवादी योगदान पाहिले आहे. पण ही वास्तवता नाकारून श्री. पाटील सत्याच्या अपलापातून, 'ब्राह्मणी-अब्राह्मणी' सिद्धान्ताचा पुरस्कार करतात. अस्पृश्यांच्या सन्मानित जीवनाचा ध्यास घेऊन समाजसुधारणेचा इतिहास सिद्ध करणाऱ्या महाराष्ट्राच्या परंपरेत, डॉ. भा. ल. भोळे यांनीसुद्धा म. फुले, न्या. रानडे, लोकहितवादी, छ. शाहू, विठ्ठल रामजी शिंदे, म. गांधी, श्री. म. माटे, वि. दा. सावरकर, भोपटकर, जयकर, जावडेकर यांच्या आपापल्या परीने केलेल्या योगदानाची नोंद केली आहे. (प्रबोधन उद्यासाठी पृ. ५३) परिवर्तनाच्या चळवळीतील सर्वच लोकाग्रणी हे क्रांतिकारक होते असे मानण्याची गरज नाही. या प्रत्येक सुधारकाच्या काही मर्यादा होत्याच; पण म्हणून त्यांचे सुधारणा पर्वात काहीच योगदान नाही, स्थान नाही असे समजून त्यांची उपेक्षा करणे अन्यायाचे नव्हे काय? मूळ सनातनी ब्राह्मणांविरुद्ध सुधारणावादी ब्राह्मण सुधारकांनी परिवर्तनाच्या प्रवाहात कर्तृत्व सिद्ध केले. त्याचप्रमाणे सुधारकांच्या पुढे जाऊन काही क्रांतिकारकांनी समाजपरिवर्तनाचे ऐतिहासिक कार्य केले. या सुधारकांत आणि क्रांतिकारकात गुणात्मक फरक जरूर असला तरी, हे दोन्ही सनातन्यांच्या विरोधी व परिवर्तनवादाच्या बाजूचे होते, हे कसे विसरावे? तेव्हा १) सनातन ब्राह्मणांचा प्रवाह, २) सुधारकांचा प्रवाह, ३) क्रांतिकारकांचा प्रवाह, याशिवाय ४) बहुजन समाजातील सनातनी लोकांचा प्रवाह या चारांपैकी पहिला व चौथा प्रवाह हे एकमेकांस पूरक आहेत, तर दुसरा व तिसरा प्रवाह परस्परांना पूरक आहेत. भारतीय समाजपरिवर्तनाच्या इतिहासाचे हे अंतस्थ चार प्रवाह आपण नीट समजून घेतले पाहिजेत. हा इतिहास म्हणूनच 'ब्राह्मणी व अब्राह्मणी' अशा जातीय परिभाषेत मांडता येत नाही; कारण त्याचे आकलनच वस्तुनिष्ठ नाही. इतिहास आकलनासाठी जातजाणिवेची

वास्तवता लक्षात घेणे अटळ असले तरी जातीय निष्ठेतून वा एकाच जातीच्या विरोधातून इतिहास आकळणे धोक्याचे असते.

आंबेडकरप्रणीत 'ग्रेट' रानड्यांना पाटलांनी बहिष्कृत ठरविले

परिवर्तनाच्या परंपरेतील न्या. रानडे यांचे योगदान डॉ. आंबेडकरांनी मान्य करून त्यांना 'ग्रेट मॅन' संबोधिले; पण कॉ. पाटील मात्र त्यांच्या 'अब्राह्मणी' म्हणजे वर्ग-जात-स्त्रीदास्यविरोधी फळीत, न्या. रानडे यांच्यासह कोणत्याही ब्राह्मण जातीत जन्माला आलेल्या सुधारकांचे कर्तृत्व नोंदायला तयार नाहीत. इतिहासाचे आकलन व विश्लेषण करताना, डॉ. आंबेडकरांची भूमिका वस्तुनिष्ठ होती म्हणूनच त्यांच्याकडून सत्याचा अपलाप झाला नाही.

Was Ranade a great man? हा प्रश्न आंबेडकरांनी उपस्थित करून त्याचे उत्तर स्वत:च देताना म्हटले, 'Ranade is known more as a social reformer than as a historian, economist or educationist. His whole life is nothing but a relentless campaign for social reform. It is on his role as a social reformer that this title to being a great man rests. Ranade had both the vision and the courage which the reformer needs and in the circumstances in which he was born, his vision was no small a virtue than his courage. (Dr. Babasaheb Ambedkar : Writings and Speeches, Vol. - 1 page 215)

१८ जानेवारी, १९४३ रोजी पुण्याच्या गोखले मेमोरियल हॉलमध्ये महादेव गोविंद रानडे यांच्या १०१व्या जयंतीनिमित्त डॉ. आंबेडकरांनी 'रानडे, गांधी आणि जिना' या विषयावर जे व्याख्यान दिले, त्यात न्या. रानडे यांच्या सामाजिक सुधारणेच्या चळवळीतील कर्तृत्वाचा मुक्तकंठाने गौरव केला आहे. न्या. रानडे यांची ब्राह्मण जात डॉ. आंबेडकरांना नडली नाही; पण कॉ. पाटलांना मात्र नडली. म्हणूनच परिवर्तनवादी 'अब्राह्मणी' प्रवाहात त्यांच्या नावाची नोंद 'अस्पृश्य' ठरली. या विवेचनाचा निष्कर्ष असा की, डॉ. आंबेडकरांच्या तर्कशुद्ध विचारयात्रेविरुद्ध त्यांच्याच नावाचा वापर करून कॉ. पाटील जातीय परिभाषेत जातीयवाद पोसणारा 'ब्राह्मणी-अब्राह्मणी' सिद्धान्त मांडतात. डॉ. आंबेडकरांच्या नावाचा गैरवापर करण्यात स्वार्थी अनुयायीच पुढे नाहीत तर पांडित्य प्रदर्शनामागे विकृती लपवणारे विद्वानही या स्पर्धेत आघाडीवर आहेत, एवढाच त्याचा खरा अर्थ निघतो. महापुरुषाचे नाव घेऊन त्यांच्या विचाराविरुद्ध सिद्धान्त मांडल्यामुळे

लोक संभ्रमात पडतात, तेच या 'ब्राह्मणी-अब्राह्मणी'बाबत झालेय.

म. फुले हे स्त्री-शूद्रांचे कैवारी होते; पण मुळात ते जातिव्यवस्था विरोधी व स्त्री-पुरुष समतावादी होते. पुरुषांची गुलामी मान्य करणाऱ्या स्त्रियांचे व जातव्यवस्थेतील सनातनत्व पोसणाऱ्या शूद्रांचे फुल्यांनी समर्थन केले आहे काय? तसेच स्त्री-सुधारणा आणि जातिविरोध करणाऱ्या उच्चवर्णीयांनाही फुल्यांनी शत्रू मानले काय?

या दोन्ही प्रश्नांची निर्णायक उत्तरे नकारार्थी आहेत. कारण म. फुलेसुद्धा बुद्धिप्रामाण्यवादी भूमिकेतूनच या प्रश्नाचा गांभीर्याने विचार करताना दिसतात. त्यांची विचारप्रक्रियाच मुळी वस्तुनिष्ठेच्या मुशीतून आकार घेते. कॉ. पाटील यांनी मात्र स्त्री-दास्य व जात-व्यवस्था विरोधक न्या. रानडे, आगरकर, गांधींसारख्या सुधारकांना 'ब्राह्मणी' ठरविले आणि हे स्टँपिंगसुद्धा पुन्हा म. फुल्यांच्या नावाचा आधार घेऊन! चिंतनक्षेत्रातील हे अपवित्र कारस्थान आहे.

मूर्ख अनुयायी महापुरुषांचे भडक विडंबन करीत असतात, तर विकृत विद्वान हे विडंबन, उदात्तीकरणाच्या उत्कटतेतून-महापुरुषांच्या नामजपातून करीत असतात. महापुरुषांच्या मनाला, विचाराला, कर्तृत्वाला जे मंजूर नसते तेच त्यांच्या इच्छेविरुद्ध, त्यांच्याच नामघोषात, त्यांच्या नावे मांडल्यामुळे, सत्याचा मुखवटा स्वीकारून असत्य रुजते-पसरते आणि फोफावतेसुद्धा! यातूनच विशुद्ध चिंतन आणि विशुद्ध समाजप्रबोधन-परिवर्तन यामध्ये भोवरे निर्माण होऊन, समतेचे आंदोलन शोकांतिकेकडे झुकण्याचा धोका असतो. या संदर्भातील कॉ. पाटलांची कर्तबगारी विलक्षण तेजस्वी आहे.

गौतम बुद्धानेसुद्धा जातिव्यवस्थेचा विरोध केला; पण सत्यनिष्ठा, धर्मनिष्ठा यामुळेच ब्राह्मणत्व प्राप्त होते व जो प्रज्ञावंत आहे, जो इष्ट-अनिष्ट जाणतो तो ब्राह्मण असा विचार मांडला. अर्थात जन्मगोत्र, जात यावर त्याने ब्राह्मणत्व अवलंबून ठेवले नाही. बुद्धांची ही विचारपद्धती वस्तुनिष्ठ चिंतनाचाच परिणाम होता. (अध्यात्म आणि विज्ञान, पृ. १४६)

वर्गीय मॉडेल : आकलन हुकले

सारांश, 'ब्राह्मणी-अब्राह्मणी' सिद्धान्त फुले-आंबेडकरांना नामंजूर होता. अर्थात हे खरे की, बुद्ध-फुले-आंबेडकर यांनी जात-वास्तवता लक्षात घेऊन त्या व्यवस्थेच्या विरोधी भूमिका मांडली; पण हे करताना जातीयवाद वाढेल, फोफावेल अशी जातीय परिभाषा, जातीय परिणाम सिद्ध करणारा जातीय सिद्धान्त मांडला

नाही. 'ब्राह्मणी' विरुद्ध 'अब्राह्मणी' असा सिद्धान्त, अशी परिभाषा, यांपैकी कुणीच स्वीकारली नाही.

'अब्राह्मणी'चा 'जातव्यवस्था विरोधी' अर्थ, केवळ व्याख्येत स्पष्ट करून या सिद्धान्ताची वस्तुनिष्ठता व अटळ आवश्यकता सिद्ध होत नसते. 'ब्राह्मणी' व 'अब्राह्मणी' या जातीय परिभाषेचा, प्रत्यक्षातील स्वाभाविक परिणाम जातवाद पक्का रुजवण्यात-वाढण्यात होतो. तेव्हा सिद्धान्तकर्त्याच्या मनातील आशय कितीही निर्दोष असला तरी, त्याची भाषा व परिणाम मात्र व्याख्येतील अर्थाविरुद्ध होत असल्याने, तो सिद्धान्तच चुकीचा असतो. ज्या सिद्धान्ताची शास्त्रीयता वस्तुनिष्ठ चिंतनातूनच आकाराला येते, तोच सिद्धान्त सत्यसन्मुख आशयाचे सूत्र देतो. या पार्श्वभूमीवर 'ब्राह्मणी व अब्राह्मणी' सिद्धान्ताचे पुरस्कर्ते कॉ. पाटील हे 'सत्यविन्मुख सत्यशोधक' ठरतात.

'ब्राह्मणी-अब्राह्मणी' या वादाच्या दूषित मुशीतूनच कॉ. पाटलांनी 'अब्राह्मणी साहित्याचे सौंदर्यशास्त्र' सिद्ध केले आहे. हा त्यांच्या असत्यशोधनाचा कळस आहे. जे वस्तुनिष्ठ विचार करून समतेच्या तत्त्वाचा पुरस्कार करतात, त्या सर्वांनी या जातीय नावाला (अब्राह्मणी साहित्याचे सौंदर्यशास्त्र) विरोध केला आहे. काहींनी अज्ञानातून समर्थनही केले आहे, तर काहींनी अब्राह्मणी ही भाषा दुर्लक्षून व्याख्येतील 'वर्गजात स्त्रीदास्य विरोधी' आशय मान्य करून समर्थन केले आहे. नारायण सुर्वेसारखे श्रेष्ठ कवी आणि रावसाहेब कसबेंसारखे अव्वल विद्वान (दोघे ब्राह्मण नसताना) या दोघांनीही या 'जातीय' नावाला विरोध केला; कारण मुळातील मांडणीच जातीयवादी परिणाम सिद्ध करणारी आहे. खुद्द कॉ. पाटीलच म्हणतात, 'माझ्या पुस्तकाला मी 'अब्राह्मणी साहित्याचे सौंदर्यशास्त्र' हे नाव दिल्याने जुन्या जातीयवादाला खतपाणी दिले जाते, हे केवळ कम्युनिस्ट नारायण सुर्वेंचे प्रतिपादन नाही, तर दलित रावसाहेब कसबेंचीही भीती आहे.' (सत्यशोधक मार्क्सवादी : ऑगस्ट-सप्टेंबर ८९, पृ. ३९)

सुर्वे व कसबे यांची भूमिका तर्कशुद्ध आहे; म्हणूनच त्यांनी जातीयवाद पोसणारी परिभाषा व सिद्धान्त त्याज्य ठरवला. कॉ. पाटलांची त्यामुळे प्रचंड गोची झाली. शिवाय कसबे-सुर्व्यांना 'ब्राह्मणी' म्हणून ठोकण्याची सोयही राहिली नाही, हे पाटलांचे दुसरे दुर्दैव!

कॉ. पाटलांनी मार्क्सवादाचे वर्गीय मॉडेल डोळ्यांसमोर ठेवून, हुबेहूब नकलेतून वर्गसंघर्षाचे स्वतःचे नवे तत्त्वज्ञान, फुले-आंबेडकरांमध्ये मार्क्सची भेसळ करून मांडले आहे. वर्गीय संघर्षातून वर्गान्त हा मार्क्सचा सिद्धान्त, तर त्याच धर्तीवर

वर्णीय-संघर्षातून, जातिसंघर्षातून वर्णान्त-जात्यान्त; हा पाटलांचा नवा सिद्धान्त!

पण वर्ग, वर्ण व जात यांमध्ये मूलतःच फरक आहे, हे पाटलांच्या लक्षात येत नाही. जात वंशपरंपरागत (Hereditary) असते. अर्थात इथे रंगसूत्रे व रंगमण्यांशी यांचा संबंध नसून फक्त वंशपरंपरागततेशी संबंध आहे, तर 'वर्ग' हे परिसरावर (Environment) अवलंबून असतात, ते जन्मावर आधारित नसतात. शिवाय वर्ग संकल्पना ही मार्क्सवादाच्या शास्त्रीय अन्वेषणाचा भाग आहे; म्हणून 'वर्गसंघर्षा'चे मॉडेल 'जातिसंघर्षा'ला जसेच्या तसे लावता येत नसते. शिवाय मार्क्सच्या सिद्धान्तानुसार खरा संघर्ष दोनच वर्गांत असतो. एक शोषक व दुसरा शोषित! पण जातिव्यवस्थेमध्ये प्रत्येक जातीत पुन्हा पोटजाती, उपजातींचा गुंता असतो. या पोटजातींमध्येही उच्च-नीच भेदभाव असून त्यातून संघर्ष उद्‌भवले आहेत. देशस्थ, कोकणस्थ, ऋग्वेदी, यजुर्वेदी यांमधील वाद हे त्याचे स्थूल उदाहरण आहे. हीच बाब सर्व जातींत आढळते. तेव्हा इथे आडवाही संघर्ष आहे आणि उभाही संघर्ष आहे. शिवाय सर्वश्रेष्ठ व सर्वांत कनिष्ठ समजल्या जाणाऱ्या जातींमध्ये, असंख्य जातींची उतरंड असून, प्रत्येक जात शोषकही आहे शोषितही आहे. वर्गव्यवस्थेत हा गुंता नसतो.

यापेक्षा एक वेगळा मुद्दा इथे लक्षात घेणे गरजेचे आहे. भांडवलदारांचे दिवाळे निघाले किंवा त्यांचे मतपरिवर्तन झाले तर तो भांडवलदारवर्गाचे हितसंबंधी विचार व कृती सोडून कामगारवर्गाचे हितसंबंधी तत्त्वज्ञान व कृतीचा स्वीकार करू शकतो. तशी त्याला सोय आहे. अर्थात एका वर्गातून दुसऱ्या वर्गात प्रवेश करणे वर्गव्यवस्थेत शक्य आहे. त्यात अडचण नाही; पण जातिव्यवस्थेमधील एखादा ब्राह्मण ब्राह्मणत्व सोडून तो दुसऱ्या जातीत येऊ म्हणाला, तर ते शक्य नाही. तसेच अस्पृश्याला मराठा होणे शक्य नाही.

कारण जाती या समाजमनात 'अपरिवर्तनीय' म्हणूनच मानल्या गेल्या आहेत; म्हणून उच्चवर्णीय वा कनिष्ठवर्णीय माणसाला हृदयपरिवर्तनाने वा कोणत्याही कारणाने दुसऱ्या वर्णाचा-जातीचा स्वीकार करण्याची मुभाच नाही. त्याला ते स्वातंत्र्यच नाही; म्हणून वर्ण, जात संघर्षासाठी वर्गीय मॉडेल उपयोगी नाही. वर्ग बदलण्याची संधी वर्गव्यवस्थेत जशी आहे, तशी वर्ण-जात बदलण्याची नाही; त्यामुळेच 'वर्गीय संघर्षातून वर्गान्ता'चे सूत्र समर्थनीय ठरते; पण 'जातीय संघर्षातून जात्यन्त' हे सूत्र समर्थनीय ठरणे कठीण आहे. वर्गीय संघर्षात कामगार वर्गाची बाजू न्याय्य ठरते; कारण तो शोषित आहे. त्याची मुक्ती आवश्यक! पण जातिव्यवस्थेत शोषक व शोषित ही पदे सापेक्ष आहेत. अस्पृश्य समजल्या

जाणाऱ्या ढोर, चांभार, महार, मांग या जाती 'शोषित' तर आहेतच; पण त्या 'शोषक' जातीसुद्धा आहेत. या प्रत्येक जातीत 'ब्राह्मण्य' ओतप्रोत भरून उरले असल्याची अनुभूती, ना. म. शिंदे यांच्या प्रसिद्ध झालेल्या 'जातीला जात वैरी' या पुस्तकात आविष्कृत झाली आहे. हे वास्तव गुंतागुंतीचे आहे. तेव्हा जातीय संघर्षात जात्यान्त होईलच अशी शाश्वती देणे कठीण आहे. जात्यान्तासाठी 'जात जाणीव विरोधी' मानवी वर्ग व 'जातीय जाणिवेचा समर्थक' वर्ग यांच्यातला संघर्षच आवश्यक ठरतो आणि कोणत्याही 'जाती'चा माणूस कोणत्याही 'वर्गा'त असू शकतो. व्यक्तीच्या उक्ती, कृतीवरून त्याचा हा विशिष्ट गट किंवा वर्ग ठरेल. तो जन्माच्या संदर्भावर ठरणार नाही. या सर्व विवेचनाची दिशाच 'ब्राह्मणी' व 'अब्राह्मणी' या कॉ. पाटीलप्रणित सिद्धान्ताचा फोलपणा व घातकपणा सिद्ध करणारी आहे.

जातीय संघर्ष हा जातीय अस्मितेच्या अहंकारातून उद्‌भवतो, हे सत्य उच्चवर्णीयांच्या अंतर्गत संघर्षाला लागू आहे; तसेच कनिष्ठ वर्णीयांतर्गत संघर्षालाही लागू आहे; पण वरिष्ठ व कनिष्ठ जातींमधील संघर्षात, कनिष्ठ जातीवाल्यांच्या अस्मितेचा प्रश्नच नसतो, तर केवळ वरिष्ठ जातीच्या अन्यायाचा मुकाबला करून न्याय मिळविण्याचा त्यांचा प्रयत्न असतो हे खरे! पण वरिष्ठ जातीच्या अन्यायाचा बीमोड करताना, स्वत:च्या कनिष्ठ जातजाणिवेचे अस्तित्व कायम ठेवून जात्यान्त शक्य नसतो. त्यासाठी जातीय संस्काराचे थडगे बांधूनच 'सर्व माणसे समान असतात,' म्हणून विषमतेच्या समर्थकांशी संघर्ष करावा लागतो. या संघर्षात सर्व कनिष्ठ जातींची माणसे जातसंस्कार विसरून सामील होतील ही अपेक्षा चूक असते. तसेच 'सर्वच उच्चवर्णीय मंडळी त्यांच्या कर्मठ जातीयतेला चिकटून राहणारच,' हा समज करून घेणे हा कर्मठपणाचाच भाग आहे. याच कर्मठ भूमिकेचे प्रतिबिंब 'ब्राह्मणी-अब्राह्मणी' वादात पडले आहे.

'जात समर्थक' व 'जात विरोधक' यांच्यातील संघर्षच जात्यन्त सिद्ध करू शकतो. कॉ. पाटील यांनी ब्राह्मणी हे 'जात समर्थक' ठरविले आणि अब्राह्मणी = ब्राह्मणेतर = शूद्र हे 'जात विरोधक' ठरवून दोघांतील संघर्ष जात्यंताला उपयुक्त ठरवला. इथेच त्यांची फसगत झाली. या सूत्रात ब्राह्मणेतरात = शूद्रांत 'जातसमर्थकता' नसते असे, कॉ. पाटलांनी गृहीत धरले आहे. शिवाय 'ब्राह्मणी' मध्ये फक्त जातसमर्थक 'ब्राह्मण'च गृहीत धरून हा सिद्धान्त प्रतिपादिला गेला. कॉ. पाटील या ठिकाणी एकटेच फसले, याचा फारसा खेद नाही; पण त्यांनी या विद्वज्जड सिद्धान्तात, संपूर्ण मानवमुक्तीच्या पाइकांनाच फसविलेय, ही चिंतेची बाब आहे. इथे एक प्रश्न महत्त्वाचा आहे. नवा इतिहासही विकृतच

घडावा असे सिद्धान्त 'सत्य' कसे ठरावेत?

'ब्राह्मणी-अब्राह्मणी' सिद्धान्ताचे प्रवर्तक व समर्थक 'वर्ग-जात-स्त्री-दास्यन्ता'ची तळमळ व्यक्त करीत असतात. त्यांचा सिद्धान्त चूक आहे; पण त्यांचा ध्यास योग्य आहे. पण केवळ तळमळीतून हा प्रश्न सुटत नसतो. त्यासाठी सैद्धान्तिक बैठकही तेवढीच निर्दोष व विवेकपूर्ण हवी. रानडे स्कूल, आगरकर, भांडारकर इ. अनेक सुधारकांच्या परंपरेची केवळ उपेक्षाच नव्हे तर त्यांची चक्क वासलात लावून, 'परिवर्तनाचा ध्यास' कसा पूर्ण होईल? डॉ. आंबेडकरांनी भाई परमानंद, स्वामी श्रद्धानंद, बजाज, लोकहितवादी, न्या. रानडे यांच्या सुधारणावादी कर्तृत्वाचा विधायक परिणाम मान्य केला आहे. विचारवंत जेव्हा 'सत्या'शी प्रामाणिक राहतो, तेव्हा त्याच्या विवेकाला 'न्याय' मिळतो. 'ब्राह्मणी-अब्राह्मणी' सिद्धान्त हा सत्य आणि विवेक या दोहोंच्या फारकतीतून उदयास आला आहे; म्हणूनच या सिद्धान्ताचे कर्ते, नव्या जातिव्यवस्थेचे प्रवर्तक आहेत. कॉ. पाटील यांचे ग्रांथिक साहित्य व सत्यशोधक मार्क्सवादीमधील साहित्य, सूक्ष्मपणे अभ्यासून त्यांच्याच उपरोक्त सिद्धान्तानुसार खुद्द पाटलांची, साहित्यात प्रतिबिंबित झालेली मानसिकता, त्यांची परिभाषा व त्याचा परिणाम यांचे मूल्यमापन करता, ते स्वत:च 'ब्राह्मणी' ठरल्याचा, असल्याचा सार्थ निष्कर्ष सिद्ध झाला आहे. ते स्वत: मानतात, म्हणतात तसे 'सत्यशोधक' जरूर आहेत; पण त्यांच्याच सिद्धान्ताच्या परिभाषेनुसार ते 'ब्राह्मणी' सत्यशोधक ठरतात!

मी स्वत: मार्क्स, फुले, आंबेडकर यांच्याबद्दल नितांत डोळस श्रद्धा बाळगणारा आहे. त्यांचे क्रांतिकारकत्व माझ्या दृष्टीने निर्विवाद आहे. ते स्वयंसिद्ध आहे; पण समाजपरिवर्तनाच्या प्रवाहात सर्वच लहानमोठ्या व्यक्तींचा ठसा उमटणे अटळ असते. 'अधिक योग्य' आणि 'मर्यादित योग्य' या दोन्ही भूमिकांचा परिणाम समाजमनावर घडत असतोच आणि तो परस्परपूरकही असतो. शिवाय प्रत्येक महापुरुषाच्या भूमिकेला, मग ती अधिक निर्दोष असली तरी, मर्यादा असतातच. त्या मर्यादा वजा करून सर्व महापुरुषांच्या सामर्थ्यातून सिद्ध झालेला परिवर्तनाचा इतिहास पाहावा लागतो.

स्वत:च्या संकुचित धारणा इतिहासावर लादून त्याचे विश्लेषण 'सत्या'च्या नावाने केले तरी ते विकृत, अपूर्ण, म्हणून अयोग्य ठरते. पाटलांचा व्यासंग विकृत नाही. त्यांचा उपरोक्त सिद्धान्त विकृत आहे; म्हणून भारतीय इतिहासाचे विश्लेषण या एकमेव पायावर करणे चूक आहे व ही पद्धतही अयोग्य आहे.

৯ ৯ ৯

विभाग दोन

सत्यशोधक कम्युनिस्ट पक्षाचे सैद्धांतिक अधिष्ठान 'ब्राह्मणी-अब्राह्मणीवादा'चा प्रतिवाद

'सत्यशोधका'च्या कुरूप चिंतनाने 'बळी' ठरलेले 'सत्य'

विशुद्ध आणि विधायक चिंतनाशिवाय समाजपरिवर्तनाची चळवळ यशाची वाटचाल करू शकत नाही, याचे भान परिवर्तनवाद्यांनी ठेवणे आवश्यक आहे; परंतु परिवर्तनवादी कार्यकर्त्यांसह नेत्यांनासुद्धा चिंतनपरंपरेची निष्ठा महत्त्वाची वाटत नाही, हे एक सत्य आहे; तर परिवर्तनवादी विचारवंतांच्या अफाट व्यासंगातून निष्पन्न झालेले काही निष्कर्ष हे, मोठ्या प्रमाणात चुकल्याने परिवर्तनवादी चळवळीचे अधिष्ठानच प्रतिक्रांतिवाद्यांऐवजी क्रांतिवाद्यांच्या कुरूप चिंतन-सामर्थ्यानेच उद्ध्वस्त झाले आहे, हे दुसरे सत्य होय. परिवर्तनाच्या प्रवाहातील या दोन्ही सत्यांची नोंद अपरिहार्य असून ती चिंताजनक आहे.

सामान्य व असामान्य व्यक्तिमत्त्वांचा वस्तुनिष्ठ अभ्यास करून सम्यक् मूल्यमापन करण्याची ऐतिहासिक जबाबदारी प्रत्येक समाजातील अभ्यासकांची, विचारवंतांची असते; पण आपल्याकडील बहुसंख्य अभ्यासक हे महापुरुषांच्या दिव्यत्वाने दिपून गेलेले! त्यामुळेच महापुरुषांच्या वाट्याला अकारण आणि अवाजवी गौरव प्राप्त झाला. विचारवंतांनीच, महापुरुषांतील 'सामान्य माणूस' मूल्यमापनातून वजा केल्यामुळे, अनुयायांनी महापुरुषांना अतिरिक्त श्रद्धा अर्पण केल्या आणि त्यांना देवत्व बहाल केले. म. फुले, म. गांधी, शाहू महाराज, डॉ. आंबेडकर इ. महापुरुषांच्या बाबतीत हाच प्रकार घडला. अनुयायांनी ज्यांचे 'देव' बनविले, त्या नव्या देवांची 'राजकीय पूजा' राजकारण्यांनी सोयीनुसार व स्वार्थानुसार नकली श्रद्धेने पोसली. यातूनच चुकीचा इतिहास, चुकीच्या प्रथा-परंपरा आणि चुकीचे जनमानस जन्माला आले. कट्टर समर्थन आणि कट्टर विरोध, या वर्तुळातून प्रत्येक महापुरुषाचा प्रवास घडविला गेला. या दोन्ही भूमिकांमधील सुसंवादित्व, सामंजस्यत्व, विरोधाचे सामर्थ्य, समर्थनातील झाकळलेले दोष इत्यादी अनेक

गोष्टींचा डोळस अभ्यास अद्यापही होऊ शकला नाही, याची मुख्य जबाबदारी या देशातील विचारवंतांवर आहे.

आज समाजपरिवर्तनाच्या चळवळीत 'बुद्ध-फुले-आंबेडकर' अशी नवी फ्रेज कार्यकर्त्यांच्या मनात रुजविण्याचा प्रयत्न जाणीवपूर्वक केला जात आहे. यात कॉ. शरद पाटील आणि त्यांच्या काही सहविचारी मंडळींचा मुख्य पुढाकार आहे. काही कार्यक्रम-पत्रिकांवर 'फुले-शाहू-आंबेडकर' या क्रमाने फोटो छापण्याचा पायंडाही पाडला जात आहे. क्वचितप्रसंगी त्यात बुद्धाच्या चित्राचीही बेरीज होताना दिसते. या प्रक्रियेमधून 'हे आणि एवढेच समाजक्रांतिकारक होत', असा अत्यंत चुकीचा आणि घातक समज रूढ होत आहे आणि हाच समज रुजविण्याचा हेतू मुख्य प्रवर्तकांचा आहे; कारण त्यांची भूमिकाच या विशिष्ट अर्थाची अभिव्यक्ती करणारी आहे.

समाजपरिवर्तनाचा इतिहास हा केवळ तीन-चार महापुरुषांच्या कर्तृत्वापुरता मर्यादित नसतो. निदान भारतीय समाजाचा इतिहास हा एवढ्याच क्रांतिवाद्यांपुरता संकुचित नाही, याची जाण कॉ. पाटील यांच्यासह अनेक अभ्यासकांना झालेली दिसत नाही. लोकहितवादी, न्या. रानडे, विष्णुशास्त्री पंडित, गोपाळ गणेश आगरकर, महर्षी शिंदे, पंडिता रमाबाई इत्यादी परिवर्तनवादी कर्तृत्ववानांची आठवण या विचारवंतांना गैरसोयी वाटते का? का?

कॉ. पाटलांनी तर सरळसरळ 'ब्राह्मणी आणि अब्राह्मणी' अशी द्विवर्ण विकारव्यवस्था जन्माला घालून, जुन्या चातुर्वर्ण्यव्यवस्थेचे या नव्या रूपात पुनर्जीवन केलेले आहे. त्यांची भूमिका अफाट व्यासंगातून आणि आत्यंतिक प्रामाणिकपणातून जन्माला आली असली तरी, ती समतेवर अधिष्ठित नवसमाजरचनेच्या तत्त्वाला आणि व्यवहारालाही अत्यंत घातक आहे, याची सार्थ नोंद करणे भाग आहे. समाजक्रांतीवरील प्रामाणिक श्रद्धा आणि व्यासंगाची लांबी-रुंदी यांबद्दल पुरेसा आदर बाळगूनही, चुकलेली चिंतनाची दिशा पुराव्यासह मांडणे हे सत्याच्या अटीतील कर्तव्यच ठरते.

जगातील सर्व दर्शने विश्व आणि माणूस यांच्या संबंधावर प्रकाश टाकताना, विशिष्ट दृष्टिकोन मांडताना दिसतात. त्या प्रत्येकात काही सामर्थ्य व काही मर्यादा दडलेल्या असतात. 'दर्शनांचा आपसांतील सुसंवाद आणि विसंवाद लक्षात घेऊन मानवी कल्याणाच्या संदर्भातील विविध दर्शनांचे सामर्थ्य एकत्रित करण्याची प्रक्रिया हीच महत्त्वपूर्ण ठरणारी ज्ञानपरंपरा होय. महापुरुषांच्या मूल्यमापनातसुद्धा प्रत्येकाच्या मर्यादांची नोंद अपरिहार्य ठरते. तसेच त्या प्रत्येक महापुरुषाचे

सामर्थ्य बेरजेत नोंदल्यास मानवमुक्तीच्या प्रक्रियेतील कोंडी फुटण्यास मदत होते. काळाच्या टप्प्यात वास्तवातील जिवंत आणि ज्वलंत प्रश्नांची सोडवणूक करण्यासाठी दार्शनिक सामर्थ्याची आणि महापुरुषांच्या उक्ती-कृतीमधील सामर्थ्याची बेरीज ही निर्णायक महत्त्वाची ठरते, याचे पुरेसे भान ज्ञानसाधकांना आले पाहिजे. ज्ञानपरंपरेतील विविध प्रवाहांतर्गत सत्यशोधन सोवळ्या-ओवळ्याच्या विभागणीत विभागता कामा नये, म्हणूनच 'सत्या'ची वाटणी ब्राह्मणी आणि अब्राह्मणी अशी होत नसते आणि कुणी करण्याचा तसा प्रयत्न केला तर ती तर्कदुष्ट व सत्यविरोधी मांडणी ठरते. अशी असत्य मांडणी कितीही आणि कोणतेही विद्वान करोत; ती समताधिष्ठित नवसमाजरचनेच्या स्वप्नाला छेद देणारी ठरते. 'ब्राह्मणी आणि अब्राह्मणी' ही मांडणी आज तेच करीत आहे.

ही मांडणी आज हट्टाला पेटून कॉ. पाटील आणि त्यांचे काही सहकारी करीत आहेत आणि तिचे समर्थन करताना डॉ. राधाकृष्णनसारख्या अनेकांनी अशीच मांडणी केल्याचा आधार घेत आहेत. ही मांडणी जर तर्कदुष्ट आणि सत्याचा अपलाप करणारी आहे, तर तिचा पुरस्कार डॉ. राधाकृष्णन, राजवाडे इ. कुणीही करोत, ती चूकच ठरणार; कारण डॉ. राधाकृष्णन जे सांगतात तेच सत्य आहे असे मानण्याचे बंधन 'सत्यशोधका'वर असण्याचे कारण नाही.

सुधारकांचे कर्तृत्व वजाबाकीत!

समाजपरिवर्तनाचे विधायक सामर्थ्य एक-दोन दर्शनांतच असते किंवा एक-दोन महापुरुषांतच असते असे समजणे व समजावणे पूर्णपणे चूक आहे. जात-धर्मप्रधान समाजव्यवस्थेतील महापुरुषांच्या जन्माला जात-धर्माचे संदर्भ चिकटलेले असले तरी त्यांच्या काही कृती-उक्ती या जात-धर्मातीत असतात; म्हणूनच त्यांचे महात्मेपण समाजपुरुषाला मान्य होते. तेव्हा बुद्ध-फुले-आंबेडकर यांच्या परिवर्तनवादी योगदानांचा विचार करताना, लोकहितवादी, न्या. रानडे, आगरकर, पं. रमाबाई, महर्षी शिंदे, म. गांधी यांच्याही परिवर्तनवादी कर्तृत्वाचा विचार महत्त्वाचा ठरतो. चिंतनाच्या क्षेत्रात 'ब्राह्मणी' समाजसुधारक आणि 'अब्राह्मणी' समाजसुधारक अशी असत्यनिष्ठ मांडणी धोकादायक असते. भारतीय समाजमनावर ज्या ज्या काळात ज्या ज्या दर्शनांनी व महापुरुषांनी परिवर्तनाचे संस्कार घडविले, त्यांची सलग नोंद करणे सत्यसुसंगत होय! परंतु 'अब्राह्मणीवादा'चा झेंडा खांद्यावर घेऊन राजा राममोहन रॉय, लोकहितवादी, न्या. रानडे, डॉ. भांडारकर, विष्णुशास्त्री पंडित, गोपाळ गणेश आगरकर, महर्षी शिंदे, पं. रमाबाई, श्री. म.

माटे, म. गांधी, ईश्वरचंद्र विद्यासागर इ. अनेक भारतीय आधुनिक समाजसुधारकांना 'ब्राह्मणी' ठरवून, त्यांचे प्रामाणिक परिवर्तनवादी कर्तृत्व वजाबाकीत लोटण्याचा अधम प्रकार, सध्या क्रांतिवाद्यांच्या गोटातच चालू आहे! या तथाकथित 'ब्राह्मणी' सुधारकांचा विटाळ, 'अब्राह्मणी विद्वान' जाणीवपूर्वक पोसत आहेत, रुजवत आहेत. विसाव्या शतकातील सत्यशोधकांचे हे ब्राह्मणग्रस्त विचार, क्रांतिवादी चळवळीच्या पायांतील बेड्या ठराव्यात एवढे भयानक आहेत. भारतीय इतिहासात 'ब्राह्मण' हा शब्द वर्ण-जात निदर्शकच आहे. आजसुद्धा याच अर्थाने हा शब्द रूढ आहे. तेव्हा 'ब्राह्मण' - 'ब्राह्मणी' या परिभाषेत जात-जाणीव स्पष्ट आहे. तशीच जात-जाणीव 'अब्राह्मणी' शब्दातूनही स्पष्ट होते. अर्थात जात-जाणिवेची प्रतिक्रिया म्हणून ब्राह्मणविरोधी भूमिकेतील जात-जाणीवच 'अब्राह्मणी'तून व्यक्त होते. अशा जात-जाणीवप्रधान परिभाषेचा अवलंब ज्ञानपरंपरेत कुणीही केला तरी ते समर्थनीय ठरण्याचे कारण नाही.

प्राचीन समाजवास्तव

आता प्रश्न आहे तो भारतीय इतिहासातील प्राचीन वास्तवाचा. हे वास्तव तत्त्वज्ञान क्षेत्रात 'ब्राह्मणी व अ + ब्राह्मणी' याच रूपात होते, आहे असा दावा करण्यात येतो आणि त्यातील 'अब्राह्मणी परंपरा'च फक्त समाज परिवर्तनवादी होती, हा धादांत खोटा निष्कर्ष काढण्याचा पराक्रम 'अब्राह्मणी विद्वानांनी' केला आहे. हा निष्कर्ष अब्राह्मणी पक्षाचा पक्षपाती आहे. शिवाय 'इतिहासातील वास्तव' व 'दार्शनिक वास्तवता', ही केवळ 'ब्राह्मणी-अब्राह्मणी' अशा रूपात नव्हती, याचे अनेक पुरावे आहेत.

वर्णव्यवस्था मान्य करून वर्णहक्कासाठी संघर्षरत असलेल्या सर्वकालीन शक्ती, या वर्णव्यवस्थावादीच होत्या. क्षत्रियांचा क्षत्रिय धर्म आणि शूद्रांचा शूद्र धर्म हा ब्राह्मण्यग्रस्तच असतो; मग तो प्राचीन असो वा अर्वाचीन! तेव्हा 'ब्राह्मण्य-ग्रस्तता' ही उच्च-नीच असा भेद भाव रुजविणारी, पण परिवर्तनीय वास्तवता आहे. अर्थातच ती निंद्य व घातक आहे. ही 'ब्राह्मणग्रस्तता' जर मानवनिर्मित आहे, तर ती नष्टप्राय आहे. 'ब्राह्मणी आणि अब्राह्मणी' या मांडणीमुळे ब्राह्मणी पंथ हाच ब्राह्मण्यग्रस्त असून ही ब्राह्मण्यग्रस्तता अपरिवर्तनीय असल्याचा गैरसमज रुजवला जात आहे. या उलट 'अब्राह्मणी' प्रवाहात ब्राह्मण्यग्रस्तता नसून 'अब्राह्मणी' हे ब्राह्मण्यविरोधक आहेत, असा समज रुढ केला जात आहे; पण वस्तुस्थिती अशी नाहीच.

पूर्वसंस्कारातून निर्माण झालेली ब्राह्मण्यग्रस्तता प्रबोधनात्मक नव्या संस्कारातून नष्ट होऊ शकते. आपापल्या जातसंस्कारांवर जाणीव-जागृतीच्या प्रभावातून मात करण्याची प्रक्रिया प्रबोधनात्मक आंदोलनाचा परिणाम म्हणून व्यक्तीच्या आयुष्यात चालू असते. व्यक्तिपरत्वे यशाचे प्रमाण कमी-अधिक असू शकते. तेव्हा ब्राह्मण्यग्रस्तता ही अपरिवर्तनीय नव्हे! शिवाय ती 'अब्राह्मणी' गोटातील व्यक्तींच्या ठायी नसते असे गृहीत धरणे धोक्याचे आहे आणि 'ब्राह्मणी' प्रवाहात अब्राह्मण असू शकतात किंवा अब्राह्मणी प्रवाहात ब्राह्मण असू शकतात, ही वास्तवता मान्य केली तर, कॉ. पाटील यांच्या 'ब्राह्मणी-अब्राह्मणी' या मांडणी व वादाला अर्थच उरत नाही. कॉ. पाटील, 'ब्राह्मणी-अब्राह्मणी' हे शब्द कधी 'वर्णजातीचे निदर्शक पदार्थ' मानतात. (सत्यशोधक मार्क्सवादी, नोव्हेंबर-डिसेंबर, ८८) तर कधी 'विशिष्ट विचारांचे प्रतिनिधी' मानतात. (सत्यशोधक मार्क्सवादी, सप्टेंबर-ऑक्टोबर, ८८, पृ. ६३) या दोन्ही प्रकारांतील वैचारिक गोंधळ गृहीत धरूनसुद्धा, दोन्ही गटांत 'ब्राह्मण-अब्राह्मण' यांचे अस्तित्व राहू शकते, ही वास्तवता मान्य केल्यास ही मांडणीच गैरलागू ठरते. ब्राह्मणी पंथातील अब्राह्मणांचे व अब्राह्मणी पंथातील ब्राह्मणांचे अस्तित्व कॉ. पाटलांनीच मान्य केले आहे. (सत्यशोधक मार्क्सवादी, सप्टेंबर-ऑक्टोबर ८८, पृ. ६३-६४) त्यामुळे पुन्हा गोंधळ वाढतो.

डॉ. आंबेडकरांचा गैरवापर

डॉ. आंबेडकरांनी ब्राह्मण्यग्रस्त संस्कृतीला 'ब्राह्मणी' या शब्दाने संबोधिले आहे; पण 'ब्राह्मणी'विरुद्ध 'अब्राह्मणी' अशी मोजपट्टी, मांडणी किंवा परिभाषा वापरली नाही. दुसरी गोष्ट म्हणजे 'ब्राह्मणी संस्कृती' हा शब्दप्रयोग जेव्हा आंबेडकर करतात, तेव्हा ब्राह्मणी म्हणजे 'ब्राह्मण्यग्रस्तता' व ही ब्राह्मण्यग्रस्तता ब्राह्मणापासून महार-मांगांपर्यंत असू शकते- असते, याचे समर्थ भान आंबेडकरांनी व्यक्त केलेय. डॉ. आंबेडकर म्हणतात, 'ब्राह्मण्य हे हिंदुस्थानातील स्थिरचर सृष्टी व्यापून उरले असून बरेचसे अस्पृश्य, असंख्य ब्राह्मणेतर व अगणित ब्राह्मण ज्ञानत:-अज्ञानत: या ब्राह्मण्याचे उपासक असतात.'

अर्थात ब्राह्मण्यग्रस्ततेची वास्तवता फक्त ब्राह्मणांपुरती मर्यादित नसून ती सर्व जातींच्या व्यक्तींत आहे, हे डॉ. आंबेडकरच मांडतात. कारण डॉ. आंबेडकरांची चिंतनशीलता तर्कशुद्ध असून बुद्धिप्रामाण्यवादी आहे. सर्वच जातींमधील जात-जाणिवेचा (व्यक्तीमधील ब्राह्मण्यग्रस्ततेचा) निषेध करताना, डॉ. बाबासाहेब आंबेडकर म्हणतात, 'तथापि ब्राह्मण्य हे ठेचलेच पाहिजे. मग ते कोठेही असो.

असे आमचे मत असल्यामुळे महारांतील ब्राह्मण्याचा निषेध करणाऱ्या मांग लोकांचे आम्ही अभिनंदन करतो.'

महारांतील ब्राह्मण्य निषेधार्ह ठरवून मांग लोकांनाही डॉ. आंबेडकर इशारा देताना म्हणतात, 'ज्या मांग लोकांना महारातील ब्राह्मण्य लयास जावे असे वाटत असेल त्यांनी आपल्यातील ब्राह्मण्य मिरविण्याचा उपक्रम करू नये.' (बहिष्कृत भारतातील स्फुट लेख, पृ. १०९)

आंबेडकरी विचारसूत्रातील उपरोक्त वास्तवता लक्षात घेता, 'ब्राह्मण्य' माझ्यात असू शकते, तसे कॉ. शरद पाटील यांच्यातही असू शकते. 'अब्राह्मणी शरद पाटला'त 'ब्राह्मण्य' असू शकते, हे आंबेडकरी चिंतन मान्य केले तर, अब्राह्मणातील ब्राह्मण्यग्रस्तता ही क्रांतिवादी कशी ठरते? कारण सर्वांत 'ब्राह्मण्य' आहे व ते क्रांतीविरोधीच आहे, याबद्दल आंबेडकरांनी स्पष्ट व विवेकानिष्ठ बुद्धिवादी भूमिका आग्रहाने मांडली आहे. तेव्हा डॉ. आंबेडकर तरी चुकत असले पाहिजेत किंवा आंबेडकरी चिंतनसूत्राच्या विरोधी मांडणी करणारे कॉ. शरद पाटील तरी चुकत आहेत. माझे स्पष्ट मत आहे की, 'ब्राह्मणी व अब्राह्मणी' या मांडणीतून आंबेडकरप्रणीत 'ब्राह्मण्यग्रस्तता' व 'ब्राह्मण्यविरोध' हा आशयच गळून जातो, त्यामुळे आंबेडकर चुकले नसून कॉ. पाटलांच्याच चिंतनाची दिशा चुकली आहे. असे असूनही डॉ. आंबेडकरांनीसुद्धा 'ब्राह्मणी-अब्राह्मणी' अशी मांडणी केल्याचे सोयीस्कररीत्या गृहीत धरून, कॉ. पाटील आंबेडकरांच्या शुद्ध चिंतनावर या वादाचे आरोपण करतात. वर्ग-वर्ण-जात, स्त्री-दास्य रक्षणास विरोध करणाऱ्यांना, आंबेडकरांनी कधीही 'अब्राह्मणी' असा शब्दप्रयोग केला नाही. शिवाय त्यांनी 'ब्राह्मणी' शब्द विषमता पुरस्कर्त्यांना उद्देशून वापरला आहे; परंतु ब्राह्मणी-अब्राह्मणीचा आपला दुराग्रह सिद्धीस नेण्यासाठी कॉ. पाटलांनी डॉ. आंबेडकरांचा सुद्धा इथे गैरवापर केला आहे.

कॉ. पाटील म्हणतात, 'आंबेडकरांचे योगदान शोषित-पीडितांचे मुख्य शत्रू भांडवलशाही व ब्राह्मणशाही हे दोन असल्याचे रोखठोक सांगणे हे आहे. त्यांनी ब्राह्मणशाहीऐवजी जातिव्यवस्थाशाही का म्हटले नाही? ते ब्राह्मणद्वेष्ट्ये होते म्हणून का?' (सत्यशोधक मार्क्सवादी, सप्टेंबर-ऑक्टोबर ८८, पृ. ३६).

आंबेडकरांनी वापरलेला 'ब्राह्मणशाही' शब्द हा 'ब्राह्मणी-अब्राह्मणी' या वादाला अनुसरून गृहीत धरण्याचा पाटलांचा स्वार्थी हेतू स्पष्ट होतो. 'ब्राह्मणशाहीचा' सरळ सरळ अर्थ 'जात-व्यवस्थाशाही' असाच आहे. त्याच अर्थाने आंबेडकरांनी तो वापरला, हे आंबेडकरी अभ्यासकांना सांगण्याची गरज नाही. स्वत:च्या

सोयीसाठीच केवळ 'ब्राह्मणशाही' म्हणजे 'जातिव्यवस्थाशाही' नव्हे, असा अर्थ आंबेडकरांनी गृहीत धरला, असे कॉ. पाटीलच गृहीत धरतात; पण खुद्द कॉ. पाटलांनीच ब्राह्मणशाही=जातिव्यवस्थाशाही हा अर्थ, डॉ. आंबेडकरांच्या विचारसूत्रांचा खुलासा करताना, केवळ सहा महिने अगोदरच्या म्हणजे एप्रिल ८७च्या सत्यशोधक मार्क्सवादीच्या अंकात नोंदला आहे. कॉ. पाटील लिहितात, 'ब्राह्मणशाही म्हणजे जातिव्यवस्थाशाही व भांडवलशाही म्हणजे वर्गव्यवस्थाशाही' (पृ. २६) तेव्हा 'ब्राह्मणशाहीचा सरळ अर्थ जातिव्यवस्थाशाहीच असल्याचा व त्या अर्थानेच डॉ. आंबेडकरांनी तो स्वीकारल्याचे सत्य सांगणारे कॉ. पाटील, सहा महिन्यांत स्वत:च्या स्वार्थासाठी आंबेडकरांनी 'ब्राह्मणशाहीऐवजी जातिव्यवस्थाशाही का म्हटले नाही?' असा अप्रमाणिक सवाल विचारतात.

डॉ. आंबेडकरांनी 'ब्राह्मणी आणि अब्राह्मणी' ही मोजपट्टी त्यांच्या लेखनात स्वीकारली नाही; कारण त्यांच्या चिंतनात हा घोटाळा किंवा सत्याचा अपलाप नाहीय; म्हणूनच महाड सत्याग्रहात ब्राह्मणांना सामील करून न घेण्याच्या अटीवर ब्राह्मणेतर पक्षाच्या नेत्यांनी डॉ. आंबेडकरांना पाठिंबा देण्याचे कळविले, तेव्हा आंबेडकरांनी ही अट अमान्य करून 'ब्राह्मण्यरहित ब्राह्मण आम्हाला जवळचा वाटतो तर ब्राह्मण्यग्रस्त मराठा आम्हाला शत्रू वाटतो,' असे स्पष्ट केले. महाडच्या एकूणच प्रकरणात सहस्त्रबुद्धे हे ब्राह्मण, टिपणीस, चित्ते ही सीकेपी मंडळी, आंबेडकरी चळवळीचे समर्थक म्हणून त्यांच्या कर्तृत्वाने इतिहासात नोंदली गेलीत. एका ब्राह्मण स्त्रीने सत्याग्रहात नाव नोंदविण्याची विनंती करणारे पत्र आंबेडकरांना लिहिले तेव्हा, तिला त्यांनी परवानी दिली आहे. या भूमिकेचा अर्थ स्पष्ट आहे.

डॉ. आंबेडकरांची ही भूमिका आणि त्यांची चिंतनशीलता 'ब्राह्मणी-अब्राह्मणी' या द्वेषमूलक मांडणीत अडकून पडत नाही. 'ब्राह्मण्य' हे फक्त ब्राह्मणातच असते असे नव्हे, तर ते प्रत्येक जातीत असते आणि ही ब्राह्मण्यग्रस्तता झुगारून देणारी माणसं, प्रत्येक जातीत असू शकतात. या चिंतनसूत्रावरच जातिव्यवस्थाविरोधी लढा उभा आहे. ही विशुद्ध चिंतनात्मकताच परिवर्तनवादी चळवळीची शिदोरी आहे. तेव्हा कोणत्याही व्यक्तीमधील ब्राह्मणग्रस्तता समर्थनीय ठरू शकत नाही. 'अब्राह्मणी' पंथातील मंडळी ब्राह्मण्यग्रस्त नाहीत किंवा नसतातच असा दावा कॉ. पाटील ठामपणे करणार आहेत काय?

भारतीय समाजातील क्रांतिवादी जाणिवांचा प्रवाह सिद्ध करताना, कॉ. पाटलांनी अर्धसत्य नोंदवून इतिहासावर, चिंतनाच्या शुद्ध मूल्यांवर आणि क्रांतिवादी

उज्ज्वल भविष्यावर अन्याय केला आहे. त्याचा पुरावा सविस्तर विश्लेषणासह मांडणे आवश्यक आहे.

फक्त अब्राह्मणी परंपराच परिवर्तनवादी?

'सत्यशोधक मार्क्सवादी'च्या सप्टेंबर-ऑक्टोबर, ८८च्या अंकात (पृ. २०) कॉ. पाटील लिहितात, 'जात्यन्ताचा व स्त्रीमुक्तीचा विचार भारतीय परंपरेत सांख्य, लोकायत, बौद्ध, कौल, शैव, तंत्र, फुले, पेरियार व आंबेडकर यांच्या अब्राह्मणी प्रवाहातच झालेला आहे, ही कुणालाही नाकारता न येण्यासारखी वस्तुस्थिती आहे.' सम्यक् समाजपरिवर्तनातून एकूण मानवी कल्याणाचा विचारच अभिप्रेत असताना कॉ. पाटलांनी ठरविलेल्या 'ब्राह्मणी परंपरे'ने, या मानवी कल्याणासाठी कोणतेच योगदान दिले नाही काय? आधुनिक काळातील विशेषत: १९व्या व २०व्या शतकातील तथाकथित 'ब्राह्मणी' सुधारकांचे योगदान, कॉ. पाटील शून्यवत मानत आहेत? रानडे, आगरकर, विष्णुशास्त्री पंडित, पं. रमाबाई, महर्षी कर्वे, यांनी केलेले स्त्री-सुधारणाविषयक कार्य आणि रानडे, आगरकर, महर्षी शिंदे, श्री. म. माटे, म. गांधी इत्यादी सुधारकांचे अस्पृश्यताविरोधी व काही प्रमाणात जात-व्यवस्थाविरोधी कर्तृत्व, यांचे भारतीय समाजपरिवर्तनाच्या इतिहासात स्थान काय? याचे उत्तर 'अब्राह्मणी पाटलांनी' द्यावे. मुख्य म्हणजे कॉ. पाटील सांगतात ती वस्तुस्थिती अपूर्ण व अर्धसत्यात्म आहे; कारण त्यांना स्वत:ची प्रतिमा 'अब्राह्मणी विद्वान' म्हणून इतिहासात कोरण्याची हौस आहे. त्याशिवाय सत्याचा एवढा अपलाप विसाव्या शतकातील या 'सत्यशोधका'कडून घडला नसता!

कॉ. पाटील यांनी वर्णजात समर्थकांना आणि स्त्रीमुक्ती विरोधकांना 'ब्राह्मणी' मानले आहे. (अब्राह्मणी म्हणजे वर्ण-जात-वर्ग, स्त्रीदास्य विरोधी' इति शरद पाटील) असे असताना बुद्धाने स्त्री-पुरुष विषमतेचा पुरस्कार (पूर्वार्धात) केल्याचे ऐतिहासिक सत्य सोयीस्कर विसरून त्याच बुद्धाचा समावेश स्त्री-मुक्तीचा विचार करणाऱ्या भारतीय परंपरेतील 'अब्राह्मणी' प्रवाहात कॉ. शरद पाटील करतात. बुद्ध वर्णव्यवस्थाविरोधी असला तरी तो स्त्री-पुरुष विषमता-समर्थक होता, हे कॉ. पाटलांनीच नमूद केलेय. (पाहा : 'बुद्ध व भिक्खू आनंद') मग स्त्रियांच्या गुलामीचा पुरस्कार करणारा बुद्ध, या संदर्भात क्रांतिवादी कसा ठरतो? वस्तुस्थिती अशी आहे की, बुद्धातला अर्धा बुद्ध हा क्रांतिवादी आहे; कारण तो वर्ण-व्यवस्थाविरोधी आहे आणि उर्वरित अर्धा बुद्ध हा क्रांतिविरोधी

- मानव-मुक्तीविरोधी आहे; कारण तो स्त्रीदास्य पुरस्कर्ता आहे. हे ऐतिहासिक वास्तव नाकारून संपूर्ण बुद्धाला कॉ. पाटील क्रांतिकारक का ठरवू पाहत आहेत? त्यांच्या उपरोक्त विचारसूत्रात संपूर्ण बुद्धाची अब्राह्मणी प्रवाहातील नोंद पूर्ण सत्य कशी ठरते?

तेव्हा कॉ. पाटलांच्याच मांडणीनुसार बुद्ध अर्धा 'ब्राह्मणी' आणि अर्धा 'अब्राह्मणी' ठरतो. क्षत्रियत्वाच्या हक्कांसाठी आयुष्याच्या पूर्वार्धात ब्राह्मणांशी भांडणारे शाहू महाराज, वर्णहक्काचा पुरस्कार करणारे म्हणून 'ब्राह्मणी' ठरतात. १९२२ ला मृत्यू येईपर्यंत वर्णव्यवस्थेचा व आर्यसमाजी परंपरेचा सार्थ अभिमान श्रद्धेने पोसणारे शाहू महाराज, पाटलांच्याच मतानुसार या संदर्भात 'ब्राह्मणी' ठरतात. या उलट आयुष्याच्या उत्तरार्धात म. गांधींनी वर्णव्यवस्थेचा पुरस्कार करणे बंद करून जातिव्यवस्थेचा विरोध केला. याचे काही पुरावे पाहावेत.

म. गांधी म्हणतात, 'पूर्वी माझे वर्णाश्रमाबाबतचे जे विचार होते तेच आज आहेत असे म्हणणे योग्य होणार नाही.' (द कलेक्टेड वर्क्स ऑफ म. गांधी, खंड L xxx, २२२) हे वर्णव्यवस्था न मानणारे गांधी कोण? ६ मे, १९४५ ला नरहरी पारीख यांना लिहिलेल्या पत्रात गांधी लिहितात, 'अतिशूद्र आणि सवर्ण हिंदूमधील विवाहांना आपण सर्वांत वरचा क्रम दिला पाहिजे.' ९ मे, १९४५ला एका समाजसेवकाला लिहिलेल्या पत्रात गांधी लिहितात, 'लग्न त्याच जातीत होणार असेल तर माझा आशीर्वाद मागू नका. मुलगी वेगळ्या जातीतील असेल तर मी जरूर आशीर्वाद देईन.' (द कलेक्टेड वर्क्स ऑफ म. गांधी खंड L xxx, ९९) स्वत: भंग्याचे काम करून जातिव्यवस्थेला सुरुंग लावणारा महात्मा, 'अब्राह्मणी' विचारवंतांनी त्याला 'ब्राह्मणी' ठरवून समाजपरिवर्तनाच्या प्रवाहातून बहिष्कृत करावा, ही वास्तवता विशुद्ध चिंतनमूल्यावर बौद्धिक बलात्कार करणारी आहे. अस्पृश्यतेला कलंक ठरवून डॉ. आंबेडकरांच्याही अगोदर समाज-परिवर्तन प्रवाहात या प्रश्नावर अस्पृश्यताविरोधी भूमिका घेऊन, राष्ट्रीय स्तरावर प्रबोधन करणाऱ्या गांधींचे योगदान, 'ब्राह्मणी' शिक्क्यामुळे वजाबाकीत लोटण्याचे पाप 'अब्राह्मणीवाद्यां'कडून घडत आहे.

उत्तरार्धातल्या महात्मा गांधींची भूमिका ही, काही मदभेद असूनही, डॉ. आंबेडकरांच्या भूमिकेशी सुसंवादी, पूरक आहे. मिश्रविवाहाचे महत्त्व दोघांनीही निर्णायक मान्य करून जातिव्यवस्था मोडीत काढली. त्यातले डॉ. आंबेडकर हेच 'अब्राह्मणी' व 'क्रांतिकारक' ठरवले जातात आणि गांधींची नोंद गैरसोयीची म्हणून टाळली जाते, हा चिंतनक्षेत्रातील कुठला न्याय आहे?

१९३५ पर्यंतचे डॉ. आंबेडकर हेसुद्धा हिंदूधर्म पुनर्जीवनवादीच होते. 'बहिष्कृत भारता'च्या मुख्य पृष्ठावर ज्ञानेश्वरीची ओवी छापणारे आंबेडकर हे १९२७ पर्यंत हिंदुधर्मातील तत्त्वाचे गोडवे गात होते आणि अस्पृश्यतेला विरोध करीत होते. हिंदू संघटनेच्या एकात्म रूपात डॉक्टरांना जातिव्यवस्थेसह अस्पृश्यता निर्मूलन हवे होते. १९३५ नंतर, ही हिंदुधर्म पुनरुज्जीवनवादी भूमिका त्यांनी बदलली आहे. तेव्हा हे आंबेडकर विशेषत: १९२७ चे आंबेडकर 'अब्राह्मणी' कसे? म्हणजे १९३५ नंतरचे आंबेडकर हे वर्णव्यवस्थाविरोधी म्हणून क्रांतिकारक व म्हणून 'अब्राह्मणी' ठरतात, तर १९२७ च्या सुमारासचे डॉ. आंबेडकर हिंदूंचे तत्त्वज्ञान मान्य असणारे म्हणून 'ब्राह्मणी' ठरतात. हे विवेचन व विश्लेषण कॉ. पाटलांच्या ब्राह्मणी-अब्राह्मणीच्या व्याख्येनुसार आहे. मग प्रश्न असा आहे की, १९३५ पर्यंतचे डॉ. आंबेडकर हिंदू तत्त्वाचे समर्थन करून क्रांतिकारक ठरतात, तर म. गांधींनी मिश्रविवाहाचा कट्टर पुरस्कार करूनही ते सुधारक का ठरू नयेत?

समाजपरितर्वनाच्या प्रवाहात व इतिहासात म. गांधींची शेवटच्या टप्प्यातील जातिव्यवस्थाविरोधी विकसित झालेली भूमिका, परिवर्तनाचे सामर्थ्य घेऊन उभी आहे. भारताचा राष्ट्रपिता व राजकीय संत या दुहेरी नात्याने गांधींच्या या भूमिकेचा परिणाम कोट्यवधी सवर्णीय व अस्पृश्यांच्या मनावर होणे अपरिहार्य होते! म्हणून 'हरिजन सेवक संघा'च्या राष्ट्रव्यापी कार्यात ब्राह्मणांसह असंख्य सवर्णीय कार्यकर्ते जातिव्यवस्था गाडण्यासाठी कटिबद्ध झाले, हा ताजा इतिहास आहे. डॉ. आंबेडकर आणि म. गांधी यांच्यातील अस्पृश्यता-निर्मूलनविषयक भूमिकेतील तात्त्विक मतभेदांचा मुद्दा हा वेगळा भाग आहे. दोघांनी प्रामाणिकपणे बजावलेल्या ऐतिहासिक भूमिकेचा परिणाम, काळाच्या ओघानंतर परस्परपूरक ठरला. किंबहुना गांधींनी अस्पृश्यता निवारण्याचे दिलेले आश्वासन भारतीय संविधानात पूर्ण करून डॉ. आंबेडकरांचा भारताच्या पहिल्या काँग्रेसी मत्रिमंडळातील प्रवेशही सुकर केला. परिवर्तनाच्या चळवळीतील हे गांधींचे योगदान निर्णायक नाही असे अब्राह्मणीवाद्यांना म्हणायचे आहे काय? डॉ. आंबेडकरांनी म. गांधींना केलेला विरोध प्रमाण मानून व रुजवून गांधींचे परिवर्तनवादी विचार-आचार-कर्तृत्व 'ब्राह्मणी' संकल्पनेत कैद करून सत्यालाच तुरुंगवास भोगायला लावण्याचे कारस्थान हे 'नवे सत्यशोधक' (?) करीत नाहीत काय?

चिंतनक्षेत्रात एकाच कसोटीवर किंवा वेगवेगळ्या कसोट्यांवर मूल्यमापन करताना पक्षपात करण्याचा दुष्टावा घातकी असतो. 'सोयीस्कर सत्य' हे सत्यच नसते आणि सत्याच्या अपलापातून निर्माण झालेला विचारप्रवास हा चुकलेलाच

असतो. मग तो प्रवास ब्राह्मणांचा असो वा ब्राह्मणेतरांचा असो. ऐतिहासिक भौतिकवादाच्या अटीतील बुद्धिप्रामाण्य ही कसोटी ऐतिहासिक वास्तव, विशिष्ट दार्शनिकता आणि महापुरुषांचे कर्तृत्व यांचे सम्यक् मूल्यमापन करण्यास उपयुक्त ठरते. 'ब्राह्मणी आणि अब्राह्मणी' ही कसोटी, इतिहास दर्शने व महापुरुष यांच्या मूल्यमापनास उपयुक्त ठरत नाही. माणसाजवळ असलेली विवेकबुद्धी हाच विश्लेषण मूल्यमापन यांचा आधार आहे. प्रत्यक्ष प्रमाण, अनुमान या ज्ञानक्षेत्रातील प्रामाण्यावर आधारित बुद्धिवाद हाच सत्यशोधनाला उपयुक्त ठरतो.

इतिहासाचे प्रवाह तपासताना चुकीच्या मोजपट्ट्या आणि चुकीची परिभाषा वापरली, तर चिंतनाच्या क्षेत्रात प्रचंड गोंधळ माजतो आणि अशा स्थितीत चुकीचे सिद्धान्त रूढ झाले तर विधायक व विशुद्ध प्रेरणेतून आकारास आलेल्या मानवमुक्तीच्या सर्व चळवळी, विनाकारण भोवऱ्यात अडकून बसतात. तसेच अभ्यासक व विचारवंतांचे अहंगंड मूल्यात्मक चिंतनपरंपरेत बाधा ठरतात. क्रांतिवादी विचारवंतांचे कुरूप चिंतन अशा वेळी क्रांतीच्या गर्भपाताला कारण ठरण्याइतपत बलशाली होऊ शकते, याची जाण क्रांतिवादी नेत्यांनी, अनुयायांनी, अभ्यासकांनी आणि खुद्द विचारवंतांनीही ठेवणे आवश्यक आहे.

'वाद हा केवळ प्रतिस्पर्ध्यावर कुरघोडी करण्यासाठी केला जात नसतो, तर ज्ञानाच्या विकासासाठी केला जात असतो, अशी आमची धारणा आहे.' (सत्यशोधक मार्क्सवादी, जानेवारी-फेब्रुवारी १९८९) हे कॉ. पाटील यांचे विधान मला आणि कोणत्याही अभ्यासकाला मान्य होण्यात अडचण असण्याचे कारण नाही. परंतु कित्येक वेळा विद्वत्तेची घमेंड आणि पांडित्यप्रदर्शनाचा हव्यास, हे दुसऱ्या अभ्यासकाला जाणवलेले सत्य स्वीकार करण्यास बाधक ठरत असतात आणि 'स्वत:पलीकडे सत्य कुणाला कळणारच नाही,' असा गैरसमजही सत्यशोधनात अडथळा बनतो. म. फुल्यांच्या मर्यादा व डॉ. आंबेडकरांच्या मर्यादा वजा करूनच, या दोन महापुरुषांच्या सामर्थ्याची बेरीज 'अब्राह्मणी विचारवंता'स अर्थात सत्यशोधक कम्युनिस्ट पक्षाच्या प्रवर्तकास स्वीकारणे आवश्यक वाटले. फुल्यांचे तत्त्वज्ञान हे आंबेडकरांच्या बेरजेशिवाय पूर्ण वाटत नाही आणि मार्क्स-फुलेंशिवाय आंबेडकरी विचार अपूर्ण वाटतो. तीच बाब फुले-आंबेडकरांशिवाय मार्क्सची! या भूमिकेत मार्क्स-फुले-आंबेडकर हे प्रत्येकजण इतर दोघांशिवाय अपूर्ण आहेत; म्हणून तिघांची बेरीज कॉ. पाटलांनी केलीय. प्रत्येकाच्या मर्यादा या त्यांच्या विचारांच्या मर्यादा आहेत आणि या मर्यादा परिवर्तनाच्या प्रवाहात बाधक आहेत. ही जाण ज्ञानक्षेत्रात महत्त्वाची आहे. मग इतर क्रांतिकारक,

सुधारक, महापुरुष यांच्या मर्यादा बाजूला सारून त्या प्रत्येकाच्या सामर्थ्याची नोंद घेतल्याशिवाय एकूण समाजाच्या परिवर्तनाचा आलेख कसा सिद्ध होईल? ज्या त्या सुधारकांच्या मर्यादांचे व सामर्थ्याचे 'सम्यक् माप' त्याच्या त्याच्या पदरी टाका ना! समाजपरिवर्तनाचा प्रवाह केवळ 'फुले-आंबेडकर' किंवा 'मार्क्स-फुले-आंबेडकर' किंवा 'बुद्ध-फुले-आंबेडकर' एवढ्याच संकुचित चौकटीत कसा सामावू शकतो?

हिंदूंच्या वर्णव्यवस्थेला तात्त्विक व व्यावहारिक पातळीवरून आव्हान देणारे म. फुले, हे 'निर्मिक' मानत होते आणि 'निर्मिक' ही संकल्पना वैदिक परंपरेतील अनेक दार्शनिकांनी व समाजप्रवाहातील समूहांनी 'ईश्वर' या अर्थाने सर्वकाळ जोपासली आहे. फुल्यांचा 'निर्मिक', 'प्रत्यक्ष प्रमाणा'च्या अटीतील बुद्धिप्रामाण्याच्या कसोटीवर सिद्ध करता येत नाही. अर्थात भौतिकवादी फुल्यांच्या एकूणच तत्त्वप्रणालीमधील 'निर्मिक' हे केंद्र 'आस्तिकवादी' आहे. मार्क्सवादी दर्शन जसे 'निर्मिक' मानत नाही, तसेच डॉ. आंबेडकरांनीसुद्धा फुल्यांचा 'निर्मिक' बाद ठरवला आहे. आंबेडकरी 'नवायान' आणि फुल्यांचा 'निर्मिक' यांच्यात विरोध आहे तेव्हा डॉ. आंबेडकरांनी म. फुल्यांना स्वत:चे गुरू मानले असले तरी फुल्यांचे गुरुपण हे एका मर्यादेपर्यंतच आहे.

मार्क्स-आंबेडकरी विचारानुसार फुल्यांच्या एकूण तत्त्वज्ञानाला 'निर्मिक' या आध्यात्मिक (अभौतिक) संकल्पनेची मर्यादा आहे. तेव्हा फुल्यांचा 'सत्यशोधक समाज' हा 'निर्मिकवादी' असल्याने, हिंदुधर्माला तो पर्याय नव्हता. शिवाय आंबेडकरांनी बौद्ध परंपरेत 'नवायान'ची भर घालून जसा हिंदुधर्माला वेगळा पर्याय दिला, तसा फुल्यांनी दिला नाही. डॉ. आंबेडकरांनी बौद्धधर्माऐवजी बौद्ध धम्म म्हटले असले तरी, तो इतर धर्माला 'पर्यायी' धर्म म्हणून उभा होता. परंपरागत बौद्ध धर्म आणि आंबेडकरोत्तर बौद्ध धर्म हे इतर धर्मांना पर्यायी धर्म म्हणूनच वास्तवात शिल्लक राहिले आणि मार्क्सला जगातला कोणताच धर्म मानवमुक्तीसाठी आवश्यक वाटत नाही; उलट शोषणाची समर्थ संस्था म्हणूनच मार्क्सवादाने धर्म बाद ठरवला.

एवढा विरोध व विसंवाद मार्क्स-फुले-आंबेडकरांत असतानाही त्यांची तात्त्विक खिचडी 'अब्राह्मणी विद्वान', क्रांतीचा प्रसाद म्हणून वाटत फिरत आहेत. तक्रार तात्त्विक खिचडीबद्दल नाही. खिचडीच करायचीय तर जरा खमंग आणि सर्वसमावेशक करा ना! क्रांतीला सुसंगत असणारे सर्वांचे दार्शनिक सामर्थ्य एकत्र करून हे नित्य-नूतन असणारे, वाढत-विकसित जाणारे 'रसायन',

सत्याच्या अटीत पारखून निर्माण होऊ द्या. क्रांतिसन्मुखता हा एका विशिष्ट व्यक्ती, जात, धर्माचा गुण ठरत नसतो. तसाच तो केवळ तथाकथित 'अब्राह्मणी' परंपरेचा, प्रवाहाचाही न ठरावा! क्रांतिवादी सामर्थ्याची आणि सम्यक् सत्याची 'ब्राह्मणी व अब्राह्मणी' अशी वाटणी होत नसते. अशी वाटणी करणाऱ्यांची कोणतीही व कितीही सोय होत असली तरी विशुद्ध चिंतनाला व क्रांतीच्या डोळस पाईकांना ती मंजूर असण्याचे कारणच काय?

ईश्वराचे अस्तित्व न मानणारे आगरकर, स्त्री-पुरुष विषमताविरोधक आणि जातिव्यवस्थाविरोधक म्हणून महाराष्ट्राच्या नव्हे तर भारतीय इतिहासाच्या प्रवाहात कायम उभे आहेत. क्रांतिवादी डॉ. आंबेडकरांनीच आगरकरांच्या परिवर्तनवादी योगदानाला मान्यतेची मर्यादित पावती दिली आहे. 'ब्राह्मणो:स्यो मुखमासीत' हे पक्षपाती शास्त्र झुगारून देऊन आपल्या मांडीला मांडी भिडवून शाळांतून बसण्यास महारास मोकळीक दिली पाहिजे. इतकेच काय, पण आमच्या नीच मानलेल्या महारांची स्थिती सुधारून त्यांची व वेदशास्त्र ब्राह्मणांची एक पंगत झालेली आम्हांस पाहता आली तर आम्ही स्वत:स मोठे कृतार्थ मानले असते.' या विचारांचे आगरकर परिवर्तनवादी नव्हेत तर कोण आहेत?

'आगरकरांचा सुधारणावाद फक्त 'ब्राह्मणी' स्त्रियांपुरता मर्यादित आहे' असा सोयीचा आक्षेप घेऊन किंवा ते 'ब्राह्मणी सुधारक' म्हणून त्यांची बोळवण करणे, आगरकरांच्यासह परिवर्तनाच्या चळवळीवरही अन्यायाचे आहे. भारतीय समाजवास्तवात सर्व स्त्रिया जर गुलाम आहेत, तर ब्राह्मणांच्या स्त्रियांच्या गुलामीचा धिक्कार स्त्रीमुक्तीवाद्यांना का महत्त्वाचा वाटत नाही? शिवाय आगरकरांनी फक्त ब्राह्मणांच्याच स्त्रियांचा कळवळा दाखविला असा इतिहास नाही. आगरकरांचे विचार संपूर्ण स्त्री-मुक्तीच्या संदर्भात व्यापक आणि पायाभूत नाहीत हे कुणीही सिद्ध करून द्यावेच. याचबरोबर अस्पृश्यतेचा विरोध करणारे आगरकर परिवर्तनवादी नव्हते, तर परिवर्तनविरोधी होते काय? मग आगरकरांचे विचार परिवर्तनविरोधी होते याचे पुरावे द्या; नाहीतर फुले-आंबेडकरांप्रमाणे आगरकरांच्याही विचारांना काही पडलेल्या मर्यादा स्पष्ट करून, त्यांच्याही परिवर्तनवादी सामर्थ्याची नोंद क्रांतिवादी प्रवाहात करा. डॉ. बाबासाहेब आंबेडकरांनी 'बाप दाखव नाही तर श्राद्ध कर' या शीर्षकाचा एक स्फुट लेख लिहिला आहे. 'अब्राह्मणी' विद्वानांना, या संदर्भात, माझे तेच आवाहन आहे.

ईश्वर न मानता, स्त्री-पुरुष समतेचा व जातिव्यवस्था अन्ताचा पुरस्कार करणारे 'विवेकनिष्ठ सुधारक' आगरकर, 'निर्मिकवादी' फुल्यांपेक्षा याच व

एवढ्या संदर्भापुरते आंबेडकरांचे पूर्वसूरी व सहविचारी ठरतात. आगरकर-आंबेडकरांचा हा जुळणारा सांधा व जुळणारे सामर्थ्य, 'अब्राह्मणी'वाद्यांना नको आहे, हीच खरी परिवर्तनवादी चिंतनाची शोकांतिका आहे. अब्राह्मणी सत्यशोधकसुद्धा कधी कधी खरं लिहून जातात; त्यामुळे त्यांच्याच 'ब्राह्मणी-अब्राह्मणी' वादाची पंचाइत होते. श्री. म. माटे हे सुधारक होते, याची कबुली देताना कॉ. पाटील म्हणतात, 'अस्पृश्यता निषिद्ध मानायचे पाऊल श्री. म. माटेंसारख्या जातिव्यवस्था मानणाऱ्या ब्राह्मण समाजसुधारकानेही टाकले होते... आणि माटे क्रियाशील समाजसुधारक असल्याने या बाबतीत ते पारंपरिक कम्युनिस्ट पक्षांच्या निश्चितच पुढे होते.' (सत्यशोधक मार्क्सवादी, सप्टेंबर-ऑक्टोबर, १९८८, पृ. १९)

माट्यांच्या सुधारणांना जातिव्यवस्थेची मर्यादा आहे हे मान्य करूनही, ते समाजसुधारक होते. अर्थात त्यांच्या कृतिशील सुधारणांचा प्रभाव, समाजमनावर पडला. माटे समाजपरिवर्तनवादी होते याची प्रामाणिक कबुली पाटलांनी माट्यांच्या मर्यादांसह दिलीय, हे त्यांच्या बुद्धिप्रामाण्याचे लक्षण मानले पाहिजे. पण अशा वेगवेगळ्या मर्यादा सर्वच महापुरुषांना, क्रांतिकारकांना आणि सुधारकांनाही आहेत. फुले-आंबेडकर या दोघांनाही मर्यादा असणारणच-आहेतच. मग एवढेच आणि हेच तेवढे परिवर्तनवादी कसे? माटे ब्राह्मण म्हणून त्यांची कृतिशील सुधारणा कॉ. पाटील, 'ब्राह्मणी' गटात टाकून माट्यांचे 'परिवर्तनवादी' मर्यादित कर्तृत्व नाकारत आहेत. अन्यथा माट्यांसह सर्वच समाजसुधारकांचे कर्तृत्व परिवर्तनवादी प्रवाहात नोंदले गेले असते.

खुद्द डॉ. आंबेडकरांनी लोकहितवादींच्या परिवर्तनवादी कर्तृत्वाचा गौरव करून ७ डिसेंबर, १९२८ च्या 'बहिष्कृत भारता'च्या काळांपासून 'शतपत्रां'तील पत्रांचे पुनर्मुद्रण सुरू केले होते. जातिव्यवस्था मान्य करणारे लोकहितवादी, डॉ. आंबेडकरांनी तपासूनच त्यांच्या शतपत्रांतील समाजपरिवर्तनविषयक गाभा व दिशा ओळखली होती; त्याशिवाय शतपत्रांच्या प्रेमात डॉ. आंबेडकर पडले नसते. बहिष्कृत भारतातील एका स्फुट लेखात डॉ. आंबेडकर समाजसुधारणांचा पुरस्कार करणाऱ्या लोकहतवादींच्या परिवर्तनवादी कर्तृत्वाबद्दल म्हणतात, 'जुन्या घातक रूढी, जुन्या-पुराण्या टाकावू कल्पना व समजुती, धार्मिक दुराग्रह व ढोंगीपणा इत्यादी विषयांवरही लोकहितवादींनी सडेतोड लेख लिहिले आहेत व ते सर्वांना मार्गदर्शन होतील असेच आहेत. सर्व ठिकाणी सारासार विचारशक्ती जागृत पाहिजे, ही लोकहितवादींची मुख्य शिकवण आहे. लोकहितवादींची परंपरा जर महाराष्ट्रात चालली असती तर आपले सामाजिक प्रश्न आजच्याइतके

सोडविण्यास कठीण होऊन बसले नसते.'

समाजपरिवर्तनातील लोकहितवादींची सुधारणावादी परंपरा महाराष्ट्रात खंडित झाल्याची खंत व्यक्त करणारे विवेकनिष्ठ बुद्धिवादी आंबेडकर कुठे आणि केवळ 'ब्राह्मणी' म्हणून लोकहितवादी, आगरकर इ. सुधारकांचे परिवर्तन-प्रवाहातील योगदान 'ओवळे' मानणारे आणि तरीही स्वत:ला 'सत्यशोधक' म्हणवून घेणारे कॉ. शरद पाटील कुठे?

'टिळक-चिपळूणकरांची प्रतिगामी परंपरा, लोकहितवादींच्या परंपरेऐवजी महाराष्ट्रात टाळ्यांच्या कडकडाटात पुढे आली', हे डॉ. आंबेडकरांनी दुर्दैव मानले आहे. 'ब्राह्मणी व अब्राह्मणी' अशीच भूमिका आंबेडकरांची नसल्यामुळेच लोकहितवादींच्या परिवर्तनवादी कार्याला त्यांनी पावती दिली व तिची गौरवपूर्ण नोंद केली. हा विवेक अब्राह्मणीवाद्यांना सुचण्याचे कारण नाही; कारण त्यांच्या मूल्यमापनाच्या कसोट्या या 'ब्राह्मणी-अब्राह्मणी' अशा जात-जाणीव निदर्शक असून, त्या बुद्धिप्रामाण्यविरोधी आहेत. डॉ. आंबेडकरांना 'ब्राह्मणी' परंपरेतील प्रामाणिक सुधारकांचे वावडे नव्हते; म्हणूनच लोकहितवादींसारख्या सुधारकांना त्यांनी त्यांच्या मर्यादा सांगूनही गौरविले. 'अब्राह्मणी' विद्वान मात्र टिळक-चिपळूणकर परंपरेतच लोकहितवादी, न्या. रानडे, आगरकर, माटे, गांधी यांचा समावेश करताना दिसतात. त्याशिवाय आधुनिक कालखंडातील फक्त 'फुले, पेरियार व आंबेडकर' यांचीच नोंद परिवर्तनवादी म्हणून 'अब्राह्मणी' वाद्यांनी केली नसती. मग डॉ. आंबेडकरांसारखा क्रांतिवादी नेता, ज्यांचे सुधारणा-वादातील योगदान मुक्तपणे मान्य करतो, त्या 'ब्राह्मणी' सुधारकांचे स्थान कॉ. पाटलांच्या मते कोणते? या प्रश्नाचे उत्तर ते देऊ शकत नाहीत. फक्त 'अब्राह्मणी' प्रवाहच परिवर्तनवादी असल्याची दर्पोक्ती ही तर पाटलांच्या ॲण्टिब्रॅह्मिन भूमिकेतील जातीय जाणिवेची परमावधी आहे.

कॉ. शरद पाटीलच 'ब्राह्मणी!'

कॉ. शरद पाटील यांनी ब्राह्मण या एकाच जातीचा विरोध आपल्या लेखन प्रपंचात असंख्य वेळा नोंदला आहे. संपूर्ण जातिव्यवस्थेच्या विरोधाची वरकरणी भूमिका वठवताना फक्त 'ब्राह्मण जात'च लक्ष्य ठरवून केलेली मांडणी ही सत्य सुसंगत ठरू शकत नाही. त्यांनीच दिलेल्या ब्राह्मणी-अब्राह्मणींच्या व्याख्या त्यांच्याच लेखनाला काटेकोरपणे लावल्या असता, कॉ. शरद पाटील 'अब्राह्मणी'ऐवजी 'ब्राह्मणी' ठरतात, हा मुद्दा आपण तपशिलाने समजून घ्यायला हवा.

पाटलांच्या मतानुसार 'जाती हा सामाजिक जातवाचक शब्दच ब्राह्मणत्व, क्षत्रियत्व, वैश्यत्व व शूद्रत्व या अमूर्तकृत शब्दाच्या अमूर्तीकरणातून बनलेला आहे.' (सत्यशोधक मार्क्सवादी, नोव्हेंबर-डिसेंबर१९८८, पृ. २२) इथे जात-जाणिवेचा निर्णायक संबंध ब्राह्मणत्वाशी जसा आहे, तसाच शूद्रत्वाशीसुद्धा आहे. अर्थातच ब्राह्मणत्व, क्षत्रियत्व, वैश्यत्व, व शूद्रत्व या जात-जाणिवाच आहेत, याची स्पष्ट नोंद कॉ. पाटील करतात आणि तेच स्वत:ला 'शूद्रांतील विद्वान' संबोधतात. (पहा, समा. सप्टेंबर-ऑक्टोबर १९८८, पृ. ११) म्हणजे पाटील स्वत:ला शूद्र संबोधतात आणि शूद्र=अब्राह्मणी असे समीकरणही गृहीत धरतात. कारण पाटलांनी स्वत:ची नोंद 'अब्राह्मणी' प्रवाहातील विद्वान म्हणून केलेली आहे. आता प्रश्न आहे, शूद्रत्वामध्ये असलेली जात-जाणीव ही 'अब्राह्मणी' कशी ठरावी? पाटील एकीकडे वर्णजात-स्त्री-दास्यविरोधक 'अब्राह्मणी' प्रवाहाचा उद्घोष करून 'अब्राह्मणी' हेच परिवर्तनवादी ठरवतात आणि तेच पाटील स्वत:ला 'शूद्र' संबोधून शूद्रत्वाचे पोषण करतात. शूद्रत्वामध्ये वर्णाभिमानाचे अस्तित्व आहेच. शूद्रत्वातील जात-जाणीव ब्राह्मणत्वाचा विरोध करीत असली तरी संपूर्ण वर्णव्यवस्था मोडीत काढणारी असेल तरच ती क्रांतिकारक ठरेल. याचा दुसरा अर्थ असा, जर 'शूद्रत्व' वर्णव्यवस्था मोडीत काढू शकते तर ब्राह्मणत्वही तसे करू शकते. अर्थात ही प्रक्रिया व्यक्तीवर अवलंबून आहे.

प्रा. गो. म. कुलकर्णींच्या एका विधानाची 'सत्यशोधक मार्क्सवादी'च्या सप्टेंबर-ऑक्टोबर ८८ च्या पृ. १८ वर नोंद करताना पाटलांनी उच्चवर्णीयांचा अर्थ ब्राह्मणी व बहुजनसमाज या शब्दाचा आशय अब्राह्मणी शूद्र असा कंसात नोंदला आहे. अर्थातच अब्राह्मणी=बहुजनसमाज=शूद्र असे समीकरण पाटलांनी मांडले आहे. भारतीय इतिहासात बहुजनसमाज वा शूद्र यांनी ब्राह्मणांशी केलेला संघर्ष, हा वर्णव्यवस्थांतर्गत संघर्ष आहे. वर्णव्यवस्थाविरोधी संघर्ष बुद्धाचा, जैनांचा म्हणता येईल. पाटलांच्या लक्षात ही बाब न आल्यानेच त्यांनी 'ब्राह्मणी' साहित्य संमेलनांचा विरोध करताना, आनंद यादवांना शूद्र मानून (ठरवून?) त्यांचे समर्थन केले आहे. आनंद यादवांचे समर्थन 'शूद्रत्वा'च्या मुद्द्यावर करणे म्हणजेच जात-जाणिवेला कुरवाळणे ठरते. (समा. सप्टेंबर-ऑक्टोबर ८८, पृ. १८)

मराठी साहित्यविश्वातील संघर्ष हा 'प्रस्थापितांत आणि त्यांचे विरोधक' असा असून प्रा. नागनाथ कोत्तापल्ले त्यास 'वर्गयुद्ध' म्हणतात, याबद्दल शरद पाटलांनी भयंकर संताप नोंदवून, 'वर्गयुद्धाऐवजी जातियुद्ध म्हणायला कोतापल्ले

का कचरतात?' असा प्रश्न विचारला आहे. (समा. सप्टेंबर-ऑक्टोबर, ८८, पृ. १६) या मुद्द्यावरील विवेचनातही पाटील, ब्राह्मण विरुद्ध ब्राह्मणेतर जाती या संघर्षवास्तवाला 'ब्राह्मणी' व 'अब्राह्मणी' या रूपातच पाहतात आणि ब्राह्मणांविरुद्ध ब्राह्मणेतरांमधील संघर्षाला वर्णव्यवस्थाविरोधी ठरविण्याची चूक करतात. ब्राह्मण-ब्राह्मणेतरांमधील संघर्ष हा वर्ण-जात-स्त्रीदास्यविरोधी संघर्ष ठरू शकत नाही; कारण ब्राह्मणेतरांची भूमिका ही ब्राह्मणविरोधी असली तरी वर्णव्यवस्था-जातव्यवस्था विरोधी नव्हती, नाही. डॉ. आंबेडकरांच्या शब्दांत सांगायचे तर 'ब्राह्मणेतरांतही ब्राह्मण्य असू शकते.' त्याच ब्राह्मण्यग्रस्त ब्राह्मणेतरांचा पक्ष स्वीकारून कॉ. पाटील 'अब्राह्मणी'चा त्यांच्या मनातील खरा अर्थ नकळत अभिव्यक्त करीत आहेत.

कॉ. शरद पाटलांसह सर्वच अभ्यासकांनी याची गंभीर दाखल घेणे आवश्यक आहे की, 'ब्राह्मणी' शब्दाने ब्राह्मण जातीचा बोध होतो; पण वास्तवात प्रत्येक जात ही ब्राह्मणी संस्कृतीचा-व्यवस्थेचा भाग असते. तेव्हा ब्राह्मणी म्हणजे ब्राह्मण आणि अब्राह्मण किंवा ब्राह्मणेतर म्हणजे ब्राह्मण सोडून इतर जाती असाच अर्थ रूढ आहे व तोच अर्थ पाटलांच्या जाणिवेने स्वीकारला आहे. या ब्राह्मणेतरांचा किंवा अब्राह्मणांचा, ब्राह्मणविरोध हा ब्राह्मण जातीपुरताच सीमित असेल तर जात-व्यवस्थाविरोधी ठरणार नाही. उलट जातिव्यवस्थेतील संघर्षाचे वास्तव प्रतिबिंब म्हणजेच ब्राह्मण-ब्राह्मणेतर वाद होय आणि या ब्राह्मणेतरांनाच कॉ. पाटील, अब्राह्मणी संबोधतात, समजतात; म्हणून 'ब्राह्मणी-अब्राह्मणी' वाद हा जाती-जातींमधील वाद ठरतो. तो जातव्यवस्था विरोधी ठरत नाही.

'वर्गीय परिभाषा वापरून जात्यन्त करता येणार नाही. जात्यन्ताला जात्यन्ताचीच परिभाषा पाहिजे.' अशी आग्रहाची नोंद कॉ. पाटील यांनी केली आहे. (समा. सप्टेंबर-ऑक्टोबर ८८ए पृ.२१)

पाटलांच्या उपरोक्त विधानात, जात्यन्तासाठी जातीची किंवा जातीय किंवा जात-जाणीव स्पष्ट करणारी भाषा हवी असा स्पष्ट सूर आहे. त्या गरजेतूनच त्यांनी 'ब्राह्मणी' व 'अब्राह्मणी' ही 'जातीय' परिभाषा वापरण्याची सक्ती प्रतिपादली आहे. अर्थात 'ब्राह्मणी-अब्राह्मणी' जात-जाणीव प्रधान परिभाषा असल्याचे स्वत: कॉ. शरद पाटील नकळत कबूल करीत आहेत. मग त्यांच्याच व्याख्येनुसार ब्राह्मणी म्हणजे जात-समर्थक व अब्राह्मणी म्हणजे जातविरोधक हा अर्थ या परिभाषेतून स्पष्ट व सिद्ध होत नसेल तर पाटलांच्या चिंतनाचा पाया व दिशा चुकल्याचे, पाटलांनी आत्मपरीक्षणाने कबूल करायला हवे. पण पाटलांच्या

स्वभावात हे बसणे कठीण वाटते. आनंद यादवांनी 'जाती'विषयक केलेले योग्य विवेचन पाटलांनी मोडीत काढले आणि गो. म. कुलकर्णींची प्रस्तावना डावपेचाने व सोयीने यादवांवर उलटवून त्यांना बावळट ठरविले, यातूनच स्वत:चे शहाणपण सिद्धीस नेण्याचा आटापिटा कॉ. पाटील करतात. (समा. सप्टेंबर-ऑक्टोबर ८८, पृ. १७) कॉ. पाटलांच्या चिंतनाचा व लेखनाचा हा स्थायीभाव विचारांच्या मूल्यात्मक गर्भाला नष्ट करणारा असल्याने, मानवमुक्तीच्या लढ्यातील क्रांतिवादी प्रबोधनाला कलंक ठरण्याइतपत धोकादायक आहे.

सत्याचा शोध घेताना पाटलांनी काही ठिकाणी अत्यंत विधायक चिंतनाच्या नोंदी केल्यात. उदा. 'आधुनिक काळात प्रत्येक जात वर्गामध्ये विभाजित झाली असल्यामुळे कोणत्याही सबंध जातीला वा जमातीला विशिष्ट संदर्भात जबाबदार धरणे हा खरा जातीयवाद आहे.' (समा. सप्टेंबर-ऑक्टोबर ८८, पृ. ९) पाटलांनी केलेल्या उपरोक्त सत्याच्या नोंदीविरुद्ध स्वत: पाटलांनीच त्यांच्या लेखनात पानापानावर ब्राह्मण जातीला गुन्हेगार ठरविले आहे. तेव्हा ब्राह्मण जातीला दोषी ठरवून स्वत: कॉ. शरद पाटीलच 'जातीयवाद' पोसत आहेत, अशी नोंद त्यांच्याच विधानाचा, मताचा हवाला देऊन करावी लागत आहे.

'सत्यशोधक मार्क्सवादी'च्या याच अंकात पृ. ९ वर मुसलमान देशद्रोही नाहीत याचे अनेक पुरावे पाटलांनी दिले आहेत. त्यांच्याच युक्तिवादांचा आधार घेऊन, सर्वच ब्राह्मण हे समताविरोधी असतात असे म्हणता येणार नाही व सर्वच ब्राह्मणेतर समतावादी असतात असेही म्हणता येणार नाही. कोणतीही एक जात पूर्ण अवगुणी किंवा पूर्णगुणी असू शकत नाही. हे मूल्यमापन माणूसपरत्वे भिन्न असेल.

वैदिक व्याकरणावर 'नवभारत' मधून मेहेंदळे व कॉ. पाटील यांचा वाद झाल्यावर डॉ. गांगल यांच्या हल्ल्याला उद्देशून पाटलांनी, मेहेंदळे=ब्राह्मण व पाटील = शूद्र या आशयाचे विधान नोंदले आहे. (समा. जानेवारी-फेब्रुवारी ८९,पृ. ५०) या अगदी अलीकडील नोंदीनेसुद्धा पाटील स्वत: ब्राह्मणविरोधी 'शूद्र' असल्याचेच सांगतात आणि शूद्र हा वर्णव्यवस्थांतर्गत एक वर्ण असल्याचे विसरून जातीयवाद स्वत:च पोसतात.

'स्वाद आणि चिकित्सा' या ग्रंथात डॉ. यशवंत मनोहर यांनी चक्रधरांना वैदिक ठरविले आहे; कारण चक्रधरांनी वेद मानला नाही, पण मोक्ष मानला व वेद ज्या चौकटीचा भाग आहेत, त्या चौकटीतच त्यांनी विचार केला. चक्रधरांना श्री. मनोहरांनी वैदिक ठरविले याबद्दल कॉ. पाटलांनी त्यांना दोष दिला आहे;

कारण पाटलांनी चक्रधरांना 'अब्राह्मणी' ठरविले आहे. चक्रधर पाटलांच्या मोजपट्टीने अब्राह्मण (मित्र) असून त्यांना श्री. मनोहरांनी ब्राह्मणांच्या वैदिकांच्या शत्रुपक्षात लोटल्यामुळे कॉ. पाटील अस्वस्थ झालेत. (पाहा, समा. मे-जून, ८८, पृ.७) मित्रांच्या मनात परिवर्तन होऊन ते शत्रू होऊ शकतात व शत्रूंच्या बाजूनेही परिवर्तन होऊन ते मित्र बनू शकतात, याचे वास्तव भान पायदळी तुडवूनच कॉ. शरद पाटील चिंतन करतात; तेव्हा चुकीचे निष्कर्ष जन्माला आले नाहीत तरच नवल!

कॉ. पाटलांच्या गोंधळलेल्या चिंतनाचा एक उत्कृष्ट पुरावा पाहण्यासारखा आहे. सत्यशोधक मार्क्सवादीच्या जानेवारी-फेब्रुवारी ८९ अंकातील पृ. ६९ वर 'केवळ वस्तुनिष्ठतेवरून अचूक निष्कर्ष काढत नसतात. वस्तुनिष्ठतेला अन्वेषण पद्धतीची जोड असली तरच अचूक निष्कर्ष काढले जाऊ शकतात.' अशी नोंद करणारे कॉ. पाटील, त्याच अंकाच्या पान ५१ वर 'संशोधक नि:पक्षपाती कधीच नसतो. तो एक तर ब्राह्मणी असतो वा अब्राह्मणी असतो,' असे मत मांडतात. संशोधक 'नि:पक्षपाती' नसेल तर 'अचूक निष्कर्ष' कसा यावा? 'ब्राह्मणी' विद्वत्तेतील पारंपरिकतेचा दोष 'अब्राह्मणी'त निर्माणच होणार नाही, याची शाश्वती तुम्ही कशी देणार? शिवाय पाश्चात्त्य जगात ब्राह्मण नाहीत, म्हणून ब्राह्मणेतर नाहीत, म्हणून तिथे विद्वानच नाहीत काय? भारतीय परंपरेतील देवीप्रसाद चट्टोपाध्याय, धर्मानंद कोसंबी, भदन्त आनंद कौसल्यायन इत्यादींनी, ब्राह्मणी व अब्राह्मणी ही मांडणी स्वीकारली नाही; मग ते विद्वान नव्हते काय? कसबे, सुर्वे, यादव यांनी ब्राह्मणी-अब्राह्मणी मांडणी नाकारली आहे म्हणून ते विद्वान नाहीत काय? अशी यादी करताना कॉ. पाटलांच्या मताप्रमाणे फक्त स्वत: शरद पाटीलच विद्वान म्हणून उरतात आणि तेच त्यांना हवे असावे.

वास्तविक पाटलांना समजायला पाहिजे की, संशोधकाचा पक्ष ठरलेला आहे. सत्य हीच त्याची अंतिम बाजू! पण कॉ. पाटलांच्या मताप्रमाणे सत्याचा पक्षपात हा नियम आहे. (पाहा, 'संशोधक' विद्वान हा ब्राह्मणी असतो किंवा अब्राह्मणी असतो; तो नि:पक्षपाती कधीच नसतो. इति पाटील.) खरे तर कॉ. पाटील हेच अब्राह्मणी = बहुजनसमाज = शूद्र = वर्ण = जात-जाणिवेचे पक्षपाती आहेत, म्हणूनच, त्यांनी सर्वच संशोधकांना पक्षपाती ठरविले आहे. संपूर्ण ज्ञानपरंपराच पक्षपाती ठरविणे हे विकृतीचे लक्षण असून कॉ. पाटलांच्या चिंतनाचा तो गाभा आहे. न्यूटन, आईन्स्टाईन इत्यादी शेकडो शास्त्रज्ञ हे ब्राह्मणीही नव्हते व अब्राह्मणीही नव्हते तरी ते विद्वान होते, संशोधक होते. त्यांनी पाटलांच्या मतानुसार ब्राह्मणी वा अब्राह्मणी असा कोणताच पक्षपात केला

नाही, हे सत्य 'सत्यशोधक' कॉ. पाटलांना कुणी व कसे समजावे हाच कठीण प्रश्न आहे!

कॉ. पाटलांच्या लेखनात व विचारमांडणीत एक गफलत प्रकर्षाने स्पष्ट झाली आहे. शूद्र = अब्राह्मणी हे समीकरण पाटलांनी एक गृहीत कृत्य म्हणून अनेक वेळा वापरले आहे. फुल्यांच्या विचारांचा परामर्श घेताना पाटील म्हणतात, 'दसऱ्याच्या दिवशी ब्राह्मण बली-प्रतिमेचे पोट फोडतो, तर शूद्र स्त्रिया 'इडा पीडा टळो व बळीचे राज्य येवो' असे म्हणतात. यावरून ब्राह्मणी व अब्राह्मणी संस्कृती या वेगळ्या आहेत, त्यांचे इतिहास वेगळे आहेत हे मार्क्सइतकेच महत्त्वाचे इतिहाससूत्र ज्योतिबांनी मांडले आहे.' (समा. जानेवारी-फेब्रुवारी ८९ पृ. ६०)

या विवेचनात शूद्रांची संस्कृती हीच अब्राह्मणी संस्कृती प्रतिपादिली असून ब्राह्मण-शूद्र संघर्षाला ब्राह्मणी व अब्राह्मणी संघर्षाने संबोधिले गेले आहे. वर्णव्यवस्थेतील शूद्र हा एक सर्वांत कनिष्ठ पण तो वर्णच आहे. शिवाय 'नंदापासून क्षत्रियांचा अंत होऊन त्यानंतर ब्राह्मण व शूद्र हे दोनच वर्ण उरले असल्याचा पुकारा ब्राह्मणांनी पुराणातून केला.' पुराणांचा हा निर्णय ब्राह्मणांचा असल्याने तो मान्य करण्याची जबाबदारी क्षत्रिय व वैश्यांवर असल्याचे कारण नाही. तसेच ब्राह्मण काहीही म्हणोत; आज व कालच्या अस्तित्वातील बहुजनसमाजतील मराठा उच्च व मध्यम जाती या शूद्र वर्णात किंवा शूद्र जातीत स्वत:ला संबोधायला तयार नाहीत; तरीही ब्राह्मणेतर जातींना कॉ. पाटील 'शूद्र' संबोधून त्याच पक्षाची 'अब्राह्मणी' म्हणून नोंद करतात. अर्थातच या अब्राह्मणी पंथामध्ये, गटामध्ये ब्राह्मण सोडून इतर सर्व बहुजनसमाजातील जातींचा समावेश होतो. मग ब्राह्मण वजा करता इतर जातींचा, जात्यभिमान हा ब्राह्मणविरोधी असला तरी तो वर्ण-जात व्यवस्थाविरोधी नसल्याने, ब्राह्मण जातीयवादाचा प्रत्यक्ष प्रतिक्रियारूप ब्राह्मणेतर जातीयवादच असणार; त्यालाच कॉ. शरद पाटील 'अब्राह्मणी' म्हणतात.

कॉ. पाटील अशा ठिकाणी व्यक्ती म्हणून प्रामाणिक आहेत; कारण त्यांनी त्यांच्या अंतरंगातील त्यांच्या भावना व विचार, अशा स्थळी सच्चेपणाने नोंदवून बहुजनसमाज व शूद्र वर्णजातींना अब्राह्मणी ठरविले आहे; पण पाटलांचा हा प्रामाणिकपणा त्यांनीच अब्राह्मणीची केलेली जी व्याख्या आहे, तिच्या स्पष्टपणे विरोधात जातो, याचे भान त्यांना नाही. पुराणांनी ठरविलेल्या शूद्रवर्णांतर्गत ब्राह्मणेतर जाती या ब्राह्मणविरोधी असल्या तरी, त्या जातव्यवस्थाविरोधी नाहीत,

म्हणून ज्या 'शूद्र' वर्णाला पाटील अब्राह्मणी संबोधतात, तो वर्णव्यवस्थावादी व ब्राह्मणविरोधी वर्ण आहे. वर्ण-जात, स्त्रीदास्य समर्थन हेच ब्राह्मणी परंपरेचे विशेष, या 'शूद्र' वर्णाच्या परंपरेचे आहेत. म्हणून पाटील लिहितात तशी ही शूद्रांची संस्कृती, ब्राह्मणी संस्कृतीच्या विरोधात असली तरी वर्णजात, स्त्रीदास्य विरोधी नाही; म्हणून ब्राह्मणी संस्कृतीची ती टु कॉपी ठरते. ती वेगळी 'संस्कृती' नव्हे.

या संदर्भात आणखी एका युक्तिवादाची नोंद अर्थपूर्ण ठरेल. कॉ. पाटलांनी 'ब्राह्मण व शूद्र हे दोनच वर्ण उरल्याचा निर्वाळा पुराणांनी दिल्याचे' सांगितले आहे. (समा. जानेवारी-फेब्रुवारी ८९, पृ. ५८,५९). वर्णव्यवस्था बुद्धाच्या काळात इ. स. पू. ६व्या शतकात संपली. पुराणाचा काळ हा इ. स. च्या ३ऱ्या शतकापासून सुरू होतो. पुराणकाळात अनेक जाती जन्माला आल्या होत्या. तरीही पुराणाचे मत मान्य करून ब्राह्मण व शूद्र हे दोनच वर्ण असल्याचे पाटील स्वत:ही ग्राह्य धरतात; तेव्हा प्रश्न असा आहे की, म. फुल्यांनी सांगितलेली ब्राह्मण वर्णाची व शूद्र वर्णाची संस्कृती ही अनुक्रमे वर्ण-जातव्यवस्था समर्थक ब्राह्मणी व वर्णजात व्यवस्था विरोधक अब्राह्मणी कशी ठरावी? ब्राह्मण वर्णाला समांतर असे शूद्र वर्णाचे अस्तित्व खुद्द फुले व पाटीलही गृहीत धरतात. शिवाय या शूद्र वर्णात मराठ्यांसह बहुजन जाती आहेत, त्या वर्ण-व्यवस्थावादी असताना त्या 'अब्राह्मणी' म्हणजे जातव्यवस्था विरोधी कशा ठरतील? ब्राह्मण वर्ग व शूद्रवर्णसंघर्ष हा वर्णीय संघर्ष आहे आणि वर्णांतर्गत संघर्ष हा वर्णव्यवस्थाविरोधी ठरू शकत नाही; म्हणूनच कॉ. पाटील यांची ब्राह्मणी-अब्राह्मणी ही मांडणी सपशेल कोसळून पडते. या संघर्षात वर्णीय अभिमान हा पाया असतो.

ज्या ब्राह्मणेतरांना कॉ. पाटील 'अब्राह्मणी' संबोधतात, ते ब्राह्मणेतर, फुल्यांच्यानंतर 'सत्य' शोधकी जात्यन्ताच्या उद्दिष्टांशी एकनिष्ठ राहिले नाहीत, या य. दि. फडक्यांच्या विचारसूत्राला विनाअट मान्य करण्याचा भोंगळपणा पाटलांनीच नोंदला आहे. (पहा : अब्राह्मणी साहित्याचे सौंदर्यशास्त्र, पृ. १८५) अर्थात 'अब्राह्मणी' (ब्राह्मणेतर) हे जात्यन्ताशी एकनिष्ठ राहिले नाहीत याची कबुली स्वत: पाटीलच देतात. या मुद्द्यावर कॉ. पाटील पळवाट काढून कदाचित असे म्हणतील की, 'ब्राह्मणेतर म्हणजे अब्राह्मणी हे खरे; पण अब्राह्मणी म्हणजे मात्र बुद्ध व जैन परंपरा मानणारे लोक.' पण अशी पळवाटही त्यांनी स्वत:च बंद करून घेतलीय; कारण 'अब्राह्मणी साहित्याचे सौंदर्यशास्त्र' या त्यांच्या ग्रंथाच्या १६६ पानावर आनंद यादवांच्या संदर्भात लिहिताना पाटलांनी ब्राह्मणेतर=त्रैवर्णिक हे समीकरण स्पष्टपणे स्वीकारले आहे.

ब्राह्मणेतर=त्रैवर्णिक=अब्राह्मणी हे समीकरण कॉ. पाटलांच्या अंतरंगात मुरलेले आहे, याचा खास पुरावा त्यांच्या 'अब्राह्मणी साहित्याचे सौंदर्यशास्त्र' या ग्रंथाच्या १६६ पानावर आहे. त्यांच्याच ग्रंथातील त्यांच्याच दाखल्याने ब्राह्मणेतर=त्रैवर्णिक=अब्राह्मणी हे त्यांनी गृहीत धरलेले सूत्र सिद्ध झाले तर पाटलांनी केलेले 'अब्राह्मणी' म्हणजे वर्ण-जात, स्त्रीदास्यविरोधी ही व्याख्याच पाटलांचे जातीय रूप उघडकीस आणते.

आता हा पुरावा पाहा : आनंद यादवांच्या ग्रंथातील एक उतारा कॉ. पाटलांनी 'अब्राह्मणी साहित्याचे सौंदर्यशास्त्र' या ग्रंथाच्या १६६ पानावर नोंदला आहे. तो असा : 'पर्यायाने मराठी समाजातच वर्णव्यवस्थेमुळे साहित्याच्या संदर्भात त्रिवर्णिक एका बाजूला आणि ब्राह्मणवर्ग एका बाजूला अशी व्यवस्था होती; त्यामुळे समग्र मराठी साहित्यक्षेत्रात दोन मराठी स्वभाव पूर्वीपासून सतत घडत गेले आणि दोन साहित्यधारा सतत वाहत राहिल्या. एक ब्राह्मण वर्णिकांची अभिजात साहित्याची आणि दुसरी उर्वरित त्रिवर्णिकांची लोकसाहित्याची...' श्री. यादवांच्या 'ग्रामीण साहित्य, समाज आणि संस्कृती' या ग्रंथातील हा उतारा ब्राह्मणवर्ग व उर्वरित त्रैवर्णिक यांच्यातील विरोधावर प्रकाश टाकतो आणि अभिजात साहित्याची व लोकसाहित्याची परंपरा भिन्न दाखवून ब्राह्मण व इतर तीन वर्ण यांच्यातील संघर्ष मांडतो. या उताऱ्यात ब्राह्मणी व अब्राह्मणी अशा अर्थाचा आशय कुठेच नाही; कारण पाटलांच्या व्याख्येप्रमाणे, ब्राह्मणेतर त्रैवर्णिक हे वर्णव्यवस्थाविरोधी नव्हेत. तरीही आनंद यादवांचा हा उतारा पाटलांनी स्वतःच्या स्वार्थासाठी सोयीस्कर 'वापरून' त्यावर भाष्य करताना लिहिले की, 'म्हणजे मराठी साहित्याची मूळ वर्गवादी ब्राह्मणी साहित्य व अब्राह्मणी साहित्य अशीच असल्याचे यादव सूचित करतात.' (उक्त, पा. १६६) आहे की नाही कमाल? जे यादवांना अभिप्रेत नाही, ते पाटील त्यांच्या माथी मारून चुकीची मांडणी पुढे रेटतात.

आनंद यादवांना ब्राह्मण व त्रैवर्णिक यांच्या भिन्न साहित्य परंपरा मांडायच्या होत्या, ते त्यांनी प्रामाणिकपणे मांडले. जे त्यांना म्हणायचे नाही ते शरद पाटील यांनी बळजबरीने स्वतःचे 'ब्राह्मणी व अब्राह्मणी' हे सूत्र आनंद यादवांच्या नावे मांडले आहे. वाङ्मयचौर्य हे जेवढे मूल्यहीन कर्तृत्व, तेवढेच दुसऱ्याची इच्छा नसता व दुसऱ्यास मान्य नसलेले स्वतःचे विचारसूत्र, त्याच्या नावे नोंदवून सत्याचा अपलाप करणे, हे विशुद्ध चिंतनात्मकतेतील लांच्छनास्पद कर्तृत्व असते. दुसऱ्या प्रकारातील कर्तृत्व इथे शरद पाटलांनी गाजविले आहे.

'अब्राह्मणी साहित्याचे सौंदर्यशास्त्र' या पाटलांच्याच ग्रंथातील १५४ पानावरही असाच व हाच बौद्धिक बलात्कार आनंद यादवांच्या संदर्भात झालेला आहे. श्री. आनंद यादवांचे, मराठी साहित्यातील मूळ दोन प्रवाह अभिजात साहित्य व लोकसाहित्य असल्याचे मत शरद पाटलांनी जसेच्या तसे न स्वीकारता, 'त्यांना ते ब्राह्मणी व अब्राह्मणी असे संबोधतात.' असे उलट आरोपण यादवांवर केले आहे. हा कॉ. पाटलांचा दुराग्रह चिंतनपरंपरेत अशोभनीय तर आहेच; पण सत्यशोधनातील विकृतीचा ऐतिहासिक नमुनाही आहे.

स्वत:च केलेल्या ब्राह्मणी-अब्राह्मणीच्या व्याख्येपासून कॉ. शरद पाटील लाखो मैल दूर जाऊन, वर्णव्यवस्थांतर्गत संघर्षातील ब्राह्मणविरोधी ब्राह्मणेतर त्रैवर्णिकांची जातीय व वर्णीय बाजू घेऊन, जेव्हा सत्याच्या नावे असत्य विवेचन करतात, तेव्हा सत्य आणि सत्याभास यांतील फरक स्पष्ट करणे हे कोणत्याही अभ्यासकाचे कर्तव्यच ठरते. पाटलांची 'ब्राह्मणी व अब्राह्मणी' ही मांडणी कशी संपूर्णतया चुकीची आहे, अशास्त्रीय आहे याचे विवेचन करताना मानसशास्त्रीय ज्ञानाचा आधारही महत्त्वाचा ठरतो. अर्थात या मानसशास्त्रीय सत्याचे विवेचनसुद्धा खुद्द पाटलांच्याच पुराव्याआधारे करणे योग्य ठरेल. शरद पाटील लिहितात, 'यावरून भारतीय साहित्यनिर्मितीत अभिजात साहित्यिकांची जशी वर्गीय जाणीव काम करीत असते, तशी जातीय नेणीव करते हे सिद्ध होते.' (अब्राह्मणी साहित्याचे सौंदर्यशास्त्र, पृ. १८६)

साहित्यनिर्मितीच्या प्रक्रियेत जातीय नेणीव जर प्रभावी ठरत असेल तर तो नियम फक्त ब्राह्मणालाच एकट्याला कसा लागू शकतो? पाटील सांगत असलेले हे जातीय नेणिवेचे सत्य, जर सार्वत्रिक असेल तर खुद्द शरद पाटलांच्या साहित्य-निर्मितीतसुद्धा त्यांची स्वत:ची जात-नेणीवसुद्धा काम करीत असते, हे पाटीलच कबूल करतात ना?

'अब्राह्मणी साहित्याचे सौंदर्यशास्त्र' या कॉ. शरद पाटील लिखित ग्रंथाच्या 'परिशिष्ट'मध्ये (पान २००) 'काका कालेलकर आधी ब्राह्मण होते, नंतर गांधीवादी. रिझर्व्हेशनविरोधी ही जातीय निरूपाधिक प्रतिक्रिया आहे हे उघड आहे', अशी नोंद आहे. मागास जातींच्या रिझर्व्हेशनच्या विरोधी काका कालेलकरांनी मत व्यक्त केल्याने, शरद पाटलांनी त्यांच्या ब्राह्मण जातीला दोषी ठरविले आहे; पण कोणत्याही जातीच्या संस्कारांना बळी पडलेली सवर्णीय व्यक्ती, कालेलकरांच्या जागी असती तरी हेच घडले असते. हा दोष केवळ ब्राह्मणजातीचा नसून कोणत्याही जातीचा असू शकतो. काका कालेलकर गांधीवादी असले तरी प्रथम

ते 'ब्राह्मण' आहेत, हे कॉ. पाटलांचे मत सिद्धान्त म्हणून जसेच्या तसे मान्य केले तर, खुद्द शरद पाटलांच्या बाबतसुद्धा असे म्हणता येईल की, 'शरद पाटील अगोदर मराठा, त्यानंतर कम्युनिस्ट आणि पुन्हा त्यानंतर सत्यशोधक कम्युनिस्ट आहेत.' (किंवा राहू शकतात.)

या संदर्भात चिंतनाचा कळीचा प्रश्न निर्माण होतो तो आपण गांभीर्याने लक्षात घ्यायला हवा. जात-जाणिवेतील 'अन्याय' ही जाणीव अन्यायपीडिताला व अन्यायकर्त्यालाही होऊ शकते का? याचे उत्तर होकारार्थी असून, या जागृत जाणिवेचे स्वरूप व्यक्तिपरत्वे भिन्न असू शकते! ही जाणीव सहृदय माणसाला जशी होऊ शकेल तशीच प्रज्ञावंतालाही होऊ शकेल. या अन्यायाचा विरोध करणाऱ्या दोन दिशा आहेत– एक फक्त प्रबोधनाची तर दुसरी प्रबोधनासह विद्रोहाची!

जात-जाणिवेचे मूळ संस्कार हे अन्यायकारकच आहेत. हे संस्कार सर्व जातींनी केले व स्वीकारले. या संस्कारावर मात करणे व्यक्तीला शक्य आहे, मग ती व्यक्ती कोणत्याही जातीची असो. व्यक्तीच्या क्षमतेप्रमाणे व जागृतीच्या स्वरूपानुसार त्याचे परिणाम सिद्ध होतात. या पार्श्वभूमीवर ब्राह्मणाचा 'ब्राह्मण' म्हणून अहंकार जेवढा वाईट व अन्यायकारक, तेवढाच मराठ्याचा 'मराठा' म्हणून अहंकार अन्यायकारक ठरतो. ही व्यापक व मूलभूत चिंतनाची क्षमता, कॉ. शरद पाटलांच्या 'ब्राह्मणी-अब्राह्मणी' विवेचनात दुर्दैवाने आढळत नाही.

शरद पाटलांची मानसिकता ही अशी एकूण जात-जाणिवेच्या विरोधाऐवजी फक्त ब्राह्मण जातीच्या विरोधी तयार झाली आहे. म्हणूनच त्यांच्या 'सत्यशोधक मार्क्सवादी' या नियतकालिकासह 'दासशूद्रांची गुलामगिरी' आणि 'अब्राह्मणी साहित्याचे सौंदर्यशास्त्र' या ग्रांथिक लेखनात, त्यांची जातीय मानसिकता त्यांना नकळत अभिव्यक्त झाली आहे; त्यामुळे त्यांनी घेतलेली वर्ण-जात-स्त्री-दास्य विरोधी भूमिका, त्यांच्याच लेखनाने बाद ठरवून ते स्वतःच जातीयवादी किंवा संकुचित विचारवंत ठरावेत, असे अनेक पुरावे त्यांच्याच ग्रंथसंपदेने पुरविले आहेत.

ब्राह्मणी-अब्राह्मणी वादामध्ये त्यांनी अब्राह्मणी ही त्यांच्या मते वर्णविरोधी बाजू घेतली असल्याचे ते आग्रहाने सांगतात; पण प्रत्यक्ष लेखनाच्या प्रत्येक अंगाचा वेध घेताना असे स्पष्ट दिसते की, कॉ. पाटील एकूण वर्णव्यवस्थेला विरोध करीतच नाहीत, तर ते फक्त ब्राह्मणी वर्ण-जातीचाच विरोध करीत आहेत. पण त्यांची समजूत मात्र समग्र क्रांतिवाद्यांचा वारसा आपल्याकडेच आहे, अशी झालीय. ब्राह्मण वर्णाच्या द्वेषाने किंवा कोणत्याही एकाच व्यक्तीच्या द्वेषाने व

विरोधाने भारलेले व भरलेले साहित्य, हे वस्तुनिष्ठ सत्याला सुसंगत असू शकत नाही. पाटलांच्या चिंतनाला हा कलंक लागल्याने, त्यांचे सत्यशोधनाचे पावित्र्य व सामर्थ्य, या मूल्यहीनतेने डागाळले आहे.

गेल ऑमव्हेट आणि कांबळेही 'ब्राह्मणी'च?

सुप्रसिद्ध विदुषी गेल ऑमव्हेट यांनी संपादन केलेल्या 'लँड, कास्ट ॲण्ड पॉलिटिक्स इन् इंडियन स्टेटस्' या अभिजात ग्रंथातील, 'दलितांवर हल्ले करणारे आता ब्राह्मण नाहीत तर शेतकरी जाती आहेत,' या संपादिकेच्या विचारसूत्रावर, कॉ. पाटलांनी भयंकर राग व्यक्त केला आहे. 'दलितांवर कोण हल्ले करीत आहे?' या प्रश्नाच्या उत्तरात गेल ऑमव्हेट लिहितात, 'आता इत:पर ब्राह्मण, राजपूत, देशमुख, बेल्लाळ वा उच्चजातीय जमीनदार नाहीत, तर बहुधा आहेत मध्यम जाती, नवे श्रीमंत शेतकरी, जे एकेकाळी जमीनदारांविरुद्ध लढणारे मध्यम शेतकरी व कूळ होते आणि जे अजूनही स्वत:ला बहुजनसमाज, किसान व शेतकरी म्हणवून घेतात. जे एकेकाळी सरंजामशाहीविरोधी लढ्यात दलितांचे दोस्त होते, ते आता त्यांचे मुख्य शत्रू झाल्याचे दिसतात.' गेल यांचा उपरोक्त उतारा काळजीपूर्वक वाचल्यावर लक्षात येणाऱ्या गोष्टी अशा–

१. 'ब्राह्मण हे शूद्रांचे शत्रू नव्हते वा नाहीत' असे श्रीमती गेल यांनी म्हटले नाही. साधारणत: आता दलितांवर हल्ले करण्याचे काम ब्राह्मण उच्चजातीय करीत नाहीत, एवढेच त्यांनी नोंदले आहे.

२. अर्थात ब्राह्मण व उच्चजातीय दलितांवर आता हल्ला करीत नसले तरी, दलितांबद्दल त्यांचे शत्रुत्व संपले आहे, असे गेल म्हणत नाहीत. त्यांच्या मनात शत्रुत्व संपले आहे, असेही गेल म्हणत नाहीत. त्यांच्या मनात शत्रुत्व असू शकते. फक्त प्रत्यक्ष हल्ला करण्यात ब्राह्मण नाहीत, तर तिथे मध्यम जाती व श्रीमंत शेतकरी आहेत, हे वास्तवातले सत्य नोंदले आहे.

असे असले तरी कॉ. पाटलांनी मात्र गेलबाईंना या संदर्भात दोषी ठरविले आहे; कारण गेलबाईंनी 'आता ब्राह्मण दलितांवर हल्ले करीत नाहीत,' हे सत्य मांडण्याचा 'गुन्हा' केला आणि दुसरा गुन्हा म्हणजे 'दलितांवर हल्ले, आता माध्यम जाती व नवे श्रीमंत शेतकरी करतात.' हे दुसरे सत्य मांडले. कॉ. पाटलांना, शूद्रांचे-दलितांचे खरे व एकमेव शत्रू फक्त ब्राह्मणच आहेत, हेच ठसवायचे आहे; म्हणूनच गेलच्या विवेचनाचा त्यांना संताप आला आणि या संतापाच्या भरात पाटलांनी गेल ऑमव्हेट यांची 'नवब्राह्मणी डाव्यांच्या गोटात'

बोळवण केली. (पहा. : 'भारतीय मागासलेपणा ओळखण्यासाठी 'वर्ग' हा पाया असावा की जात?' मंडल आयोगाविरोधी प्रतिक्रियेला उत्तर, लेखक : शरद पाटील, पृ. २६) विशेष म्हणजे कॉ. पाटील यांनी 'मध्यम जाती किंवा नवश्रीमंत शेतकरी दलितांचे शत्रू नाहीत, हे सिद्ध न करताच, फक्त ब्राह्मणांवरच दलितांच्या शत्रुत्वाचा शिक्का मारला आहे.' या चिंतनाच्या मुळाशी ब्राह्मण या जातीबद्दलची विरोधात्मक मानसिकता आहे, हेच यावरून स्पष्ट व्हावे. (?)

गेल ऑमव्हेट यांचे विवेचन हे ब्राह्मणनिष्ठ नसून ते अभ्यासपूर्वक, सम्यक् आकलनातून मांडलेले सत्य आहे. त्याला व्यावहारिक आधार आहे. तो नियम नाही. श्रीमती गेल या ब्राह्मण नसूनही त्यांचा वस्तुनिष्ठ अभ्यास, कॉ. पाटलांच्या मताविरुद्ध व मनाविरुद्ध सत्याची नोंद करतो. म्हणूनच त्यांना 'नवब्राह्मणी' ही खास बौद्धिक शिवी सोसावी लागली. पाश्चात्त्य विदुषी भारतात राहून प्रचंड भ्रमंती व प्रत्यक्ष अवलोकन, चिंतन-मनन करून जेव्हा वस्तुनिष्ठ सत्य मांडू लागते, तेव्हा ते सत्य आपणास गैरसोयीचे म्हणून केवळ त्यांना 'नवब्राह्मण' ठरविणारे कॉ. पाटील, हे ब्राह्मण-द्वेषाचे 'आंधळे विद्वान' आहेत एवढाच निष्कर्ष यातून स्पष्ट होतो.

श्री. बी. आर. कांबळे या दलित विचारवंताने 'कास्ट ॲण्ड फिलॉसफी इन् प्री-बुद्धिस्ट इंडिया' या ग्रंथात असा निष्कर्ष काढला आहे की, प्राचीन भारतात ब्राह्मण विरुद्ध क्षत्रिय असा संघर्ष झालाच नाही. अर्थात हा निष्कर्ष कॉ. पाटलांनी अमान्य केला असून, 'मध्यम जातीय भटाळू शकतात (बहुधा श्री. आनंद यादव) तसे दलित विचारवंतही भटाळू शकतात,' असा उपरोधपूर्ण टोला, श्री. बी. आर. कांबळे यांना मारला आहे. (अब्राह्मणी साहित्याचे सौंदर्यशास्त्र, पृ.६०)

श्री. कांबळे यांचा निष्कर्ष कॉ. पाटलांना अमान्य आहे. म्हणजेच प्राचीन भारतात ब्राह्मण विरुद्ध क्षत्रिय असा संघर्ष झाला, असेच त्यांना म्हणायचे आहे. पण मग हा ब्राह्मण-क्षत्रिय संघर्ष ब्राह्मणी-अब्राह्मणी कसा ठरतो? कारण ब्राह्मण व क्षत्रिय हा वर्णीय संघर्ष आहे. वर्णांतर्गत संघर्षाला पाटील वर्णविरोधी संघर्ष समजून मांडणी करतात. इथेच मोठा वैचारिक धपला झालेला आहे.

'दलितांचे शत्रू कोण?' या कॉ. पाटील यांच्या प्रश्नाला 'दलित विचारवंत' श्री. बी. आर. कांबळे यांनी 'प्रथम ब्राह्मण होते, आता मराठे' हे दिलेले उत्तर भयंकर झोंबले. अगदी हेच- असेच मत गेल ऑमव्हेट या विद्वान विदुषीने मांडले तेव्हा, कॉ. पाटलांनी त्यांनाही 'नवब्राह्मण' ठरवून निकाली काढले.

स्वत:च्या प्रतिपादनाविरुद्धची विद्वानांची मते समजून न घेता, संबंधित विद्वानांना 'भटाळलेपणा'ची द्वेषमूलक शिक्षा ठोठावण्याचा पराक्रम, कॉ. पाटील यांनी अनेक वेळा केलाय. आनंद यादव, गेल ऑमव्हेट, बी. आर. कांबळे आणि प्रकाश आंबेडकरसुद्धा (समा. डिसेंबर ८७, पृ.९) कॉ. पाटील यांच्या मताप्रमाणे 'भटाळलेले' ठरत असतील, तर स्वत: पाटीलच या जातीय जाणिवेचे भूत मनात किती निष्ठेने उभारतात, याचा हा उत्तम पुरावा ठरावा. तेव्हा कॉ. पाटलांची भूमिका ही प्रतिक्रियात्मक जातीयवादाचीच असल्याने, ते स्वत:च खऱ्या अर्थाने 'भटाळलेले' ठरू शकतात, असा वस्तुनिष्ठ निर्णय कोण्या अभ्यासकाने काढला तर चूक ठरू नये!

या निमित्ताने कॉ. पाटलांनी एक छान कबुली मात्र दिलीय, ती नोंदली पाहिजे. आनंद यादवांसह गेल ऑमव्हेट व बी. आर. कांबळे वगैरे ब्राह्मणेतर जातींमधील विचारवंतसुद्धा, पाटलांच्या मते 'भटाळू' शकतात. म्हणजे प्रवृत्तीने कोणताही माणूस 'भट' बनू शकतो. 'भट' होण्यासाठी 'ब्राह्मण' असलाच पाहिजे असा नियम नाही, हे कॉ. पाटलांनीच मान्य केले हे बरेच झाले. अर्थात ब्राह्मणाशिवाय इतर जातींमधील व्यक्ती, या 'भट' होऊ शकतात हे सत्य आणि त्याची दुसरी बाजू म्हणजे ब्राह्मण हे स्वत:चे 'भटपण' नष्ट करू शकतात, हे दुसरे सत्य. हे विवेचन पाटलांच्याच सूत्राचा तपशील आहे; मग हे विश्लेषण त्यांना मान्य असो वा नसो!

विशेष म्हणजे स्वत: पाटलांनीच स्पष्ट कबुली दिली आहे की, 'जाट, यादव, मराठे किंबहुना भारताच्या प्रभुत्वशाली शेतकरी जाती, अस्पृश्यांवर अन्याय करून लाठीने जिंकतात.' (समा. जानेवारी ८८, पृ.५) ब्राह्मणांशिवाय वरील जाती या शोषक व अन्याय करणाऱ्या आहेत, हे पाटलांनीच मान्य केले असून हे मत गेल ऑमव्हेटला समांतरच आहे. उच्चजातीय व्यक्ती, वर्ग-जातंत्यवादी असू शकते, याची स्पष्ट कबुली श्री. पाटील यांनी त्यांच्या 'अब्राह्मणी साहित्यांचे सौंदर्यशास्त्र' या पुस्तकात जयप्रकाश नारायण यांच्यासंबंधाने दिली आहे. (पान १४९) कॉ. पाटील लिहितात, 'जयप्रकाश नारायण हे जरी उच्चजातीय असले तरी ते जातवर्गान्तवादी असल्याने त्यांनी उच्चजातीयांचे वैशिष्ट्य अचूकपणे जाणले होते.'

उच्चजातीय व्यक्ती स्वार्थ व संस्कार बाजूला सारूनही वर्गजात्यन्तवादी होऊ शकते, ही खुद्द कॉ. पाटलांनीच दिलेली कबुली, ब्राह्मणाबद्दलच्या त्यांच्या द्वेषी व विरोधी भूमिकेचा भंडाफोड करणारी आहे. तसेच नेणिवेत उच्चजातीय

संस्कार राहिल्याने, ब्राह्मण हा वर्णजात स्त्रीदास्य समर्थकच राहतो, या सैद्धान्तिक मांडणीतील बोगसपणाही सिद्ध करण्यास पुरावा उपयुक्त आहे.

कॉ. पाटील यांची वैचारिक झेप कधी-कधी वस्तुनिष्ठतेच्या सर्वश्रेष्ठ उंचीपर्यंत जाणारी आहे. 'विषमतेच्या सर्व कालखंडांमध्ये खऱ्याखुऱ्या थोर व्यक्तींनी समतेचे स्वप्न पाहिलेले आहे आणि त्यानुसार जगण्याचा प्रयत्न केला आहे.' (अ. सा. सौं., पृ. ९८) हे कॉ. पाटलांचे विधान, सम्यक् सत्याची नोंद करते; पण प्रत्यक्ष भूमिकेत व सैद्धान्तिक मांडणीत मात्र, ही व्यापक सत्याची जाणीव झुगारून, कॉ. पाटील फक्त बुद्ध, फुले, शाहू, आंबेडकर यांनाच समतेच्या स्वप्नाचे शिल्पकार मानतात. ही एकमेव परंपराच समाजक्रांतिकारी असल्याचा दावा पाटलांनी निष्ठेने व आग्रहाने केला आहे! मग संत ज्ञानेश्वर, लोकहितवादी, आगरकर, म. गांधी इ. थोर व्यक्तींच्या समतेच्या स्वप्नांना 'ब्राह्मणी' ठरवून मूठमाती देण्याचे वैचारिक पाप कॉ. पाटील का करतात?

कुरुंदकर शिष्य व लोहियानिष्ठ समाजवादी प्राध्यापक स. दि. महाजन हे उच्चजातीय म्हणून ते दलितविरोधी असल्याची नोंद, कॉ. पाटील यांनी केली आहे. (पहा : अब्राह्मणी साहित्याचे सौंदर्यशास्त्र, पृ.१५०) स. दि. महाजनांचा दलित विरोध हा व्यक्तिगत दोष आहे. तो उच्चजातीयांचा सार्वत्रिक नियम नाही. स. दि. महाजन हे संपूर्ण उच्चजातीयांचे प्रतिनिधी ठरत नाहीत, तरीही त्यांचे व्यक्तिगत उदाहरण देऊन, ब्राह्मण उच्चजातीय हे 'दलितविरोधी' असतातच, या भूमिकेतून शरद पाटील मांडणी करीत राहतात! पण खुद्द पाटलांनीच जयप्रकाश नारायण या उच्चजातीयांचे उदाहरण देऊन, स्वत:च हे मान्य केले आहे की, उच्चजातीय ब्राह्मणसुद्धा वर्गजात्यन्तवादी असू शकतो! पण कॉ. शरद पाटलांची मानसिकता सतत ब्राह्मणविरोधीच राहिल्याचे दिसते. यातून वैचारिक गोंधळाचे व ॲण्टिब्रॅह्मिन मानसिकतेचे स्पष्ट चित्र, त्यांच्या एकूणच ग्रंथात व स्फुटलेखनात उमटले आहे.

ब्राह्मणांच्या भेदनीतीचा आरोप करून प्रा. के. र. शिरवाडकर यांच्या विधानाचा जातीयवादी भूमिकेतून पाटलांनी अर्थ विशद केला आहे. 'दलितांना आता ब्राह्मणाचा विरोध राहिलेला नाही, विरोध आता मराठ्यांचा राहिलेला आहे.' या के. र. शिरवाडकरांच्या विधानातील वास्तव सत्याची शक्य-अशक्यता न पडताळताच, कॉ. पाटील यांनी प्रा. शिरवाडकरांनाही ब्राह्मण = गुन्हेगार ठरविले. प्रा. शिरवाडकरांप्रमाणेच बी. आर. कांबळे व गेल ऑमव्हेट (हे ब्राह्मण नसताना) त्यांनीसुद्धा अगदी असाच निष्कर्ष काढला आहे, हे पाटील सोयीस्कर

विसरतात! जे सत्य प्रा. शिरवाडकर मांडतात तेच बी. आर. कांबळे व गेल ऑमव्हेटही मांडतात. म्हणजेच तो निष्कर्ष 'उच्चजातीयवाद्यांचा' नाही! पण हे मान्य करण्याचा प्रामाणिकपणा कॉ. पाटील यांच्या मनात नाही कारण हा निष्कर्ष ब्राह्मण जातीला ठोकण्यास सोयीचा नाही व तो मराठा जातीला गैरसोयीचा आहे, म्हणून कॉ. पाटील यांनी शिरवाडकर, बी. आर. कांबळे व गेल ऑमव्हेट यांच्यावर संताप व्यक्त केला आहे, याचे पुरावे यापूर्वीच नोंदले आहेत. ब्राह्मणांविरुद्ध मराठा जातीच्या सोयीचा विचार व समर्थन, हे वर्णव्यवस्थाविरोधी ठरू शकत नाही, याची गंभीर जाणीव कॉ. शरद पाटलांना कधीच होत नाही! हे त्यांच्या लेखनाचे सर्वांत मोठे अपयश आहे. पाटलांनी अनेक ठिकाणी ब्राह्मणांचा विरोध नोंदविताना कळत-नकळत मराठा, ब्राह्मणेतर, शूद्र यांचा कैवार घेतला आहे. ब्राह्मणांप्रमाणेच मराठादी जाती या ब्राह्मण्याची रूपे असल्याने, त्यांची भूमिका खऱ्या अर्थाने अब्राह्मणी = वर्णव्यवस्थाविरोधी ठरत नाही, तर ती केवळ ब्राह्मण-उच्चजातीय विरोधी 'मराठा जातीयवादीच' उभी राहते! म्हणूनच कॉ. शरद पाटील यांच्या वैचारिक भूमिकेतील चिंतनसूत्र, क्रांतिवादी मूल्यांच्या गाभ्याला विरोधी ठरते.

'दास शूद्रांची गुलामगिरी' हे कॉ. पाटील यांचे पुस्तक प्रसिद्ध करण्यास नकार देणाऱ्या ब्राह्मणांवर, त्यांनी राग व्यक्त केला आहे; पण शेवटी हे पुस्तक प्रकाशित करणारी मंडळी ब्राह्मणच निघाली! तेव्हा काही उच्चवर्णीयांचा अत्यंत वाईट अनुभव असू शकतो तसाच काही उच्चवर्णीयांचा चांगलाही अनुभव असू शकतो. सर्वच उच्चवर्णीयांचा अनुभव वाईटच असतो, असे म्हणता येत नाही. कॉ. पाटलांच्या लेखनाचा तसा सूर आहे. शरद जोशी, कॉ. पाटलांनी निमंत्रित केलेल्या साक्री येथील दलित-आदिवासी-ग्रामीण साहित्य संमेलनाला कबूल करून आले नाहीत व त्यांनी साधा संदेशही पाठवला नाही म्हणून, पाटलांनी त्यांना 'उद्धट' ठरविले आहे. कॉ. पाटील यांना तसे वाटणे आपण समजून घेऊ; पण 'समा'च्या जानेवारी, ८८च्या पहिल्या पानावर कॉ. पाटील लिहितात, 'रणदिवे हेही उच्चजातीय असल्यामुळे ते जोशींसारखे उद्धट आहेत.' कॉ. पाटील या विधानात शरद जोशी व बी. टी. रणदिवे यांच्या, त्यांना आलेल्या वैयक्तिक अनुभवावरून, संपूर्ण 'उच्चजात'च उद्धट ठरवत आहेत. उच्चजातीय संस्कारांचा परिणाम म्हणून उद्धटपणा अनुभवाला येण्याचा प्रकार, हा प्रत्येक उच्चजातीय व्यक्तीच्या संदर्भात अटळ असतोच, असा नियम होऊ शकत नाही! पण कॉ. पाटील मात्र ब्राह्मण उच्चजातीयांबद्दल मनात विरोध बाळगूनच चिंतन

करतात. या चिंतनाचे टोक म्हणजे, 'प्रकाश आंबेडकरही भटाळलेपणाला अपवाद नाहीत.' हा कॉ. पाटलांचा निष्कर्ष होय. डॉ. बाबासाहेब आंबेडकरांचा नातू व दलितांचा सच्चा नेता, कॉ. पाटलांच्या मताप्रमाणे 'भटाळ' असू शकतो. अर्थात 'दलित' प्रवृत्तीने 'भट' होऊ शकतो तर ब्राह्मणसुद्धा प्रवृत्तीने 'शूद्र' होऊ शकतो, हे पाटलांना त्यांच्याच मताप्रमाणे मान्य करावे लागेल आणि असे झाल्यास 'उच्चवर्णीय हा उद्धट व दलितविरोधी असतोच', हे पाटलांचे विचारसूत्र तर्कदुष्ट ठरते.

एका बाजूने कॉ. पाटील असे म्हणतात की, 'भारतीय समाजव्यवस्थेला मूलभूत संघर्ष सवर्णांतर्गत नव्हता; तर सवर्ण-अवर्ण यांच्यातील होता.' (समा. जुलै ८७, पृ. १) आणि दुसऱ्या बाजूने मात्र स्वत:ला ब्राह्मणेतर समजून संपूर्ण वर्णव्यवस्थेशी संघर्ष न पुकारता, फक्त ब्राह्मणांशीच संघर्ष करण्याची प्रत्यक्ष भूमिका घेतात. उपरोक्त अंकातच 'आंबेडकरांचे ॲडजस्टमेंटचे सर्व प्रयत्न अयशस्वी झाल्यावर त्यांना बहिष्कृतांचा प्रश्न हिंदुधर्माबाहेर जाऊन सोडवावा लागला,' अशी नोंद आहे. ज्या प्राथमिक काळात डॉक्टर आंबेडकरांनी वर्णव्यवस्थावादी हिंदुधर्माशी ॲडजस्टमेंटचे प्रयत्न केले, त्या काळातील डॉ. आंबेडकर, कॉ. पाटलांच्या व्याख्येप्रमाणे काटेकोरपणे 'अब्राह्मणी' कसे ठरावेत?

बुद्ध 'अब्राह्मणी' नव्हता!

कॉ. पाटलांनी भारतीय इतिहासातील सामाजिक वास्तवाचा शोध घेऊन, म. गौतम बुद्धालाही 'अब्राह्मणी' (म्हणजे वर्णव्यवस्थाविरोधी, जातव्यवस्थाविरोधी व स्त्रीदास्यविरोधी) ठरविले आहे; पण सुप्रसिद्ध विद्वान इर्फान हबीब यांनी तर, 'बुद्ध धर्म हा जातिव्यवस्थेचा जन्मदाता आणि पोशिंदा होता' असे मत नोंदवले आहे. 'या विषयावर लिहिण्याचा श्री. हबीबना अधिकार नसल्याचा' निवाडा कॉ. पाटलांनी दिला आहे! पण खुद्द पाटलांनीच बुद्धाने केलेली क्रांती ही शोषकाचीच आहे, या अर्थाची कबुली देताना म्हटले आहे की, 'भांडवलदारी लोकशाही क्रांतीपर्यंतच्या सर्व क्रांत्या, या जुन्या शोषकांविरुद्ध नव्या शोषकांनी केलेल्या व शोषितांना आपल्या मागे घेऊन केलेल्या क्रांत्या होत्या.' या विधानाच्या अर्थव्याप्तीत बुद्धप्रणित क्रांतीसुद्धा शोषकांचीच ठरते, शिवाय कॉ. पाटलांनीच 'निखळ समतेचा उपदेश बुद्धही करू शकत नव्हता.' (समा. मार्च-एप्रिल ८६, पृ.७) ही केलेली नोंद, बुद्ध हा निखळ 'अब्राह्मणी' नव्हता, अशीच कबुली देते आणि इर्फान हबीब यांचा अधिकार त्यांनी कितीही नाकारला तरी, त्यांच्याच निष्कर्षाला

पाटलांनाही यावे लागले.

'कास्ट इन् इंडियन हिस्ट्री' मध्ये इर्फान हबीब यांनी म्हटले आहे की, 'बौद्धवादाने वर्णव्यवस्थेला जरी विरोध केला तरी, कर्मवाद किंवा पुनर्जन्मवादाद्वारे तो कास्ट व्यवस्थेला पाठिंबा देणारा ठरला, बुद्धदर्शन जातव्यवस्थाविरोधी असले तरी! सर्वांत महत्त्वाची गोष्ट म्हणजे स्त्री-पुरुष विषमतेचा पुरस्कार बुद्धाने केला आहे. या पार्श्वभूमीवर कॉ. पाटलांच्या सूत्रानुसार बुद्ध 'अब्राह्मणी' ठरू शकत नाही. दासाश्रमाला बुद्धाने मूठमाती दिली; पण त्या जागी त्याने वैतनिक श्रमाचा पुरस्कार केला. हा बुद्ध क्रांतिकारी ठरतो; पण जातिव्यवस्थेला अधिष्ठान म्हणून जन्माला आलेला पुनर्जन्मवाद-कर्मवाद प्रतिपादणारा बुद्ध, अब्राह्मणी कसा ठरतो? कॉ. पाटलांनी मात्र बुद्धाला 'अब्राह्मणी' मानले आहे. लोकायतीकांनाही ते 'अब्राह्मणी'च मानतात. त्यातही असाच घोटाळा स्पष्टपणे झाला आहे.

वास्तविक राहूल सांकृत्यायन यांच्या मते, लोकायत हे वैदिक ब्राह्मणांचेही तत्त्वज्ञान होते. त्यासाठी त्यांनी बौद्ध त्रिपिटीकांचा हवाला दिला आहे हे विशेष! लोकायत तत्त्वज्ञान हे अब्राह्मणी मानले गेले असले तरी, ते ब्राह्मणी प्रस्थापितांना मंजूर होते. हे देवीप्रसाद चट्टोपाध्यांचेही मत कॉ. पाटलांनी विनातक्रार मान्य केले आहे. किंबहुना श्री. चट्टोपाध्याय यांनी तसे सिद्धच केल्याची कबुली कॉ. पाटलांनी दिली आहे. ('समा' नोव्हेंबर-डिसेंबर ८५, पृ. २४) मग प्रश्न असा आहे की, लोकायत तत्त्वज्ञान प्रस्थापित ब्राह्मणांना मंजूर असेल तर ते अब्राह्मणी कसे ठरावे? लोकायत तत्त्वज्ञान एक तर 'ब्राह्मणी' असेल पाहिजे किंवा ते 'अब्राह्मणी' असले पाहिजे किंवा 'ब्राह्मणी व अब्राह्मणी' हा वादच चुकीचा असल्याचे, त्याचे आशयवैशिष्ट्य असले पाहिजे. जे ब्राह्मणांना मंजूर असते ते 'अब्राह्मणी' ठरणार नाही आणि कॉ. पाटलांनी तर लोकायतला अब्राह्मणी ठरविले आहे; म्हणून त्यांनी पुन्हा आपल्या चिंतनाची तपासणी करणे आवश्यक झाले आहे.

बुद्ध, जैन, लोकायत यांना कॉ. पाटलांनी अब्राह्मणी परंपरेत समाविष्ट केले आहे; पण या एकाच परंपरेतील दर्शनांचाही आपसात संघर्ष होताच. लोकायतिकांच्या भोगासक्त तत्त्वज्ञानास बुद्धाने कडाडून विरोध केला आहे. तसेच जैन दर्शनातील आत्मक्लेशाविरुद्धसुद्धा बुद्धाने संघर्ष केल्याचे पुरावे आहेत. या पार्श्वभूमीवर बौद्ध विरुद्ध वेदान्ती, बौद्ध विरुद्ध जैन, बौद्ध विरुद्ध लोकयतिक हे सर्व संघर्ष, हे प्राचीन भारतीय इतिहासातील प्रमुख संघर्षप्रवाहच आहेत. या सर्व संघर्षप्रवाहांचे, रूपांचे मूल्यमापन, समीक्षण कॉ. पाटलांच्या 'ब्राह्मणी-अब्राह्मणी' या संकल्पनेत बसू शकत नाही.

प्राचीन भारतीय समाजवास्तवाचे हे रूप 'ब्राह्मणी व अब्राह्मणी' चौकटीच्या बाहेरचे आहे. ब्राह्मणी परंपरेतील वेदान्ती व बौद्ध, जैन, लोकायतिक यांचा संघर्ष हा एक पदर आहे; पण बौद्ध-जैन, बौद्ध-लोकायतिक यांच्यातील आडवे व उभे संघर्षाचे पदर, हे ब्राह्मणी-अब्राह्मणी असे उकलता येत नाहीत.

प्राचीन भारतीय समाजाच्या इतिहासात फक्त ब्राह्मणी व अब्राह्मणी यांच्यातच संघर्ष झाला आणि तोच प्रमुख संघर्ष आहे, असे कॉ. पाटील यांच्या प्रतिपादनाचे सूत्र आहे; पण या सूत्राच्या विरोधीच वास्तवता दिसून येते, याचा पुरावा कॉ. पाटलांच्याच संशोधनातून देणे उपयुक्त ठरते.

कॉ. पाटलांचे संशोधन सूत्र असे, 'अब्राह्मणी मातृवंशदासप्रथाक गणसमाज व ब्राह्मणी पुरुषसत्ताक शूद्रप्रथाक गणसमाज यांच्यात केवढेही संघर्ष झालेले असले तरी, ते या समाजाच्या उमेदीस दास वा शूद्रवर्णांना लाभदायक खचित नव्हते. दोन्ही समाजांचे उच्चवर्णीय हीनवर्णीयांचे जोखड अबाधित ठेवून हातमिळवणी व तडजोडी करीत.' (समा. नोव्हेंबर-डिसेंबर ८५, पृ. २५)

प्राचीन भारतात ब्राह्मणी पुरुषसत्ताक व अब्राह्मणी मातृसत्ताक गणसमाजातील उच्चवर्णीय हातमिळवणी करून हीनवर्णीयांची गुलामी कायम करीत असतील, तर कॉ. पाटलांच्या 'ब्राह्मणी-अब्राह्मणी' वादाला शून्य अर्थ ठरतो. दोन्हींत उच्चवर्णीय असले तर ते दोन्ही, पाटलांच्या व्याख्येनुसार 'ब्राह्मणी'च ठरतात; पण ब्राह्मणी व अब्राह्मणी गणसमाजातील उच्चवर्णीयांचे विभाजन कॉ. पाटील यांनी ब्राह्मणी-अब्राह्मणीत केले आहे. इथेच त्यांची वस्तुनिष्ठता संपुष्टात येते.

सत्याचा अपलाप

वस्तुनिष्ठ चिंतनाच्या अपलापातूनच कॉ. पाटील, त्यांचा आवडता 'ब्राह्मण विरोध' उगाळत राहतात. 'ब्राह्मण हा ब्राह्मणच राहतो,' या आशयाचे एक महत्त्वपूर्ण व मजेशीर विचारसूत्र पाटलांनी मांडले आहे. ते म्हणतात, 'ही अत्यंत प्रागतिकतेची व निधर्मीपणाची परीक्षा एका ब्राह्मणाने दुसऱ्या ब्राह्मणाची करायची नसते, तर ब्राह्मणाचे बळी असलेल्या माजी अस्पृश्य व आदिवासींनी आणि परधर्मीयांनी करायची असते.' (समा. जानेवारी ८८, पृ. ४)

या चिंतनसूत्रात कॉ. पाटील असे गृहीतच धरतात की, ब्राह्मण हा कधीच प्रागतिक वा निधर्मी होत नाही; म्हणूनच अस्पृश्य, आदिवासी किंवा परधर्मीय यांच्या सर्टिफिकेटवर ब्राह्मणांचे 'प्रागतिकपण' त्यांनी अवलंबून ठेवले आहे. याचा दुसरा अर्थ असा की, एखादा प्रामाणिक ब्राह्मण, ब्राह्मण्यरहित होऊन

प्रागतिक जरी झाला, तरी इतरांच्या प्रमाणपत्राशिवाय तो 'ब्राह्मण'च राहील. उपरोक्त विचारात कॉ. पाटलांच्या लक्षात एक मुख्य बाब यायला हवी की, 'अस्पृश्य' किंवा 'परधर्मीय' हेसुद्धा उच्चनीच भेदभाव बाळगणारे असू शकतात! तेव्हा अशा एका जातीने दुसऱ्या जातींना कसले प्रमाणपत्र द्यावे? जातीय परंपरेतील घटकांची परीक्षा आपसांत घेतली जाऊ शकत नसते, याची जाणीव कॉ. पाटील यांच्या लेखनातून सुटली आहे; कारण संपूर्ण दोष ब्राह्मणाकडेच देऊन त्यालाच गुन्हेगार ठरविण्याची मूळ प्रवृत्ती या लेखनाचा स्थायीभाव आहे.

जातव्यवस्थेचे विश्लेषण करताना जातीचे संदर्भ अपरिहार्य ठरणे आपण समजून घेऊ या; पण एकाच जातीला गुन्हेगार ठरवून झोडपण्याचा पराक्रम बजावणारे चिंतन, हे वरपांगी व्यवस्थाविरोधी भासवले असले तरी, व्यवस्थेतीलच दुसरा जातीय पक्ष उभे करणारे असते. सर्व जातवादी पक्षांचा विरोध हाच खरा जात-व्यवस्थाविरोध ठरू शकतो. त्यासाठी कोणत्याच जातीची अस्मिता नको!

'ब्राह्मणी-अब्राह्मणी' या परिभाषेचे त्यांचे वेड एवढे प्रगत अवस्थेला आले आहे की 'अब्राह्मणी' शब्दानेच जातवर्ग स्त्री-दास्यान्ताचा अर्थबोध होतो; पुरोगामी व परिवर्तनवादी या शब्दांनी होत नाही. (सत्यशोधक मार्क्सवादी, सप्टेंबर-ऑक्टोबर १९८८, पृ. २१) असे ते म्हणतात.

या दुराग्रहात कॉ. पाटलांना, 'नको असलेले ब्राह्मणी सुधारक', मोडीत काढण्याची सोय झालेली आहे. 'ब्राह्मणी' या एका शब्दाने कोणत्याही समाज-परिवर्तनवाद्याचे कर्तृत्व, प्रतिगाम्यांच्या-प्रतिक्रांतीवाद्यांच्या गोटात हाकलून लावण्याचे हे कारस्थान आहे. 'फुले-आंबेडकरां'च्या नावाचा जप करणारे विद्वानच, फुले-आंबेडकरांनी 'बाद' ठरविलेल्या कसोट्या स्वीकारून, पुन्हा त्यांच्याच नावे 'सत्या'चा गळा दाबू लागतात, तेव्हा क्रांतीची बीजे अंकुरण्यापूर्वी कुजवून मारण्याचा खेळ-तमाशा पाहण्याची पाळी, सच्च्या क्रांतिवाद्यावर येते.

'ब्राह्मणी-अब्राह्मणी' वादाचा हट्ट पूर्ण करण्यासाठी इतर विचारवंतांचे सोयीस्कर दाखले देण्यास पाटील चुकत नाहीत. त्यांचा हा पुरावा पाहा - कॉ. पाटील म्हणतात, 'रामदासाला वर्णाश्रमधर्म व ब्राह्मणवर्चस्व टिकवून धरायचे होते असे सरदार (गं. बा.) स्वच्छपणे म्हणतात.'

गं. बा. सरदारांनी रामदासाला ब्राह्मण्यवर्चस्व टिकविणारा संत म्हणून संबोधल्याचे, स्वतःच्या मताला अनुकूल पुरावा म्हणून सरदारांचेच निमित्त व भांडवल करून, कॉ. पाटील आपल्या पुष्ट्यर्थ वापरतात, 'तुकाराम व रामदासाकडे सरदार ब्राह्मण व अब्राह्मण प्रवाहांचे प्रतिनिधी म्हणून पाहतात,' हा पाटालांचा

गैरसमज आहे; कारण पाटीलच त्या दृष्टीने पाहतात. वास्तविक संतांची वाटणी 'ब्राह्मणी व अब्राह्मणी' अशा जातीय पायावर सरदारांनी केलेली नाही. सरदारांनी रामदासाचा दोष त्याच्या पदरी टाकला व इतर संतांचे सामर्थ्य त्यांच्या-त्यांच्या पदरी टाकले. 'ब्राह्मण्य रक्षावे आदरे' म्हणणाऱ्या रामदासाला, सरदारांनी निश्चितच दोषी ठरविले आहे. पण त्याच सरदारांनी, 'ज्ञानेश्वरादी संतांनीदेखील सामाजिक व्यवहारात वर्णाश्रमधर्माचा पुरस्कार केला, परंतु भक्तीच्या प्रांतात 'म्हणौनि कुले जाती वर्ण। हे अवघेची गा अकारण' (ज्ञा. ९-४५२) असे म्हणून त्यातील भेदभावाची तीव्रता पुष्कळ कमी केली, अशी ज्ञानेश्वरांची मर्यादित, वर्ण-जात-कुल विरोधांची थोरवी गायली आहे. (पाहा. सत्यशोधक मार्क्सवादी, सप्टेंबर-ऑक्टोबर ८८, पृ. २०) जाती-वर्ण-कुलांना 'अवघेची अकारण' मानणारे ज्ञानेश्वर समाज-व्यवहारात नसले तरी, भक्तिपंथात तरी क्रांतिकारी का ठरू नयेत? मग 'अब्राह्मणी' परिवर्तनाच्या प्रवाहात ज्ञानेश्वरांची नोंद कॉ. पाटील का करीत नाहीत?'

यादव, कसबे, सुर्वे यांचा विरोध

चिंतनक्षेत्रातील 'ब्राह्मणी-अब्राह्मणी' या तर्कदुष्ट मांडणीला साहित्य प्रांतातही घुसडण्याचा प्रयत्न सुरू झाला तेव्हा, श्री. आनंद यादवांनी एका विशिष्ट अंगाने या मांडणीला सात्त्विक विरोध केला; कारण यादवांची तर्कशुद्ध बुद्धी 'अब्राह्मणी' शिक्क्याने गढूळ झाली नाही! याचा वैताग येऊन कॉ. पाटलांनी, ब्राह्मणेतर चळवळीने याला 'भटाळणे' असे म्हटले आहे, असा कडवट व बुद्धिहीन अभिप्राय नोंदवून, आनंद यादवही 'भटाळले' आहेत असे सूचित केले आहे. (पहा : सत्यशोधक मार्क्सवादी, सप्टेंबर-ऑक्टोबर १९८८, पृ. १३)

तर याच 'ब्राह्मणी-अब्राह्मणी' मांडणीला प्रसिद्ध विचारवंत रावसाहेब कसबे यांनी विरोध केला तेव्हा, सत्य अन्वेषणाचा व सत्यप्रतिपादनदाचा कसब्यांचा हक्क हिसकावून घेऊन, 'कसबे विचारवंत म्हणून १९८५ सालीच थांबले' असा जगावेगळा निष्कर्ष कॉ. पाटलांनी काढला आहे. (पहा : सत्यशोधक मार्क्सवादी, सप्टेंबर-ऑक्टोबर १९८८ पृ. ४०)

'ब्राह्मणी-अब्राह्मणी' या मांडणीला नारायण सुर्व्यांनीही विरोध करण्याचा, गुन्हा केला म्हणून, त्यांना 'पारंपरिक मार्क्सवादी' ही 'शिक्षा', 'सत्यशोधक' कॉ. पाटलांनी ठोठावली आहे. याशिवाय असंख्य अभ्यासकांनी पाटलांची ही मांडणी अयोग्य ठरविली आहे; पण असत्याचा दुराग्रह सोडणे त्यांना आता अडचणीचे

वाटत असावे, म्हणून सत्याच्या नावेच या मांडणीचे हॅमरिंग सतत चालू झाल्याचे दिसत आहे.

भारतीय दार्शनिकांचा संघर्ष आणि ब्राह्मणी-अब्राह्मणी सिद्धान्त

कॉ. पाटील भारतीय इतिहासातील वास्तवाचा शोध घेतात, तेव्हा त्यांना 'ब्राह्मणी व अब्राह्मणी' हाच संघर्ष परंपरेत दिसून येतो. किंबहुना परंपरेने व नंतर राजवाडे, केतकर, डॉ. राधाकृष्णन यांनी असेच गृहीत धरल्याचा, 'वस्तुस्थितिनिदर्शक निष्कर्ष' पाटील यांच्या चिंतनाचा पाया आहे. 'परंपरा' राजवाडे, केतकर, राधाकृष्णन व पाटील यांनी संघर्षाचे एकच एक आणि तेही स्थूल रूप भारतीय दर्शनात व इतिहासात पाहिले; त्यामुळे संघर्षाच्या एकपदरी रूपाला त्यांनी 'ब्राह्मणी आणि अब्राह्मणी' संबोधण्याची एकजात चूक केली. 'ब्राह्मणी' वर्णाश्रमधर्मातील ब्राह्मण-ब्राह्मणांत, क्षत्रिय-क्षत्रियांत, क्षत्रिय-वैश्यांत संघर्ष होताच. हा वर्णव्यवस्था समर्थकांतील संघर्षाचा वास्तव गुंता, ब्राह्मणी-अब्राह्मणी, मोजपट्टीने कसा उलगडावा? वर्ण-व्यवस्थांतर्गत संघर्ष हासुद्धा भारतीय इतिहासात वस्तुस्थितीचाच, वास्तवाचाच अपरिहार्य भाग आहे. 'ब्राह्मणी' म्हणून संबोधिलेल्या वेदान्त, न्याय-वैशेषिक, पूर्वमीमांसा इ. दार्शनिकांतही, तत्त्वज्ञान परंपरेतही संघर्ष आहेच. शतकानुशतके चाललेले हे तत्त्वयुद्ध, विश्व आणि मानव यांच्या संबंधाबाबत भिन्न मतांच्या निरूपणावरच चालले आहे. कॉ. पाटील ज्या दर्शनांना 'ब्राह्मणी' म्हणतात, ती वेदान्त, न्याय-वैशेषिक, पूर्वमीमांसा इ. तत्त्वज्ञानाच्या प्रवाहातील संघर्ष, हा परंपरेतील वास्तवाचा संघर्ष नव्हे काय? या उलट 'अब्राह्मणी' ठरविलेल्या लोकायत, सांख्य, वैशेषिक, सौत्रान्तिक विज्ञानवाद व जैन या दर्शनांतर्गत असणारा तत्त्वसंघर्ष, हा जसा तत्त्वज्ञान प्रवाहातील आहे, तसाच तो वास्तवातही आहे.

इतिहासात चाकार्वपंथी वेगळे आहेत, बौद्ध वेगळे आणि जैन वेगळे! शैवपंथी, बौद्ध, जैन यांच्यात जर संघर्ष नव्हता, तर ते सर्व 'एकात्म रूपात' भारतीय इतिहासात वास्तवाचा भाग म्हणून का दिसत नाहीत? 'अब्राह्मणी' ठरविलेल्या प्रवाहातील दार्शनिकांत व त्यांच्या अनुयायांत आपसांतही संघर्ष होता, म्हणूनच त्यांचे भिन्न पंथांत अस्तित्व दिसते. तेव्हा भारतीय इतिहासातील दार्शनिक संघर्ष, हा राजवाडे, केतकर, राधाकृष्णन व पाटील सांगतात तसा 'ब्राह्मणी व अब्राह्मणी' नव्हता, तर प्रत्येक दर्शनाचा इतर प्रत्येक दर्शनाशी वेगवेगळ्या मुद्द्यांवर संघर्ष होता. ईश्वराच्या अस्तित्वावर विश्वास ठेवणारे वेदान्त, सेश्वर सांख्य, न्याय-वैशेषिक व ईश्वर नाकारणारे चार्वाक, बौद्ध, जैन हा

संघर्षाचा एक पदर आहे. त्यातही तपशिलात पुन्हा मतभेदाचे (संघर्षाचे) पोटमुद्दे आहेतच. बुद्धाने पुनर्जन्म मानल्याने आणि जडाचा पुनर्जन्म शक्य नसल्याने बौद्ध चैतन्यवादी ठरू शकतो. सांख्यमतातील पुरुष हा अकर्ता व तोच चैतन्य आहे. त्याच्याशिवाय प्रकृती अर्थपूर्ण ठरत नाही. सांख्यात प्रकृती-पुरुष व परमेश्वर असाही सूक्ष्म संघर्ष आहे. तेव्हा बुद्ध व सांख्य निखळ जडवादी नाहीत असे चार्वाक मत आहे! तेव्हा भारतीय परंपरेतील 'दार्शनिक' संघर्षाची एकच एक विभागणी करता येत नाही.

देवीप्रसाद चट्टोपाध्याय यांनी भारतीय तत्त्वज्ञानांची केलेली विभागणी, ही आध्यात्मिक व भौतिकवादी या स्वरूपाची आहे. अर्थात या विभाजनातही भारतीय दार्शनिक संघर्षाचा संपूर्ण रूपाविष्कार पकडता येत नाही, याची नोंद हवीच. वास्तवाचा एक लहान पदर म्हणजे संपूर्ण वास्तव, असा गैरसमज करून कोणत्याही इतिहासाचे केलेले विश्लेषण, हे सम्यक् नसते. या संपूर्ण विवेचनाचा निष्कर्ष असा की, भारतीय इतिहास व तत्त्वज्ञानांचे प्रवाह यांचे आकलन करताना, राजवाडे, केतकर, डॉ. राधाकृष्णन यांना दिसलेले वास्तव हे एकपदरी व त्यातही तपशिलाचे सूक्ष्म संघर्ष अवलोकनातून गळालेल्या अवस्थेतील आहे. ते भारतीय इतिहास दर्शनातील संपूर्ण व सम्यक् वास्तवाचे आकलन नाही, हे एक सत्य! आणि राजवाडे, केतकर, डॉ. राधाकृष्णन यांनी गृहीत धरलेल्या, पाहिलेल्या मर्यादित-संकुचित वास्तवाची 'ब्राह्मणी आणि अब्राह्मणी' या भाषेत व मोजपट्ट्यांत केलेली मांडणी, ही अंशत: सत्यात्मक असल्याने, इतिहासाचे तोकडे विश्लेषण समोर आले; त्यामुळे या महापंडितांची मांडणी पूर्णपणे चुकली. या चुकलेल्या मांडणीला कॉ. पाटील जीवाचा आकांत करून चिकटून बसले आहेत आणि 'ब्राह्मणी-अब्राह्मणी' वादच, इतिहास व दार्शनिक वास्तवतेचा संपूर्ण वेध घेणारा जालीम मंत्र असल्याचे सातत्याने ओरडून सांगत आहेत.

ऐतिहासिक वास्तव जसे देवीप्रसाद चट्टोपाध्यायांनी प्रत्यक्ष प्रमाणाधारे अनुभवलेले नाही, तसेच कॉ. पाटीलसुद्धा प्राचीन वास्तवापासून लाखो मैल दूर आहेत, तरीही प्राचीन वास्तव हे 'ब्राह्मणी व अब्राह्मणी'च होते व तेच एकमेव सत्य आहे असा दावा ते करीत आहेत. 'ब्राह्मणी-अब्राह्मणी' या मर्यादित, एकपदरी अन्वेषणाला, भारतीय इतिहास-वास्तवाचा संपूर्ण सम्यक् शोध कसा लागू शकतो? जिथे राजवाडे, केतकर, डॉ. राधाकृष्णनच चुकले, तिथे त्यांच्या पायावर उभे राहून, ब्राह्मणी-अब्राह्मणीवादाचा डंका पिटणारे कॉ. पाटील चुकले तर त्यात नवल नाही. जात्यन्तासाठी व स्त्रीदास्य विमोचनासाठी भारतीय इतिहासातील

फक्त 'अब्राह्मणी क्रांतिकारक', ब्राह्मणी परंपरेशी संघर्षरत राहिले हे एकमेव इतिहास-वास्तव आहे, असा दावा करणारे पाटील, अब्राह्मणी प्रवाहात बुद्ध, सांख्य, जैन, लोकायत यांची 'परिवर्तनवादी' म्हणून नोंद करतात. या एकाच प्रवाहातील पाटलांच्या अब्राह्मणी बुद्धाने पाटलांच्याच अब्राह्मणी लोकायतिकाशी, अब्राह्मणी सांख्याशी व अब्राह्मणी जैनांशी संघर्ष केला, ही ऐतिहासिक वास्तवता केवळ तत्त्वज्ञानापुरती मर्यादित नसताना, एकाच अब्राह्मणी प्रवाहातील या बौद्ध विरुद्ध सांख्य, बौद्ध विरुद्ध लोकायतिक या संघर्षाचे आकलन, 'ब्राह्मण-अब्राह्मणी' या मांडणीने कसे व्हावे? याचे उत्तर पाटलांनी दिले पाहिजे. बुद्ध 'ब्राह्मणी वेदान्ताशी जसा झगडतो, तसाच तो 'अब्राह्मणी' ठरविलेल्या तत्त्वज्ञानाशीही झगडतो. शिवाय स्वत: बुद्ध, स्त्रीपुरुष विषमतेचा पुरस्कार करून कॉ. पाटलांची अब्राह्मणत्वाची व्याख्याच बाद ठरवितो.'

सौत्रान्तिक विज्ञानवाद्यांच्या भाषेत सांगायचे तर 'मला दिसणारी व्यक्ती हे स्वाभाविक, नैसर्गिक आहे आणि ती व्यक्ती 'ब्राह्मणी' किंवा 'अब्राह्मणी' आहे हे कृत्रिम आहे, म्हणून 'ब्राह्मणी-अब्राह्मणी' मांडणी असमर्थनीय आहे. उपरोक्त विवेचनातील सौत्रान्तिक विज्ञानवाद्यांनी, बुद्धिप्रामाण्याधारे असमर्थनीय ठरविलेली वर्णव्यवस्था, कॉ. पाटलांना अमान्य आहे काय? सौत्रान्तिक विज्ञानवादी ज्या प्रत्यक्ष प्रमाणाधारे बुद्धिप्रामाण्याच्या अटीत वर्णव्यवस्था कृत्रिम ठरवतात, त्याच कसोटीवर 'राजवाडे ते पाटीलप्रणीत ही 'ब्राह्मणी-अब्राह्मणी व्यवस्था' कृत्रिम ठरते, म्हणून ती अयोग्य व असमर्थनीय ठरते! कारण पाटील ज्याला ब्राह्मण-अब्राह्मण म्हणतात ते मुळातच 'निर्विकल्पन' आहे. मूळचे निर्विकल्पन हे, ते 'ब्राह्मण' आहे की 'अब्राह्मण' आहे स्वत: सांगत नाही. निर्विकल्पाला नकार दिल्यानंतरच विशिष्ट व्यक्ती 'ब्राह्मण' आहे की, 'अब्राह्मण' आहे, हे समजते; म्हणून अमुक ब्राह्मण वा तमुक अब्राह्मण हे कृत्रिम असून, 'ब्राह्मणी-अब्राह्मणी' व्यवस्था अयोग्य ठरते. हे विवेचन सौत्रान्तिक विज्ञानवाद्यांनी दिलेले जे सूत्र पाटलांनी समर्थनीय मानले, त्या आधारे व त्याच परिभाषेत केल्याने, पाटलांना समजायला हरकत नाही. (पाहा : सत्यशोधक मार्क्सवादी, ऑक्टोबर- नोव्हेंबर १९८७, पृ. ११)

कॉ. पाटीलप्रणित, 'अब्राह्मणी' परंपरेतील मुख्य नोंद केलेल्या बौद्धाच्या प्रवाहातील धर्मकीर्ती, विश्वाचा कर्ता ईश्वर मानणे हे अक्कलशून्यतेच्या पाच लक्षणांपैकी प्रमुख लक्षणे मानतो. त्याच 'अब्राह्मणी' प्रवाहातील फुले, विश्वाचा निर्माणकर्ता 'निर्मिक' मानतात. पाटलांच्या 'अब्राह्मणी' धर्मकीर्तीनुसार पाटलांच्याच

'अब्राह्मणी फुल्यांना' 'अक्कलशून्य' ठरविण्याचा वाईट प्रसंग पाटलांच्याच 'अब्राह्मणी' बुद्धिकौशल्याने खुद्द कॉ. पाटील यांच्यावर आला आहे. महत्त्वाकांक्षेची नशा मनावर एकदा स्वार झाली की, माणूस तोल जाऊन लिहू-बोलू लागतो. 'महापुरुष' बनण्याचे स्वप्न कॉ. पाटलांच्या लेखनातून उमटताना, अनेक युक्त्या योजल्या जाऊन विसंगतींना ऊत आला आहे. सत्यशोधक मार्क्सवादीच्या एप्रिल ८९ (पृ. ५) च्या अंकात कॉ. पाटील म्हणतात, 'परंतु कर्मठ आंबेडकरवादी म्हणजे दलित जनता नाही. कर्मठ आंबेडकरवादी कर्मठ मार्क्सवाद्यांप्रमाणे प्रस्थापित आहेत. दलित जनता प्रस्थापित नाही. तिला जात्यन्त पाहिजे.'

या विचारसूत्रात दलित जनता कर्मठ आंबेडकरवादी नसून नेतेच तसे आहेत, असे सुचवून पुढाऱ्यांना ठोकून जनतेला चुचकारण्याचा पाटलांचा प्रयत्न आहे. कर्मठपणा जनतेतही आहे आणि त्यांच्या नेत्यांतही आहे, ही खरी वास्तवता, कॉ. पाटील लपवताहेत. तसे नसते तर बिनकर्मठ जनतेने कर्मठ नेते प्रवाहाबाहेर फेकले असते आणि नवे नेतृत्व उदयाला आले असते. कॉ. पाटलांच्या अभिप्रायाची, दलित जनतेला वाट पाहण्याची गरज पडली नसती. सत्य असे आहे की, व्यक्ती व विचार, यांबाबतीत आंबेडकरी चळवळीतील बहुसंख्य नेते व जनतासुद्धा प्रमाणाबाहेर आंधळी आहे. या प्रकारातील स्वाभाविकतेचे समर्थन किंवा असमर्थन, हा मतभेदाचा मुद्दा होऊ शकतो. कॉ. पाटलांनी प्रमाणित केलेल्या बिनकर्मठ व जात्यन्त मानणाऱ्या दलित जनतेने, कर्मठ नेत्यांचे नेतृत्व मान्य करून का पोसले? याचे उत्तर दलित जनता ही पुरेशी डोळसही नाही; हे आहे. दलित जनतेचे डॉ. आंबेडकरांसारख्या महामानवावरील प्रेम आपण समजून घेऊ शकतो; पण त्यांच्याच विचारांविरुद्ध जाऊन विभूतिपूजेचा उच्चांक गाठणारी दलित जनता, कर्मठपणात कमी कशी मानावी? अनाठायी गौरव करून दलित जनतेला गोंजारणे वैयक्तिक लाभासाठी (?) कॉ. पाटलांना आवश्यक वाटले, तरी खऱ्या विद्वानाचे हे लक्षण नव्हे. चुकीच्या विचारामुळे क्रांतिकारी प्रबोधनाची फसवणूक होऊन परिवर्तन प्रवाहात भोवरे निर्माण होतात. व्यापक समाजहिताच्या दृष्टीने याची गंभीर नोंद प्रत्येक जागृत अभ्यासकाला व क्रांतीच्या पाईकाला घ्यावी लागत असते.

डाव्या चळवळीतील कर्मठपणावर भाष्य करताना एक अत्यंत मूलभूत प्रश्न निर्माण होतो. कर्मठ आंबेडकरवादी, कर्मठ मार्क्सवादी आणि कर्मठ जातीयवादी यांच्यात मूल्यात्मक फरक आहे काय? याचे उत्तर कॉ. पाटील देत नाहीत; कारण त्यांच्या चिंतनाला हा प्रश्न स्पर्श करीत नाही. ज्यांना प्रश्नच कळत नाही वा पडत नाही, ते उत्तर कसे व कोणते देणार? हा मौलिक प्रश्न

वजा करून, कॉ. पाटील कर्मठपणाचे शिक्के सोयीने मारत सुटतात! शिवाय मार्क्सवादी व आंबेडकरवादी कर्मठ बनू शकतात, बनलेत; तर कॉ. पाटीलप्रणित 'फुआंमा'वादीसुद्धा कर्मठ बनलेत, बनू शकतात; हा वस्तुस्थितीवर आधारित निष्कर्ष, कॉ. शरद पाटील कसे नाकारणार? आणि त्यांच्या नकारार्थी उत्तरास जर एखादा संभाव्य डिफेन्स किंवा तात्त्विक आधार असेल, तर मार्क्सवादी व आंबेडकरवादी लोकांनाही तसाच आधार असू शकतो! म्हणून समविचारी परिवर्तनवाद्यांवरील टीका ही विशुद्ध हेतूने व विधायक परिणामांच्या दृष्टीने करायला हवी.

शिवाजीचे शत्रू महमदी की 'ब्राह्मणी' ?

सत्यशोधक मार्क्सवादीच्या जून १९८७च्या अंकाच्या 'मुखपृष्ठावर' 'शिवाजीच्या हिंदवी स्वराज्याचे खरे शत्रू कोण? महमदी की ब्राह्मणी?' या शीर्षकाच्या पुस्तकाची घोषणा, कॉ. पाटलांनी केली आहे. पाटलांच्या मानसिकतेचा धर्म लक्षात घेता, शिवाजीचे खरे शत्रू महमदी नसून ब्राह्मण आहेत, असा अर्थ त्या शीर्षकातून व्यक्त होतो. 'शिवाजीला विषप्रयोग करून ब्राह्मणांनीच मारले' या इतिहासात सिद्ध न झालेल्या शंकेस, प्रमाण मानण्यापर्यंत कॉ. पाटलांनी ब्राह्मणांना गुन्हेगार ठरविले आहे.

वास्तविक इतिहास यापेक्षा वेगळा आहे. खुद्द शिवाजीनेच महमदी सत्तेला विरोध करून हिंदवी स्वराज्य स्थापन केले. एतद्देशीयांचे राज्य स्थापन करण्याची प्रेरणा, शिवाजीराजांना 'श्रींच्या इच्छेने' झाली, हे त्यांचे स्वत:चेच कथन आहे. या स्वराज्याच्या स्थापनेनंतर, प्रत्यक्ष राज्यकारभारासाठी नेमलेल्या अष्टप्रधान मंडळात बहुसंख्य प्रधान हे ब्राह्मण असून, त्यांची नियुक्ती स्वत: शिवाजीराजांनी केली आहे. तरीही शिवाजींचे शत्रू ब्राह्मण कसे ठरतात?

'शिवाजीराजांनी महमदी धर्माला विरोध केल्याने म. फुल्यांनी महाराजांना दोष दिला' हे सांगताना कॉ. पाटलांनी फुल्यांच्या द्रष्टेपणाचा गौरव केला आहे. (सत्यशोधक मार्क्सवादी, जानेवारी ८७, पृ. १२) अर्थात 'शिवाजीने महमदी धर्माला विरोध करण्याचा गुन्हाच केला', हा कॉ. पाटलांच्या, या संदर्भातील 'फुले गौरवा'चा दुसरा अर्थ आहे. शिवाजी महाराजांनी केलेला 'महमदी धर्मविरोध', हा सामाजिक स्वातंत्र्याच्या संदर्भात फुल्यांना दोषास्पद वाटला. त्याचे समर्थन पाटलांनी करून शिवाजीने महमदी धर्माऐवजी ब्राह्मणांना विरोध करायला पाहिजे होता, असा सूर लावला आहे.

मुख्य प्रश्न असा आहे की, म. फुल्यांना उपलब्ध असणारी साधने त्या काळी मर्यादित असल्यामुळे किंवा अन्य कारणांमुळे 'महमदी धर्म समतावादी' असल्याचा गैरसमज, त्यांनी करून घेतला असावा. म. फुल्यांचे परिवर्तनवादी योगदान निर्णायक महत्त्वाचे मानूनसुद्धा, त्यांचा 'महमदी धर्म समतावादी' असल्याचा अभिप्राय, संशोधनान्ती चुकीचा ठरतो. फुल्यांच्या संशोधनात, अभ्यासात ज्या लहान-सहान उणीवा आहेत, त्यांपैकी ही एक आहे. फुल्यांना त्याबद्दल दोष देण्यात फारसा अर्थ नाही! परंतु गोर्बाचेव्हना सल्ला देणारे व आंबेडकरोत्तर क्रांतिकारक विद्वान म्हणून स्वतःच स्वतःबद्दल प्रमाणपत्र देणारे कॉ. शरद पाटील यांनासुद्धा महमदी धर्म फुल्यांप्रमाणेच 'समतावादी' दिसावा, हा सत्यशोधनातील विचित्र विनोद आहे.

विशेष म्हणजे 'भारतातील सर्व धर्म जातिग्रस्त' असल्याची कबुली, खुद्द पाटलांनीच आठ महिन्यांच्या अंतराने सत्यशोधक मार्क्सवादीच्या सप्टेंबर, १९८७ च्या अंकात पृ. २७ वर नोंदली आहे. भारतातले सर्व धर्म जर जातग्रस्त म्हणजे विषमतायुक्त आहेत, तर भारतीय महमदी धर्मातील फुल्यांना भासलेल्या समतेचे समर्थन, कॉ. पाटील कसे करू शकतात? स्त्रियांच्या हक्कांची मुळातच कबर खोदून, स्वधर्मीयाशिवाय असलेल्या सर्व धर्मांच्या माणसांना 'काफिर' ठरवणारा इस्लाम, दार्शनिक मांडणीत व व्यवहारातही कधीच समतावादी नव्हता– नाही, या सत्याचे भान म. फुल्यांना नसले तर आपण क्षम्य मानू शकतो; पण फुले-आंबेडकरांच्या काळानंतर उदयाला आलेल्या पाटलांसारख्या विद्वानांनाही, इस्लामची विषमता दिसू नये, हे कोडेच आहे. या पार्श्वभूमीवर ब्राह्मणांना विरोध न करता, महमदी धर्माला विरोध केल्याबद्दल, शिवाजीराजांना दोष देऊन त्यांना समतेचे गुन्हेगार ठरविण्याचा कॉ. पाटलांचा प्रयत्न, हा भयानक अघोरी आहे. इतिहासविषयक अज्ञान आणि सत्याच्या अपलापातून केलेले हे विश्लेषण म्हणूनच, इतिहास-वास्तवावर व महापुरुषावरही अन्याय करणारे ठरते.

'सामाजिक, आर्थिक, लैंगिक स्वातंत्र्यसमतेच्या लढ्याचे स्फूर्तिस्थान शिवाजी व टिळक ठरू शकत नाहीत.' असे एक विचारसूत्र पाटलांनी मांडले आहे. (सत्यशोधक मार्क्सवादी, जानेवारी ८७, पृ. १३) भारतात राजकीय स्वातंत्र्याचा लढा संपला आहे, अशीही त्यांची समजूत आहे. मुख्य म्हणजे स्वातंत्र्य ही एकपदरी सांस्कृतिक कल्पना नसून ती अनेक पदरी आहे, हेच पाटलांनी लक्षात घेतलेले नाही. शिवाय एका स्वातंत्र्यातून दुसऱ्या स्वातंत्र्याची प्रेरणा जागत असते. तसेच राजकीय, आर्थिक, सामाजिक स्वातंत्र्य हे एकाच स्वातंत्र्यमूल्याच्या

आशयाचेच प्रवाह असून त्यांचा आपसात गाभ्याचा संबंध असतो.

स्वातंत्र्याची ही व्यापक संकल्पना न कळल्याने, कॉ. पाटलांनी शिवाजी महाराजांचे 'स्फूर्तिस्थान' नाकारले आहे. कदाचित लो. टिळकांचे राजकीय स्वातंत्र्य-चळवळीतील योगदान, त्यांच्या ब्राह्मण्यत्वामुळे मान्य करण्याची पाळी स्वत:वर येऊ नये, अशी पळवाटही या चिंतनाच्या मुळाशी असावी. त्याशिवाय ब्राह्मण्याला विरोध न करता, शिवाजीराजांनी महमदींना विरोध केला, याचा राग पाटलांच्या मनात आहेच. म्हणून शिवाजी व टिळक यांना त्यांनी स्वातंत्र्याच्या लढ्यातून बाद केले आहे. शिवाजी व टिळक यांचे राजकीय स्वातंत्र्याचे कर्तृत्व, भारताला स्वातंत्र्य मिळाल्यावर संपुष्टात आल्याची समजूत पाटलांच्या लेखनात नोंदली आहे! पण समतेचा लढा हासुद्धा एका अर्थाने स्वातंत्र्याचाच असतो, म्हणून राजकीय स्वातंत्र्य आणि सामाजिक, आर्थिक, लैंगिक समतेच्या लढ्यामध्ये फारकत होत नसते. परंतु एवढी सम्यक् दृष्टी पाटलांना गवसत नाही. ऐतिहासिक कर्तृत्वाचे जे खरे श्रेय, स्वातंत्र्यमूल्याच्या संदर्भात व्यापक अर्थाने शिवाजीला द्यायला हवे, ते शरद पाटील देत नाहीत. 'शिवाजीने परस्त्रीला मातेसमान मानले एवढे आपण म्हणू शकतो.' (समा. जानेवारी ८७, पृ. १३) हे कल्पनारम्य इतिहासलेखकाच्या कल्पित घटनांवरून घेतलेला संदर्भ श्रेयरूपात पाटील नोंदवितात, यावरून इतिहासवास्तवाचे पाटील यांचे संशोधन आणि त्यांची दृष्टी कोणत्या पातळीवरील आहे, याची कल्पना सहज यावी.

शिवाजीराजांना ब्राह्मणांनीच विरोध केला, या सूत्राचा विकास पाटलांनी आपल्या लेखनात केला आहे; पण निंबाळकर, चंद्रराव मोरे इ. मंडळी महाराजांचे शत्रू होते! पण ते ब्राह्मण नव्हते. त्यामुळे पाटील म्हणतात तसे महाराजांचे शत्रू ब्राह्मणच होते असे नाही. खुद्द पाटलांनीच असे नमूद केले आहे की, 'वतनाच्या लोभाने शहाण्णव कुळी जमीनदार शिवाजींच्या विरोधात उभे होते.' (समा. सप्टेंबर-ऑक्टोबर, १९८८, पृ. ३०) अर्थात शिवाजीचे शत्रुत्व पोसणारे शहाण्णव कुळी जमीनदार बहुसंख्य मराठा होते, हे पाटील मान्य करतात, तरी त्यांचा आग्रह आहे की, 'शिवाजीचे खरे शत्रू ब्राह्मण होते.'

शिवाजी महाराज स्वत: जातिव्यवस्था मानीत असत तशीच त्यांची जनतासुद्धा मानीत होती. 'शिवाजीला ब्राह्मण जुमानत नव्हते', अशी महाराजांची भित्री प्रतिमा पाटलांनी रंगवली; पण 'ब्राह्मण म्हणून कोण मुलाहिजा ठेवतो?' म्हणून प्रसंगी ब्राह्मणालाही कठोर शिक्षा करणारा शिवाजी, पाटलांना महत्त्वाचा वाटत नाही. दुसरे असे की शिवाजीचे शत्रू ब्राह्मण ठरविले तरी कॉ. पाटील

महाराजांना 'अब्राह्मणी' ठरवू शकत नाहीत! कारण शिवाजीराजे जातिव्यवस्था समर्थक होते. जातिव्यवस्थेतसुद्धा स्वातंत्र्य व समतेच्या लोकशाही मूल्यांच्या गाभ्याची बीजे, शिवाजीसारखे महापुरुष पेरू शकतात, हे सत्य ब्राह्मणी-अब्राह्मणी चौकटी ओलांडल्याशिवाय कळत नसते.

परिवर्तन कुणाचे? कशाचे? कुणासाठी?

मालेगावच्या एका सभेत मार्क्सवादी कम्युनिस्ट पक्षाच्या नेत्या कॉ. गोदावरी परुळेकर व खासदार महंमद इस्माईल यांच्या व्यासपीठावर कुराणाचे आयत पढण्याने भाषणाची सुरुवात झाली, याबद्दल गोदुताई व खासदार इस्माईल यांना कॉ. पाटील यांनी दोष दिला असून 'परुळेकरबाई ब्राह्मण तर इस्माईल अश्रफ असावेत.' (समा. जानेवारी-फेब्रुवारी ८६, पृ. ४) अशी जातीय कुळांची नोंद केली आहे. इथे दोष असलाच तर तो वैयक्तिक असू शकतो; पण पाटलांना ब्राह्मण जातीचा विटाळ असल्याने, त्यांनी गोदूताई परुळेकरांची ब्राह्मण जात काढलीच! कम्युनिस्ट गोदावरी परुळेकरांनी कुराणाच्या पठणास विरोध केला नाही, हे सत्य नोंदवायला काहीच हरकत नाही. तेव्हा तत्त्वविसंगती हा कोणत्याही एकाच जातीचा गुणधर्म नसतो. तो ब्राह्मण, मराठा, सर्वच जातींमधील व्यक्तींत असू शकतो. त्याची कारणे भिन्न असू शकतात हे मात्र मान्य! कॉ. पाटलांनी ब्राह्मणांचा ध्यास व धसका घेण्याला, त्यांचे अनेक वैयक्तिक अनुभव कारण ठरू शकतात; पण त्या अनुभवांवरून त्यांचे चिंतन एकांगी व एकपदरी होऊन त्याचा गाभाच एवढा संकुचित व्हावा की, कॉ. पाटीलच स्वत: जातवादाची एक प्रतिक्रिया ठरावेत? माणसाची प्रत्येक कृती, त्याचा विचार हा जात-जाणिवेवर मात करूनही माणूस विचार-कृती करू शकतो, हेच शरद पाटलांना मान्य नसेल तर परिवर्तन कुणाचे? कशाचे? व कुणासाठी?

ब्राह्मण कॅडर्सच्या समर्पित वृत्तीने प्राणाची पर्वा न करता वर्षानुवर्षे गाडून घेण्याच्या परंपरेचा, कॉ. पाटील गौरव करतात; पण ही वृत्ती वर्गीय चळवळ उभारण्यापुरतीच असते, असा त्यांचा आरोप आहे. 'वर्गीय चळवळीच्या यशात जातव्यवस्था राहणार नाही' हा साम्यवाद्यांचा समज असल्याचे पाटलांना ज्ञान आहे, हा समज चूक असू शकतो; पण या समर्पण वृत्तीला वर्गान्त व जात्यन्त मान्यच आहे, याबद्दलच कॉ. पाटलांना शंका आहे. 'ब्राह्मण जात्यन्तवादी नसतोच' या पाटलांच्या गृहीत सूत्राचा विकसित टप्पा म्हणजे कम्युनिस्ट ब्राह्मण हा वर्गान्तवादी असतो; पण तो जात्यन्तवादी नसतो! याला उपाय सांगताना कॉ.

पाटील यांनी 'ब्राह्मणेत्तर बुद्धिजीवी केडर्सनी नवे नवे जनतळ उभारण्यासाठी स्वत:ला झोकून दिले पाहिजे,' असा उपदेश केला आहे. इथे एक महत्त्वाचा प्रश्न आहे. कॉ. पाटलांचे 'ब्राह्मणेतर केडर्स' ब्राह्मणेतर चळवळीच्या परंपरेने ब्राह्मणविरोध करतील; पण जातिव्यवस्था विरोध करतील याची शाश्वती कुणी द्यावी? आणि ब्राह्मणेतर जे करू शकतात, ते ब्राह्मणही का करू शकणार नाहीत? ब्राह्मणेतर हे जातिवरोध करण्यास समर्पित भावनेने उडी घेऊ शकतात, हा पाटलांचा विश्वास असेल, तर त्याच विचारसूत्राने ब्राह्मणसुद्धा जातव्यवस्था विरोधासाठी उडी घेऊ शकतात, हा विश्वास बाळगणे क्रमाप्राप्त आहे.

या निमित्ताने कॉ. पाटील यांनी त्यांचा स्वत:चा गट किंवा पक्ष स्वत:च पुन्हा स्पष्ट केला आहे. अर्थातच त्यांचा प्रवाह हा ब्राह्मणेतर प्रवाह आहे. ब्राह्मणेतर हे ब्राह्मणविरोधात जरूर होते– आहेत; पण ते फुल्यांच्या सत्यशोधकी तत्त्वाप्रमाणे, जातव्यवस्थाविरोधक राहू शकले नाहीत, तर ते जातीयवादीच राहिले, हा ताजा इतिहास सर्वमान्य आहे आणि हीच ब्राह्मणविरोधी जातीयवादी ब्राह्मणेतरांची भूमिका, कॉ. पाटलांनी निवडली असून स्वत:च प्रतिपादन केलेल्या 'अब्राह्मणी' (वर्णजात-स्त्रीदास्य विरोधी) प्रवाहाची प्रतारणा केली आहे. कॉ. पाटलांनी 'ब्राह्मणी'ची जी मूळ व्याख्या दिली आहे,ती अशी आहे– 'ब्राह्मणी' म्हणजे जे वर्णजाती स्त्री-दास्याचे समर्थन करतात ते. (समा. जुलै ८४, पृ. ७) या व्याख्येनुसार ब्राह्मणेतर हे सत्यशोधकी नसल्याने, 'ब्राह्मणी'ची समांतर नवी दुसरी आवृत्ती आहे; म्हणजे ब्राह्मणेतर हे कॉ. पाटीलप्रणित व्याख्येनुसार 'ब्राह्मणी'च ठरतात आणि याच ब्राह्मणेतरांचा पक्ष अभिमानाने कॉ. पाटलांनी चिंतन-मननपूर्वक उराशी कवटाळल्यामुळे ते स्वत:च 'ब्राह्मणी' ठरतात. हा निष्कर्ष कटू आहे; पण तो सत्य असून त्यांच्याच लेखनप्रपंचातून निष्पन्न झाला आहे.

ब्राह्मणेतरांना 'अब्राह्मणी' (म्हणजे वर्ण-जात-स्त्रीदास्य विरोधक) समजण्याची-संबोधण्याची चूक, कॉ. पाटलांच्या लेखनात अनेक वेळा कळत-नकळत झालेली आहे. लेखनात झाली याचे कारण ती चूक मुळात त्यांच्या चिंतनातच आहे. याचे असंख्य पुरावे माझ्या विवेचनात मी नोंदविले आहेत. याशिवाय असणारा एक गंभीर दोष आशयदृष्ट्या महत्त्वाचा म्हणून त्याची नोंद इथे करीत आहे.

कॉ. पाटील यांनी, भारतीय संस्कृतीमधील प्रधान संघर्ष वर्ण-जातिसंघर्ष असल्याचा दावा करून, त्या संदर्भात प्रकाश टाकणारा राजवाडे यांचा कित्ता दिला आहे. (समा. ऑक्टोबर-नोव्हेंबर ८७, पृ. ८) त्यावर भाष्य करताना पाटील लिहितात, 'क्षत्रिय व वैश्य ही दोन्ही पात्रे ब्राह्मणांच्या अनुषंगाने वागणारी

असल्याने 'ब्राह्मण' हे पात्र सर्वांत प्रधान समजावे.', या सूत्राचे समर्थन करून श्री. अ. डांगेंसारखे मार्क्सवादी, राजवाडेंचे हे योगदान मानत नसल्याबद्दल त्यांनी तक्रारही केली आहे. आता याचे परीक्षण करू. राजवाडे यांनी चातुर्वर्ण्याच्या इतिहासाचे विश्लेषण करताना स्पष्ट म्हटले आहे की, 'त्या प्रचंड ऐतिहासिक नाटकात ब्राह्मण, क्षत्रिय व वैश्य ही तीन पात्रे एका बाजूला आपली आसने सदैव स्थिर करण्यात गुंतलेली दिसतात आणि ती आसने डळमळविण्याचा भगीरथ प्रयत्न करणारे शूद्र हे पात्र दुसऱ्या बाजूला जिवापाड मेहनत घेताना आढळते.'

राजवाडे यांचा उतारा दाखवितो की, 'भारतीय संस्कृतीतील चातुर्वर्ण्य व्यवस्थेत, ब्राह्मण + क्षत्रिय + वैश्य विरुद्ध शूद्र असा संघर्ष होता. या सूत्रातील मांडणीत ब्राह्मण हा क्षत्रिय व वैश्यापेक्षा प्रमुखपदी होता हे खरेच. राजवाडेंच्या विवेचनाप्रमाणे आणि कॉ. पाटलांनी समर्थन केल्यानुसार, क्षत्रिय व वैश्य ही ब्राह्मणांच्या अनुषंगिक वागणारी पात्रे असली तरी, ती मुख्यत: शूद्रविरोधी होती, हे विसरता येत नाही! पण जे सोयीस्कर विसरायचे ते कॉ. पाटलांना बरोबर कळते. त्यांनी म्हणूनच 'ब्राह्मण हे प्रमुख पात्र' यावर भर दिला आणि वर्णव्यवस्थेचे, जातिव्यवस्थेचे पाप ब्राह्मणाच्या पुढाकाराने घडले, या सत्यावर बोट ठेवले. तक्रार त्याविषयी मुळीच नाही. जातिव्यवस्थेच्या पापाचे कर्तृत्व ब्राह्मणाकडेच आहे, याबद्दल वाद नाही; पण या पापाचे वाटेकरी क्षत्रिय व वैश्यही आहेत. त्यांचे पाप ब्राह्मणांच्या तुलनेत कमी प्रतीचे, कमी प्रमाणाचे असले, तरी शेवटी ते पापाचे आहे! म्हणूनच शूद्रांचा या सर्व तिन्ही वर्णांना विरोध होता, या सत्याची नोंद राजवाडे करतात. पण कॉ. पाटील मात्र फक्त 'ब्राह्मण'च दोषी ठरवून मोकळे होतात. ज्या ब्राह्मणेतरांचा पक्ष कॉ. पाटलांनी स्वीकारला, ते 'ब्राह्मणेतर' अनुषंगिक पाप करणारे व शूद्रांना शूद्रच ठेवणारे क्षत्रिय व वैश्यांचे वंशज आहेत. ते वर्णव्यवस्थेला विरोध करणारे 'अब्राह्मणी' नव्हते, हे कॉ. पाटलांना कोणत्या भाषेत सांगावे? अशा प्रकारे राजवाडे यांचे पाटलांनी समर्थन केलेले निष्कर्ष त्यांच्याच वैचारिक गोंधळावर अधिक प्रकाश टाकतात.

'सकप'चे धोरण 'अचूक' असल्याची प्रौढी नोंदवून 'ब्राह्मणेतर' बुद्धिजीवी केडर्सना कॉ. पाटलांनी दिलेला संदेश, त्यांच्या 'ॲण्टिब्रॅह्मिन' भूमिकेचा गाभा आहे. इथे कॉ. पाटील हे अंत:करणाने 'अब्राह्मणी' नसून 'ब्राह्मणेतर' असल्याचे पुन्हा सिद्ध झाले आहे. आता प्रश्न असा की, ब्राह्मणेतर हे वर्ण-जात-स्त्रीदास्यविरोधी राहू शकतात का? याचे उत्तर कॉ. पाटलांनी होकारार्थी दिले आहे; पण ही एक बाजू झाली. ब्राह्मण मात्र वर्ण-जात विरोधी राहू शकतात का? याच्या उत्तरात

त्यांना 'नकार' अभिप्रेत आहे. हा नकार असत्याची पेरणी करतो आणि जर त्यांचा होकार असेल तर ब्राह्मणी-अब्राह्मणी हा वादच अर्थशून्य ठरतो. जर ब्राह्मणेतर 'अब्राह्मणी' होऊ शकतात, तर 'ब्राह्मण'सुद्धा 'अब्राह्मणी' होऊ शकतात आणि असे होणार असेल तर कॉ. पाटलांनी केलेली ही संपूर्ण मांडणीच उद्ध्वस्त होते.

जिथे 'ब्राह्मणी-अब्राह्मणी' हा सिद्धान्तच जातीय ठरतो, तिथे त्यांचे 'अब्राह्मणी साहित्याचे सौंदर्यशास्त्र' हे पुस्तकही जातीयवादी परिणाम करणारे ठरल्यास नवल नाही.

'ब्राह्मणी-अब्राह्मणी' : नवा जातवाद

कॉ. पाटील यांच्या 'ब्राह्मणी-अब्राह्मणी' सूत्रावरील स्फुटलेखन व ग्रांथिक लेखन हे काही ठिकाणी वैचारिक गोंधळाचा प्रचंड नमुना असल्याने त्याला अर्थशून्यता प्राप्त होते, तर काही ठिकाणी त्यांचे मन व चिंतन विशिष्ट जातीय चौकटीत अभिव्यक्त झाल्याने, ब्राह्मणी-अब्राह्मणीवाद हा 'नवा जातवाद' म्हणून साकार झाला आहे. पाटलांच्या लेखनाचे हे दोन्ही परिणाम सर्वार्थाने मानवहिताचा बळी घेणारे आहेत.

'आंबेडकरांनी भारतीय इतिहासाचे जातीय विश्लेषण केले म्हणून ते जातीयवादी ठरतात का?' हा प्रश्न निर्माण करून कॉ. पाटील यांनी स्वतःचे लेखन हे डॉ. आंबेडकरांच्या बरोबरीचे किंबहुना जातीयवादी नसल्याचा निर्वाळा देण्याचा प्रयत्न केला आहे! डॉ आंबेडकरांनी जातव्यवस्था नष्ट करण्यासाठी जातीय विश्लेषण जरूर केले; पण त्यांनी जातनिष्ठ सिद्धान्ताचा पुरस्कार केला नाही. ब्राह्मणी-अब्राह्मणी हा विचार जातीयच असल्याने या भाषेत डॉ. आंबेडकरांनी भारतीय इतिहासाचे जातीय विश्लेषण केले नाही. उलट डॉ. आंबेडकरांनी 'ब्राह्मण्यग्रस्तता ही ब्राह्मणाप्रमाणे ब्राह्मणेतरात व शूद्रातही असू शकते व त्याचा धिक्कारच केला पाहिजे' असा सिद्धान्त मांडला. डॉ. आंबेडकरांनी ब्राह्मणातली व अब्राह्मणातलीसुद्धा, ब्राह्मण्यग्रस्तता नाकारली तर कॉ. पाटील 'अब्राह्मणी' सिद्धान्ताद्वारा प्रत्यक्ष विवेचनात फक्त ब्राह्मण नाकारतात. त्यामुळे डॉ. आंबेडकरांच्या जातविश्लेषणाचा गाभा कॉ. पाटील यांच्या लेखनात नसल्याने त्यांची बरोबरी चूक ठरेल.

मुख्य म्हणजे स्वतः पाटीलच म्हणतात की, 'ब्राह्मणी-अब्राह्मणी' कसोटी तंतोतंत नाही, सापेक्षच लावली पाहिजे.' (समा सप्टेंबर-ऑक्टोबर ८८, पृ.

६४) अर्थात ही सापेक्षता कॉ. पाटील सोयीस्करपणे वापरून ब्राह्मणेतरांच्या पक्षपाती सत्याचे प्रतिपादन करतात. अशाच पक्षपाती भूमिकेतून कॉ. पाटलांनी 'अब्राह्मणी साहित्याचे सौंदर्यशास्त्र' हे पुस्तक लिहिले आहे.

या पुस्तकाच्या १५७ क्रमांकाच्या पानावर 'बळी' कादंबरीचे कथासूत्र दिले आहे. 'बळी'मधील 'राई' 'उच्च' मांग जातीची व बळी चोर मांगगारुडी जातीचा म्हणून राई, प्रेम असूनही लग्नाला त्याला नकार देते. या तिच्या नकारात 'ब्राह्मणी' जाणीव आहे, ती मांग असूनसुद्धा! पण कॉ. शरद पाटलांना तसे वाटले नाही; कारण त्यांच्या ब्राह्मणी-अब्राह्मणीची त्यात अडचण होते. समतावादी आबा त्याच्याच जातवाल्याकडून धोंडा घालून मारला जातो. या अनुभवविश्वाला ब्राह्मणी-अब्राह्मणी कसोट्या लावता येत नसतात.

ब्राह्मणी सौंदर्यशास्त्राचे व्यवच्छेदक लक्षण सांगताना कॉ. पाटील यांनी म्हटले आहे की, 'विश्वचैतन्यवादी वा अध्यात्मवादी सौंदर्यशास्त्र हे मूलतःच तथाकथित वर्ण-जात-वर्गातीतवादी आहे. भारतीय संदर्भात 'ब्राह्मणी' (अब्राह्मणी साहित्याचे सौंदर्यशास्त्र, पृ. ६३-६४) या विधानात कॉ. पाटील यांनी मांडलेले समीकरण, चैतन्यवाद = अध्यात्मवाद = 'ब्राह्मणी' असे आहे.

मग प्रश्न असा पडतो की, 'निर्मिक'वादी फुले हे अध्यात्मवादी असूनही (अध्यात्मवादी = ब्राह्मणी, इति पाटील) अब्राह्मणी कसे? सेश्वर सांख्य हे चैतन्यवादी (म्हणजे ब्राह्मणी) असूनही ते अब्राह्मणी कसे? बुद्ध कर्मसिद्धान्तवादी = अर्धवट चैतन्यवादी असूनही अब्राह्मणी कसा? फुले, सांख्य, बुद्ध यांना पाटलांनी 'अब्राह्मणी' ठरविले आहे आणि त्यांच्याच दुसऱ्या सैद्धान्तिक मांडणीने त्यांना 'ब्राह्मणी' ठरविण्याची पाळी पाटलांवर आली आहे. अर्थातच या ब्राह्मणी-अब्राह्मणी कसोट्या चुकल्या असल्या पाहिजेत, याचे आत्मभान यावरून त्यांना आता यायला हरकत नाही. प्रत्यक्ष 'ब्राह्मणी-अब्राह्मणी' या सिद्धान्ताची मांडणी करताना अनेक कसरती पाटलांनी केल्या आहेत.

१) 'समा'च्या नोव्हेंबर-डिसेंबर ८८ च्या पृ. २१ वर 'ब्राह्मणी-अब्राह्मणी' यांना पाटलांनी 'परस्पर विरोधी प्रक्रिया' म्हटले आहे.
२) तर याच 'समा'च्या अंकातील पुढच्या पानावर (पृ. २२) त्यांनी 'वर्ण-जातिवाचक' सामाजिक पदार्थ म्हटले आहे.
३) 'समा'च्या सप्टेंबर-ऑक्टोबर ८८च्या अंकात पृ. २१ वर 'ब्राह्मणी-अब्राह्मणी' ही 'जात्यन्ताची परिभाषा' घोषित केली आहे.
४) याच अंकात त्याच पानावर ब्राह्मणी-अब्राह्मणी हे प्रतिगामी-पुरोगामी

शब्दाऐवजीचे 'शब्द' आहेत, असे विवेचन केले आहे.

५) 'समा'च्या सप्टेंबर-ऑक्टोबर ८८च्या, पृ. ६४ वर 'ब्राह्मणी-अब्राह्मणी' ही 'कसोटी' या अर्थाने नोंद केली आहे.

'ब्राह्मणी-अब्राह्मणी' ही मांडणी जातीयवादी आहे, हा माझा निष्कर्ष, मी सिद्ध करताना कॉ. पाटलांनी ज्या ज्या अर्थाने विवेचन केले आहे त्या त्या परिभाषेचा सूक्ष्म अभ्यास करून, पुरावे नोंदले आहेत. ब्राह्मणी-अब्राह्मणी ही 'परिभाषा' असो, 'प्रक्रिया' असो, 'शब्द असोत', 'प्रतिनिधी' असो वा 'कसोटी' असो; सर्वार्थाने ही मांडणी जातीचे विष वाढविणारी व विशुद्ध चिंतनाला मारक ठरणारी मांडणी आहे हे निर्विवाद!

म्हणूनच वेगवेगळ्या दृष्टिकोनांतून रावसाहेब कसबे, आनंद यादव, नारायण सुर्वे इ. नी या मांडणीला विरोध केला आहे.

विशेष म्हणजे धर्मेंद्रनाथ शास्त्री या महापंडिताने (ज्यांचा गौरव कॉ. पाटलांना मान्य आहे) 'क्रिटिक ऑफ इंडियन रिॲलिझम' या अभिजात ग्रंथात 'ब्राह्मणी-अब्राह्मणी' या नामकरणाला विरोध केला आहे. विशेष म्हणजे ब्राह्मणी-अब्राह्मणी ही मांडणी जातीयवादी असून ती भारतीय परंपरेशी जुळत नसल्याची त्यांनी नोंद केली आहे.

प्राचीन इतिहासाचे चुकीचे आकलन

ब्राह्मणी-अब्राह्मणी हा जातीय सिद्धान्त मांडून कॉ. पाटलांनी, प्राचीन 'इतिहास वास्तवाचा' सुद्धा अत्यंत चुकीचा व एकांगी असा आशय नोंदला आहे. 'जैन' पंथास पाटलांनी 'अब्राह्मणी' अशी मान्यता देऊन वर्ण-जात विरोधी परंपरेत त्याची नोंद केली आहे.

परंतु डी. डी. कोसंबी यांच्या मते, जैनधर्माने जातिव्यवस्थेशी तडजोड केल्यानेच त्यांचा हिंदुधर्मात समावेश झाला आहे. (ॲन् इन्ट्रोडक्शन टू द स्टडी ऑफ इंडियन हिस्टरी, पृ. १५५)

के. एम. मुन्शी यांनीसुद्धा सहाव्या शतकापासूनच जैनांचे ब्राह्मणीकरण सुरू झाल्याचा निर्वाळा दिला आहे. (गुजराथ ॲण्ड इट्स लिटरेचर, पृ. ३२-३५) कॉ. पाटील ज्यांना अब्राह्मणी म्हणतात ते जैन, ब्राह्मणी व जातव्यवस्था तडजोडवादी राहिले. विशेषत: उत्तरार्धातील जैन परंपरा ही ब्राह्मणीच दिसते. शिवाय जैनांनी परलोक मान्य केल्याने ते नास्तिक ठरत नाहीत. तेव्हा जैनांचे तत्त्वज्ञान 'ब्राह्मण सदृश्य' व व्यवहार 'जात-तडजोडवादी' असा असताना ते

अब्राह्मणी कसे?

हे सर्व पुरावे पाटलांच्या सिद्धान्तास व विवेचन-सूत्रास विरोधी जात आहेत.

आपण विवेचनात चूक करीत आहोत, अशी जाणीव कॉ. पाटलांच्या चिंतनप्रक्रियेत अधूनमधून होत असावी; पण मानसिकता तशीच ठेवून विचार सोयीस्कर पद्धतीने केल्यामुळे त्यांच्या चिंतनातील घोटाळे वाढत गेले आहेत. जे चिंतनात घडले तेच त्यांच्या लेखनात प्रतिबिंबित झाले आहे.

शब्दांच्या वेलबुट्टया अभिव्यक्त करूनसुद्धा कॉ. पाटलांना त्यांच्या चिंतनातील घोटाळा लपवता आला नाही. उदा. कॉ. पाटील एका ठिकाणी लिहितात, 'बुद्ध ब्राह्मणी ब्राह्मणांविरुद्ध लढत होता, तर अब्राह्मणी ब्राह्मणांचा आदर्श भिक्षूंपुढे उभा करीत होता.' (समा. सप्टेंबर-ऑक्टोबर ८८, पृ. ६) या विधानाची फोड पाटलांच्याच व्याख्येप्रमाणे करू या.

ब्राह्मणी ब्राह्मण = वर्ण-जात समर्थकांतील वर्ण-जात समर्थक

अब्राह्मणी ब्राह्मण = वर्ण-जात विरोधी गटातील वर्ण-जात समर्थक.

तेव्हा वर्ण-जात विरोधी गटातील ब्राह्मणाचा आदर्श भिक्षूंसमोर बुद्ध उभा करीत होता असे पाटील मांडतात आणि याच ब्राह्मण व ब्राह्मणी पंथाचा द्वेष व विरोध करून हेच कॉ. पाटील ब्राह्मणेतरांचा पक्ष स्वीकारतात.

ब्राह्मण माणसाला जात-वर्णाची अन्याय जाणीव कळल्यावर, सत्य उमजल्यावर तो ती धारणा नष्ट करू शकतो, यावर बुद्धाचा व डॉ. आंबेडकरांचासुद्धा विश्वास होता; फक्त कॉ. पाटलांचाच नाही; कारण ते स्वत:च त्या जात-जाणिवेच्या कोषात बंदिस्तपणे विचार करतात.

'वस्तूंचे सम्यक् स्वरूप विचारी ब्राह्मणाला स्पष्ट झाल्यावर, वास्तविकतेचे सकारण ज्ञान झाल्यामुळे त्याचे सर्व संशय निवृत्त होतात.' हा बुद्ध-सिद्धान्त स्वत: पाटलांनीच प्रतिपादन केला आहे. याच्या आधारे विचार करता, ब्राह्मणाचा 'ब्राह्मण' म्हणून संशय फिटण्यासाठी त्याचे 'माणूसपण' हे वास्तविक सत्य कळणे पुरेसे आहे आणि हे सत्य कुणालाही कळण्यात अडचण नाही.

माणसाच्या या परिवर्तनवादी सामर्थ्याची नोंद करूनच जातिव्यवस्थेचा लढा डॉ. आंबेडकरांनी उभा केला. त्यात त्यांनी ब्राह्मणाला मज्जाव केला नाही. डॉ. आंबेडकरांनी 'लिटरेचर ऑफ ब्रॅह्मनिझम' हे प्रकरण लिहिले; पण 'अब्राह्मणी' ही जातीय परिभाषा स्वीकारली नाही. तसेच 'ब्रॅह्मनिझम' या शब्दाच्या अर्थात ब्राह्मण, क्षत्रिय व वैश्य जाती त्यांनी गृहीत धरल्या आहेत; त्यामुळे शरद पाटील

ज्या ब्राह्मणेतरांना 'अब्राह्मणी' संबोधतात त्यांना डॉ. आंबेडकरांनी 'ब्रॅह्मनिझम' मध्येच कल्पिले आहे; कारण 'ब्रॅह्मनिझम' हा ब्राह्मण्यग्रस्त असतो; म्हणून ब्राह्मण्यग्रस्त आणि ब्राह्मण्यविरोधी असे दोन प्रवाह, दोन कसोट्या डॉ. आंबेडकर मानतात आणि मांडतातसुद्धा! त्यांना ब्राह्मणी व अब्राह्मणी ही जातीय मांडणी मान्य नाही; कारण 'ब्राह्मणी'प्रमाणे 'अब्राह्मणी' व्यक्तीतसुद्धा ब्राह्मण्यग्रस्तता असू शकते, हा त्यांचा मूळ सिद्धान्त आहे. हा विचार पाटलांच्या विचारांच्या विरोधी आहे. तेव्हा डॉ. आंबेडकरांनी ब्राह्मणांना ब्राह्मण म्हटलेच; पण ब्राह्मण्य ज्याच्यात शिल्लक असते त्यालाच ते खऱ्या अर्थाने ब्राह्मण म्हणतात. मग तो मराठा व महार असला तरी तो ब्राह्मण्यग्रस्त असल्याने ते त्याला समतेचा शत्रू मानतात.

डॉ. आंबेडकरांनी श्रौत स्मार्त धर्माला ब्राह्मणी धर्म म्हटले आहे. अर्थात हा श्रौत स्मार्त धर्म उच्चजातीयांचाच हितसंबंधी होता. हा ब्राह्मणी धर्म ब्राह्मण्यग्रस्त व्यक्तींचा होता; मग त्याची जात कोणतीही असो. वर्णव्यवस्थेच्या विरोधकांना किंवा 'ब्राह्मणी' विरोधकांना मात्र त्यांनी 'अब्राह्मणी' हा जातीय शब्द वापरलेला नाही; कारण त्यांचे जातीय विश्लेषण विशुद्ध चिंतनाच्या अटीतून झाले आहे.

आणखी एक विशेष बाब म्हणजे डॉ. आंबेडकरांनी 'ब्राह्मणी भारत,' 'बौद्ध भारत' व 'हिंदू भारत' अशी विभागणी केली आहे. या मांडणीत 'अब्राह्मणी भारत' अशी नोंद नाही; कारण या भाषेत डॉ. आंबेडकर विचारच करीत नाहीत; याचाच अर्थ असा की, परंपरेनेच 'ब्राह्मणी-अब्राह्मणी' मांडणी चालत आली असे कॉ. शरद पाटील सांगत असले तरी ही जातीय व चिंतन-मूल्यविरोधी परिभाषा डॉ. आंबेडकरांनी मात्र स्वीकारली नाही; कारण त्यांना ती मान्य नव्हती.

सत्यवादी रावसाहेब कसबे

'ब्राह्मणी-अब्राह्मणी शब्दप्रयोगामुळे जातीयवाद वाढेल' असे प्रतिपादन 'सत्यशोधक मार्क्सवादी'चे सल्लागार संपादक आणि विचारवंत रावसाहेब कसबे यांनी केल्याची खुद्द कॉ. पाटलांनी नोंद केली आहे. (समा. सप्टेंबर-ऑक्टोबर ८८, पृ.३३) अर्थात श्री. कसबे हे ब्राह्मणी नाहीत. शिवाय कॉ. पाटलांचे ते सहविचारी असून 'भटाळलेले'सुद्धा नाहीत. या दलित विचारवंताला अत्यंत प्रामाणिकपणे व अभ्यासान्ती असे वाटते की, कॉ. पाटलांनी केलेली ब्राह्मणी-अब्राह्मणी ही मांडणी 'जातीयवाद वाढविणारी आहे.' श्री. कसबे हे वस्तुनिष्ठ विचार करणारे चिंतनशील विचारवंत आहेत. त्यांच्या या विरोधाचे मूल्य अनन्यसाधारण आहे. कॉ. पाटलांच्या परिवर्तनवादी निष्ठेला त्यांचा विरोध नसून

फक्त 'ब्राह्मणी व अब्राह्मणी' या त्यांच्या मांडणीलाच त्यांचा विरोध आहे; कारण श्री. कसब्यांना, जातीयवाद ज्या जातव्यवस्थेतून जन्म घेतो, ती व्यवस्थाच नष्ट करायची आहे. कॉ. पाटलांचे उद्दिष्टसुद्धा तेच आहे; परंतु त्यांची मांडणी मात्र जातीयवादी असल्याने जातीयवाद वाढविणारे सैद्धान्तिक लेखन कसब्यांनी किंवा अन्य कोणत्याही अभ्यासकांनी मान्य करणे शक्य नाही. प्रेरणा शुद्ध असल्या तरी चुकीचा सिद्धान्त हा परिणामदृष्ट्या वाईटच! म्हणूनच श्री. कसबे यांचा ब्राह्मणी-अब्राह्मणीचा विरोध हा परिवर्तनाच्या तत्त्व-व्यवहाराशी प्रामाणिक असून त्याचे मोल श्रेष्ठ आहे.

परंतु 'समा'सारख्या नियतकालिकाचे सल्लागार संपादक व महाराष्ट्रातील प्रसिद्ध विचारवंत असलेल्या रावसाहेब कसब्यांनी कॉ. पाटील यांच्या 'ब्राह्मणी-अब्राह्मणी' मांडणीस जातीयवाद वाढविणारा चुकीचा सिद्धान्त म्हणून ३१ जुलै, १९८८ रोजी पुण्यात झालेल्या 'अब्राह्मणी साहित्याचे सौंदर्यशास्त्र' या कॉ. पाटीललिखित पुस्तक प्रकाशन समारंभात विरोध केला; त्यामुळे कॉ. पाटील बिथरले आणि 'समा'च्या सप्टेंबर-ऑक्टोबर ८८ च्या अंकात श्री. कसबे यांच्यावर आग ओकून, 'विचारवंत' म्हणून कसबे १९८५ सालीच थांबले' असा तर्कदुष्ट आणि अशोभनीय अभिप्राय त्यांनी देऊन टाकला.

विशेष म्हणजे याच 'सत्यशोधक मार्क्सवादी' या कॉ. पाटलांच्या मालकीच्या अंकावर श्री. कसबे यांची सल्लागार संपादक म्हणून नोंद आहे. १९८५ साली विचारवंत म्हणून 'थांबलेल्या' विद्वानाची ही गौरवास्पद नोंद (त्यांच्याच सल्ल्याने?) १९८८ च्या सप्टेंबर-ऑक्टोबरच्या अंकात पाटलांनी का व कशी करावी हे कोडे आहे. १९८५ ते १९८८ या तीन वर्षांत श्री. कसबे 'थांबले' की 'पुढे' गेले याबद्दल कॉ. पाटील काहीच अभिप्राय देत नाहीत; पण जुलै ८८ मध्ये त्यांच्या 'ब्राह्मणी-अब्राह्मणी' सिद्धान्ताला विरोध करताच श्री. कसबे १९८५ ला विचारवंत म्हणून थांबल्याचा साक्षात्कार पाटलांना होतो, हे विशेष आहे!

टिळक-शाहू दोघेही ब्राह्मणीच!

सर्व विद्वानांनी व अभ्यासकांनी वस्तुनिष्ठ विचार न करता पक्षपाती व तर्कविसंगत चिंतन करावे अशी पाटलांची धारणा आहे काय? कॉ. पाटील यांचा तर्कविसंगतीचा हा लेखनदोष भयानक आहे. स्वत:च्याच लेखनात चुकीची बाजू त्यांनी कशी घेतली आहे हे त्यांच्या लक्षातच येत नाही.

'ब्राह्मणी' विरोधाचे सूत्र मांडताना ब्राह्मण कसे वाईट वागले, याच्या

प्रतिपादनात कॉ. पाटलांनी टिळकांचा दाखला दिला आहे. कॉ. पाटील लिहितात, 'शाहूंच्या वेदोक्त प्रकरणात काही अपवाद वगळता महाराष्ट्रातले सर्व ब्राह्मण टिळकांच्या नेतृत्वाखाली विरोधात होते.' ('समा'. सप्टेंबर-ऑक्टोबर ८८, पृ. १०)

वेदोक्त प्रकरणातील दोन्ही पक्षांचा अत्यंत सूक्ष्म व परखडपणे अभ्यास करता, टिळकांचा पक्ष हा जातिव्यवस्थावादी ब्राह्मणांचा व छत्रपती शाहूंचा पक्ष हा वर्णव्यवस्थावादी क्षत्रियांचा आहे; हे लक्षात येते. टिळकांचा पक्ष व त्यांचा ब्राह्मण पक्षपात हा निश्चितच परिवर्तनवादाला विरोधी आहे; पण या संघर्षात छ. शाहू ब्राह्मणांच्या विरोधात क्षत्रियत्वाचे स्वत:चे हक्क सिद्ध करू पाहत होते. या संघर्षात दोन्ही पक्षांत वर्णाश्रम धर्मांतर्गत असलेला वर्णाभिमानच उफाळून आला होता. छ. शाहूंनी या संघर्षाच्या वेळी अस्पृश्यांच्या मानवी हक्काचा आवाज उठवलेला नाही. तो आवाज वेदोक्त प्रकरणानंतर अनेक वर्षांनी, शाहूंनी उठवला व रुजवला; पण वेदोक्त प्रकरणात शाहूंची भूमिका ही फक्त 'क्षत्रियत्व' सिद्ध करून ब्राह्मणांची जिरविण्याची होती. ब्राह्मणांनी त्यांचे सनातनपण टाकून जर छ. शाहूचे 'क्षत्रियत्व' मान्य केले असते तर कदाचित उत्तरार्धातील परिवर्तनवादी शाहू महाराज इतिहासाला दिसले नसते. तेव्हा सनातनी ब्राह्मणांची व टिळकांची भूमिका जेवढी समतेच्या विरोधी होती तेवढीच शाहू महाराज यांची 'क्षत्रियवादी' भूमिका वेदोक्त प्रकरणात ब्राह्मणवादाची प्रतिक्रिया म्हणून वर्णवादीच होती. शाहूराजांचा नंतरच्या काळात विकास झाला व परिवर्तनाच्या समता मंत्राला महाराष्ट्रभर साद मिळाली. असे टिळकांचे झाले नाही हा वेगळा पण महत्त्वाचा मुद्दा आहेच.

कॉ. पाटील मात्र वेदोक्त प्रकरणातील टिळकांच्या भूमिकेला जसा विरोध करतात तसा शाहूंच्या भूमिकेला वरील विचारसूत्रात विरोध करीत नाहीत.

कॉ. पाटलांचे हे 'शाहूप्रेम' वेदोक्त प्रकरणात तरी परिवर्तनवादी ठरू शकत नाही. शाहू आणि टिळक दोघेही आपापल्या वर्णाच्या अस्मितेसाठी जेव्हा संघर्ष पुकारतात, तेव्हा वर्णव्यवस्थेच्या विरोधी भूमिका मांडणाऱ्या कॉ. पाटलांनी टिळकांविरुद्ध शाहूंच्या पक्षाचे समर्थन करणे म्हणजे 'ब्राह्मण विरोधाच्या ध्यासातून क्षत्रिय-मराठा वर्ण- जातीचा अभिमान कोरणे' हाच त्याचा स्पष्ट अर्थ होतो आणि कोणत्याही एका किंवा अनेक वर्णांचा वा जातींचा अभिमान, हा वर्णव्यवस्था वादीच म्हणजे समताविरोधी असतो. भाषा 'वर्णविरोधाची' व चिंतन-गाभा 'वर्णवादाचा' हे कॉ. पाटील यांच्या एकूण लेखनाचे सार आहे काय?

वर्णव्यवस्था किंवा नंतरची जातव्यवस्था ही कुणी एकच वर्ण वा जात जन्माला घालू शकत नसते. पुढाकार ब्राह्मणांचा असला तरी जर वर्णव्यवस्था व जातव्यवस्था इतर तीन वर्णांनी अमान्य करून झुगारली असती तर ब्राह्मणांचा निरुपाय झाला असता; पण इतर वर्णांनासुद्धा त्यांचे हितसंबंध त्या व्यवस्थेत सुरक्षित दिसत होते. ह्या स्वार्थात ब्राह्मणांप्रमाणे इतर उच्चवर्णीयांचा वाटा असल्यानेच त्या व्यवस्था टिकल्या, हा इतिहास अमान्य करता येत नाही. स्वत: पाटील यांनीच या पापाचे कर्तृत्व एकट्या ब्राह्मणांचे नाही, याची कबुली देताना म्हटले आहे की, 'वर्णाचे जातीत रूपांतर होण्याची क्रिया ही व्यक्तिनिरपेक्ष समाजविकासाची प्रक्रिया होती. तिचे कर्तृत्व ब्राह्मणवादाकडे देणे चुकीचे आहे.' ('समा.' सप्टेंबर-ऑक्टोबर १९८८, पृ. ३५)

तेव्हा वर्णाश्रमधर्मीय ब्राह्मणवाद व जातव्यवस्थावादी ब्राह्मणवाद ही केवळ ब्राह्मणांची निर्मिती नसून इतर उच्चवर्णीय व उच्चजातीय यांची संयुक्त निर्मिती आहे; त्यामुळे पापाचा वाटा ब्राह्मणांकडे अधिक देणे योग्यच आहे; पण संपूर्ण पाप एकट्या ब्राह्मणांचेच असून क्षत्रिय, वैश्य किंवा उच्चजातीय मात्र निर्दोष आहे, असा समज पसरविणारे विचारसूत्र व सिद्धान्त प्रतिपादन, हा ऐतिहासिक वास्तवाचा विकृत पुरावा असून, असत्याची परमावधी आहे. सत्यप्रतिपादनात चुकून आलेल्या विसंगती आपण सहानुभूतीने समजून घेऊ; पण सत्याच्या नावे चक्क असत्य मांडले जात असेल तर कुणी आणि का सहन करावे?

महापुरुषांच्या मर्यादा कॉ. पाटलांना कळल्या नाहीत.

या पार्श्वभूमीवर कॉ. पाटलांच्या लेखनात अभिव्यक्त होणारे त्यांचे मन अभ्यासणे हा एक अत्यंत मनोरंजक प्रकार आहे. एका विवेचनात कॉ. पाटील लिहितात, 'फुले व आंबेडकरांच्या तत्त्वज्ञानाचा आम्हाला विकास करायचा असल्यामुळे आम्ही त्यांना अपुरे समजतो.' (समा, एप्रिल, ८९ पृ. ४)

या विधानात फुले-आंबेडकरोत्तर 'तत्त्वज्ञ' स्वत: होण्याची घाई व तसा हट्ट स्पष्ट होतो, म्हणून कॉ. पाटलांनी फुले-आंबेडकरांना 'अपुरे' ठरविले आहे. या ठरविण्यात त्यांचा वैयक्तिक प्रामाणिकपणा आहे; पण फुले-आंबेडकर 'अपुरे' असतील तरच विकास करणे आवश्यक आहे; पण कॉ. पाटलांना स्वत:च 'तत्त्वज्ञ' म्हणून फुले-आंबेडकरांनंतर उभे राहण्याची महत्त्वाकांक्षा असल्याने, त्यांना फुले-आंबेडकरांच्या तत्त्वज्ञानाचा विकास करावा वाटला आणि तसा विकास करावयाचा असेल तर मग फुले व आंबेडकरांना 'अपुरे' ठरवावेच

लागेल. ही दिशा अत्यंत भयानक आहे. प्रामाणिक व्यासंगातून व सत्यनिष्ठेच्या अटीतून चिंतन आकार घेत असेल तर ते विशुद्ध असल्याने मानवी कल्याणाच्या उज्ज्वल भविष्याचा आलेख साकार करू शकते. इथे तर कॉ. पाटील वैयक्तिक अघोरी महत्त्वाकांक्षेचे आक्रमण, चिंतनमूल्यावर करून व्यक्तिवादाची सोय पाहत आहेत. दुसरी गोष्ट, कॉ. पाटील महापुरुषांत, तत्त्वज्ञांमध्ये 'अपुरेपणा' पाहतात, तो नसल्याची किंवा भासल्याची (किंवा तुम्ही ठरविण्याची) शक्यता असू शकते. याचा अर्थ तत्त्वज्ञानामध्ये अपुरेपणा नसतोच असा नव्हे. एखादा दुराग्रही व अवैध महत्त्वाकांक्षी अभ्यासक काय करू शकतो याचा विचार महत्त्वाचा! कॉ. पाटलांना आंबेडकरी दर्शनामध्ये 'जात हा बंदिस्त वर्ग आहे.' हे आंबेडकरी सूत्र चूक वाटते. ही चूक, तुम्ही मानता म्हणून सिद्ध होत नाही. इथे तुम्हास डॉ. आंबेडकरांना 'अपुरे' ठरवून मगच त्यांच्या तत्त्वज्ञानाचा विकास तुमच्या नावे करायचा आहे, या हट्टापायी तुम्ही आंबेडकरांचे विचारसूत्र चूक मानण्याची शक्यता आहे.

याच्या उलट म. फुल्यांनी 'निर्मिक' (=ईश्वर) मान्य करून त्यांच्या परिवर्तनवादी सत्यशोधकी विचारपरंपरेची अध्यात्मवादी-चैतन्यवादी प्रवाहात सांगता केली. फुल्यांचा 'निर्मिक' वाद हा शास्त्रप्रामाण्यविरोधी ठरतो. हा फुल्यांचा अपुरेपणा असताना तुम्ही नोंदवत नाही. तुम्हाला तो दिसला नसावा किंवा सोयीचा नसावा. (किंवा तो अपुरेपणा नाहीच, हे सिद्ध करू शकता.)

डॉ. आंबेडकरांनी मार्क्सच्या क्रांतिकारी तत्त्वज्ञानाला विरोध करून मार्क्सवादी चळवळ व आंबेडकरी चळवळ यांच्या संभाव्य एकजुटीत बाधा निर्माण केली, ही मर्यादा कॉ. पाटलांना दिसलेली नाही.

म्हणजे फुले-आंबेडकरी तत्त्वज्ञानात जो अपुरेपणा आहे, तो त्यांना दिसत नाही ही एक शक्यता, तर जो 'अपुरेपणा' कॉ. पाटील मांडतात-मानतात, तो अपुरेपणा नसण्याची दुसरी शक्यता आहे. असे असताना फुले-आंबेडकरांच्या विचारांचा 'विकास' कसा व कोणता करणार? कॉ. पाटलांचा हा 'भ्रम' दूर झाला तर त्यांनाही कळू शकेल की, तुम्ही ज्याला 'विकास' म्हणता, तो चक्क 'आभास' किंवा 'विकास-विरोध' ही असेल.

महापुरुष बनायचे डोहाळे!

पाटलांची 'ब्राह्मणी-अब्राह्मणी' वादाची मांडणी हा फुले आंबेडकरांच्या तत्त्वज्ञानाचा विकास नसून, त्यांच्या समतावादी महान मूल्यप्रणालींचा अपमान व अघोरी खून आहे; कारण ही मांडणी जातीयवादी असून 'जातवाद' वाढविणारी

आहे. हा विचार प्रथम मी मे १९८८ च्या जळगाव येथील 'अस्मितादर्श' मेळाव्यातील परिसंवादात मांडला. हे प्रतिपादन केवळ माझेच आहे असे नाही, तर महाराष्ट्रातील बहुसंख्य विद्वानांनी या मांडणीला समतेच्या भवितव्याच्या काळजीतून नंतर विरोध केला आहे. नारायण सुर्वे, रावसाहेब कसबे, आनंद यादव, डॉ. प्रदीप गोखले ही नावे त्यात प्रमुख आहेत.

कॉ. पाटलांना महान तत्त्वज्ञ व क्रांतिकारक म्हणून मिरवून घेण्याची महत्त्वाकांक्षा असायला इतरांची तक्रार असण्याचे कारण नाही; पण ही महत्त्वाकांक्षा सिद्ध होण्यासाठी 'असत्यशोधना'ची शिदोरी कामी पडत नसते. माझे तेवढेच 'सत्य' असून इतरांनी त्याला विनाअट मान्य केले पाहिजे, हा हट्ट सत्याच्याच विरोधी असतो.

या दुराग्रहाच्या सिद्धीसाठी स्वत:चे सर्टिफिकेट स्वत:लाच देऊन कॉ. पाटील 'समा'च्या जुलै-ऑगस्ट ८८ च्या संपादकीयात लिहितात, 'शरद पाटील मार्क्स-फुले-आंबेडकर यांच्या पुढे गेले याचे कारण काळ या तीन महापुरुषांच्या पुढे गेलेला आहे, हे आहे.' (पृ. १४)

स्वत:च महापुरुष असल्याची घोषणा करण्याचा हा प्रकार किती विचित्र आहे?

डॉ. आंबेडकरोत्तर महापुरुष, स्वत: आपणच आहोत याची जाहिरातबाजी करणारे अनेक कार्यक्रम व लेखन कॉ. पाटील सातत्याने करीत आहेत. या कामातील त्यांचा चिवटपणा आणि कौशल्य अमान्य करता येणार नाही. या मानसिक धारणेतूनच (आपण महापुरुष आहोत) कॉ. पाटील लेखन करीत असतात. ते एका ठिकाणी म्हणतात, 'आम्ही मार्क्सला जगाचा सर्वश्रेष्ठ महापुरुष मानतो आणि त्या खालोखाल बुद्धाला, फुले त्यानंतर येतात.' (समा, एप्रिल ८९, पृ. ५) फुल्यांनंतर आंबेडकर व आंबेडकरांच्या नंतर स्वत:च 'शरद पाटील' असा क्रम कॉ. पाटलांच्या लेखनात प्रतिबिंबित झाला आहे. परिवर्तनवादी परंपरेत, भारतीय इतिहासात पवित्र व विशुद्ध चिंतनाने युगप्रवर्तक ठरलेल्या महापुरुषाच्या मालिकेत, स्वत:चा नंबर घुसडण्याचा कॉ. पाटलांचा पराक्रम, अफलातून आहे यात वादच नाही! भारतीय इतिहासाच्या ज्ञानपरंपरेत असे उदाहरण दुर्मिळ आहे; म्हणून कॉ. पाटलांच्या नावाची नोंद निदान या संदर्भात तरी इतिहासकारांनी नोंदवायला हरकत नसावी!

'महापुरुष' होणे सोपे नसते हे कुणालाही समजावे. शिवाय संकुचित विचारविकार सूत्रांना सैद्धान्तिक मुलामा देऊन समतेच्या नावाचे कुंकू लावले तरी तो संसार सत्यवादाशी एकनिष्ठ ठरत नसतो आणि असत्याच्या अधिष्ठानावरील

भूमिका कितीही पांडित्यपूर्ण असली तरी त्यातून 'महापुरुष' उभा राहत नसतो.

विचारवंत पाटलांनी एक धाडसी व घातकी विचारसूत्र नोंदले आहे. ते म्हणतात, 'संशोधक विद्वान हा नि:पक्षपाती कधीच नसतो. तो एक तर ब्राह्मणी असतो वा अब्राह्मणी.' (समा जानेवारी-फेब्रुवारी ८९, पृ. ५१).

कॉ. पाटील स्वत: नि:पक्षपाती विद्वान नाहीत याची कबुली देतात. या त्यांच्या प्रामाणिकपणाचे कौतुक व्हायला हवे; पण इतर कोणतेही 'विचारवंत संशोधक हे नि:पक्षपाती नसतातच' तर ते ब्राह्मणी वा अब्राह्मणी असतात. हा त्यांचा 'अब्राह्मणी निष्कर्ष' सर्वच संशोधक व ज्ञानमूल्यांच्या परंपरेवर अन्याय करणारा आहे. ज्ञानमूल्यांची आराधना नि:पक्षपातीपणाच्या कसोटीवरच सिद्ध होते; पण त्याच ज्ञानपरंपरेचा मार्ग चोखाळताना नि:पक्षपातीपणाचा गळा घोटण्याएवढी विकृती, सत्याच्या नावे सिद्ध होत असेल, तर भयानक स्थिती ओढवेल.

श्री. के. रं. शिरवाडकरांच्या ब्राह्मणी-अब्राह्मणी वादावरील आक्षेपाला उत्तर देताना कॉ. पाटील लिहितात, 'ब्राह्मणी फळीत ब्राह्मणी अब्राह्मण होते, तर अब्राह्मणी फळीत अब्राह्मणी ब्राह्मण होते, हे आम्ही वारंवार स्पष्ट करीत असतो.' (समा. सप्टेंबर-ऑक्टोबर ८८, पृ. ६३-६४)

कॉ. पाटील किती गोंधळलेत याचा हा पुरावा आहे. क्रमाने त्यांच्या उपरोक्त विधानाचा त्यांनीच केलेल्या व्याख्येनुसार अर्थ विशद करू या. ब्राह्मणी फळी ही वर्ण, जात, स्त्री-दास्य रक्षक फळी. या फळीत वर्ण-जात, स्त्री-दास्य रक्षणाला विरोध करणारे ब्राह्मणी अब्राह्मण होते, तसेच अब्राह्मणी फळीत (वर्ण, जात, स्त्री-दास्य विरोधकांच्या गोटात) वर्ण-जात, स्त्री-दास्य समर्थन करणारे अब्राह्मणी ब्राह्मण होते, हा त्यांच्या विधानाचा सरळ अर्थ आहे. म्हणजे ब्राह्मणी फळीत अब्राह्मणीही होते व ब्राह्मणही होते व अब्राह्मणी फळीतही अब्राह्मणांसह ब्राह्मणही होते; म्हणजेच 'ब्राह्मणी-अब्राह्मणी' यांना निर्णायक अर्थ नाही आणि परिभाषेत कितीही अर्थवत्ता कोंबण्याचा प्रयत्न झाला, तरी वास्तवात तसा प्रकारच नाही, हे सत्य आहे. स्त्री-दास्य विरोध व वर्णजातव्यवस्थाविरोधाच्या अटीतील परिवर्तनाचे कोणतेही आविष्कार रूप हे अंतिमत: मानवी कल्याणाच्या दिशेतील प्रयत्न असतो. म्हणून प्रत्येक सुधारकांचे सांस्कृतिक स्तरावरील परिवर्तनवादी योगदान हे क्रांतिवादीच ठरते. फक्त प्रत्येक सुधारकाच्या कृती-उक्तीला भिन्न भिन्न मर्यादा पडू शकतात. त्या मर्यादा टाळून सर्व सुधारकांचे क्रांतिवादी सामर्थ्य सत्याच्या प्रवाहात एकत्रित करूनच क्रांतिवादाची दार्शनिक व व्यावहारिक मांडणी करणे योग्य आणि उपयुक्त ठरते.

दुसरी महत्त्वाची गोष्ट अशी की, ब्राह्मण व अब्राह्मण हे वर्ण जातिवाचक सामाजिक पदार्थ असल्याचे व ब्राह्मणी व अब्राह्मणी हे अमूर्तिकृत साहित्यिक, दार्शनिक व सांस्कृतिक पदार्थ असल्याचे स्पष्टपणे पाटील सांगतात. (समा. नोव्हेंबर-डिसेंबर ८८, पृ. २२) अर्थात ब्राह्मणी व अब्राह्मणी हे दोन्हीही वर्णजातविषयक शब्द असल्याचेच स्पष्ट होते. म्हणजेच चातुर्वर्ण्यासारखीच ही कृत्रिम पण घातकी अशी दोन वर्णांची व्यवस्था नव्हे काय?

आणखी एक गंमत! उपरोक्त विधानात पाटील, ब्राह्मण-अब्राह्मणाला वर्णजातवाचक सामाजिक पदार्थ मानतात, तर केवळ दोन महिन्यांपूर्वीच्या सत्यशोधक मार्क्सवादीच्या अंकात के. रं. शिरवाडकरांच्या 'शब्द (ब्राह्मण-अब्राह्मणी) जातवाचक आहे का ते विशिष्ट विचारांचे प्रतिनिधित्व करतात?' या प्रश्नाला उत्तर देताना, 'ब्राह्मणी, अब्राह्मणी हे शब्द मुख्यत: विशिष्ट विचारांचे प्रतिनिधित्व करतात.' (पृ. ६३) असे पाटलांनी लिहिले आहे. हा चिंतनातील गोंधळ समग्र परिवर्तनालाच डागाळत आहे; म्हणून ही मांडणी तर्कशुद्धता आणि बुद्धिप्रामाण्य यांचा बळी घेऊनच उभी आहे, याचे भान ठेवायला हवे. जुन्या चार वर्णव्यवस्थेप्रमाणेच नव्या दोन वर्णव्यवस्थेचा पुरस्कार करून विषमता पोसण्याचा ऐतिहासिक प्रयत्न पाटील करीत आहेत.

१९३४ मध्ये काँग्रेसमध्ये विलीन झालेल्या ब्राह्मणेतर चळवळीचे नवे विकृतीकरण म्हणजे ब्राह्मणी-अब्राह्मणी होय. विसाव्या शतकातील सत्यशोधक पाटील यांचे हे श्रेय वादातीत आहे. 'ब्राह्मणी' किंवा 'अब्राह्मणी' हा नवा वर्णाभिमान ब्राह्मण्यग्रस्ततेचा निदर्शक आहे; म्हणून ब्राह्मण्याचा उदो उदो करणारे आणि अब्राह्मणी पंथात 'ब्राह्मण्यग्रस्तते'चा नवा झेंडा लावणारे, क्रांतिवादी मूल्यात्मकतेला समानच आहेत; कारण दोन्हींचा परिणाम, दोघांची भाषा विषमतेला अनुकूलच आहे.

या पार्श्वभूमीवर कॉ. पाटील हे 'सत्यशोधक ब्राह्मणी' (अर्थात श्रेष्ठ) असल्याचा निष्कर्ष कुणी काढला तर तो चुकणार नाही. हा निष्कर्ष व हे विवेचन त्यांना मान्य आहे की नाही हा प्रश्न महत्त्वाचा नसून, ते सत्य आहे की नाही, हे महत्त्वाचे आहे. सत्यशोधकाची भूमिका वठविताना व्यासंगाच्या लांबीचे मोल (व मूल्य?) मान्य करूनही निष्पन्न झालेले सत्य, हे असत्य असण्याची शक्यता असू शकते; म्हणूनच 'सत्यशोधकांना'ही तपासून घेण्याची आवश्यकता प्रत्येक काळातील नव्या पिढीने ओळखली पाहिजे. नाही तर नाटकात शिवाजीची भूमिका वठविणारा नट स्वत:च शिवाजी असल्याचे सांगू लागेल आणि

'सत्यशोधका'चा आव आणणारा कुणीही कार्यकर्ता अभ्यासक, म. फुल्यांच्या पुतळ्याशेजारी स्वत:च्या पुतळ्याची व्यवस्था करून ठेवील. हा धोका प्रतिक्रांतिवाद्यांपेक्षा निश्चितच भयानक असणार आहे.

सत्यनिष्ठेच्या प्रामाणिक ध्यासातून व अभ्यासातून केलेले हे 'विवेचन' कॉ. पाटील यांच्या नेहमीच्या सवयीनुसार 'ब्राह्मणी हल्ला', 'हे पुस्तक वाचा.' 'विद्यापीठीय विद्वानाचे अज्ञान' असा कांगावा करून 'झूठ' ठरविण्याची दाट शक्यता आहे. 'सच्चा विद्वान' असे करणार नाही. माझ्या मांडणीतील स्वीकारार्ह गाभा त्यांनी आत्मपरीक्षण करून व दोष वजा करून, मान्य केला तर माझ्यासह परिवर्तनाच्या चळवळीचेही ते आदरणीय मार्गदर्शक व 'सच्चे सत्यशोधक' ठरतील ही अपेक्षा!

विभाग तीन

अब्राह्मणी साहित्याच्या सौंदर्यशास्त्राची समीक्षा

सुगावा प्रकाशनाने जुलै १९८८ मध्ये कॉ. शरद पाटील यांचे 'अब्राह्मणी साहित्याचे सौंदर्य शास्त्र' हे पुस्तक प्रकाशित केले. हे पुस्तक त्यांनी बोधिसत्व दिग्नाद धर्मकीर्ती आणि भदन्त आनंद कौसल्यायन यांना अर्पण केले आहे. या पुस्तकात कॉ. पाटील यांनी 'अब्राह्मणी सौंदर्य शास्त्राची' मांडणी केल्याचा त्यांचा दावा आहे.

पाटलांच्या मते भारताची मूळ संस्कृती ही स्त्रीसत्ताक गण समाजाची होती. भारताचे आद्य तत्त्वज्ञान स्त्रीसत्ताक सांख्य आहे. संस्कृत व्याकरणात शाकटायन व गार्ग्य असे अब्राह्मणी व ब्राह्मणी दोन पंथ असल्याचे त्यांचे म्हणणे आहे.

भारतीय समाज इतिहासाच्या प्रवाहात प्रथम स्त्रीसत्ताक विरुद्ध पुरुषसत्ताक, त्यानंतर वर्ण समर्थक आणि वर्ण-जात विरोधक अशा संघर्षाच्या टप्प्यातून आपला देश, ब्रिटिश आमदानीपर्यंत येऊन, वर्गीय संघर्षाचे नवे वास्तव निर्माण झाल्याचे सूत्र, कॉ. पाटील मांडतात. ब्रिटिश कालखंडापासून ब्राह्मणी उच्च जात-वर्गीय आंग्ल व अब्राह्मणी जात वर्गीय आंग्ल असे, या संस्कृतीचे स्वरूप बनल्याचे त्यांचे म्हणणे आहे.

परंतु मूलतःच 'ब्राह्मणी' आणि 'अब्राह्मणी' ही मांडणी आणि निकष सर्वार्थाने अयोग्य व घातक असल्याचे सत्य समजून घेणे आवश्यक आहे. कॉ. पाटील ज्याला 'ब्राह्मणी' संबोधतात व ज्या निकषावर मांडणी करतात, ती व्याख्या व स्वरूपच भ्रष्ट आहे. वर्ण-जात-स्त्रीदास्य समर्थन करणाऱ्यांना कॉ. पाटील 'ब्राह्मणी' संबोधतात आणि वर्ण-जात-स्त्रीदास्य विरोधकांना ते 'अब्राह्मणी' संबोधतात. त्यांच्या याच निकषावर त्यांची मांडणी तपासून पाहताना, अनेक घोटाळे आणि सत्याच्या अपलापाची उदाहरणे स्पष्ट होताना दिसतात.

वर्ण-जात-स्त्रीदास्याचे समर्थन ब्राह्मण वर्ण-जातीत जन्मलेले स्त्री-पुरुष करीत आलेत. त्याचप्रमाणे ज्यांना 'अब्राह्मणी' म्हणून कॉ. पाटील मान्यता देतात, त्या प्रवाहातीलही असंख्य जनता व महापुरुषसुद्धा, वर्ण-जात-स्त्रीदास्य समर्थन करणारे होते व आहेत. मग ब्राह्मणी-अब्राह्मणी ही विभागणी कशी लागू करायची? या संदर्भातील पुढील साक्षी महत्त्वाच्या ठरतात.

१. शाहू महाराजांना कॉ. पाटील 'अब्राह्मणी' मानतात. पण शाहू महाराज तर शेवटपर्यंत आर्य समाजी म्हणजे वर्णव्यवस्था मानणारे होते. त्यांनी वेदोक्त प्रकरणानंतर जातव्यवस्था विरोध केला असला तरी, वर्णव्यवस्थेचे समर्थन आर्य समाजाच्या माध्यमातून त्यांनी केल्याचे दिसते. कॉ. पाटलांच्या व्याख्येनुसार 'वर्ण समर्थन' हे ब्राह्मणी ठरते.

२. शाहू महाराजांनी म. फुल्यांचा स्त्री-पुरुष समतेचा वारसा सर्व संदर्भात सर्व पातळीवर स्वीकारून पचवल्याची वास्तवता दिसत नसल्याचा निष्कर्ष, गेल ऑमवेटसारख्या ब्राह्मणेतर चळवळीचे संशोधन, जागतिक स्तरावर पोचवणाऱ्या विद्वान महिलेने नोंदला आहे. अर्थात तेवढ्याच संदर्भात कॉ. पाटलांच्या मतानुसार शाहू महाराज 'ब्राह्मणी' ठरतात, असे म्हटल्यास ते अयोग्य कसे म्हणावे?

   सारांश कॉ. पाटलांनी 'अब्राह्मणी' ठरवलेले महापुरुष त्यांच्याच व्याख्येनुसार काही प्रमाणात 'ब्राह्मणी' ठरतात.

३. म. गांधी उत्तरार्धात मिश्रविवाहाचे समर्थन करतात. पण ते शेवटपर्यंत स्वत:ला 'सनातनी हिंदू' म्हणवतात. शिवाय त्यांनी वर्णव्यवस्था कायम समर्थनीय मानलीय. तसेच वर्गसंघर्षाला विरोध केलाय. पण स्त्रियांची गुलामी त्यांनी धिक्कारली आहे. तेव्हा वर्ण समर्थक व स्त्रीदास्य विरोधक गांधीजी, 'ब्राह्मणी' किती आणि 'अब्राह्मणी' किती?

४. डॉ. बाबासाहेब आंबेडकर १९३५ पर्यंत हिंदू आंबेडकर आहेत आणि हिंदू धर्म वर्णव्यवस्था समर्थन करतो. तेव्हा १९३५ पर्यंतचे डॉ. आंबेडकर 'ब्राह्मणी' मानायचे का?

५. गौतम बुद्धाने पूर्वार्धात भिक्षु संघात स्त्रियांना प्रवेश नाकारल्याबद्दल त्यांच्या तेवढ्यापुरत्या मर्यादित निर्णयाला व भूमिकेला काही विद्वानांनी दोष दिला आहे. नंतरच्या काळात बुद्ध पूर्ण समतावादी भूमिका घेतात. मग पूर्वार्धातील बुद्धांना स्त्रीसमतेच्या संबंधाने, 'ब्राह्मणी' मानायचे का?

   ही प्रातिनिधिक उदाहरणे कॉ. पाटीलप्रणीत 'ब्राह्मणी-अब्राह्मणी' सिद्धान्ताचे

फोलपण सिद्ध करतात. महापुरुषांच्या संदर्भातील हा घोळ असेल तर, प्रत्येक सामान्य कार्यकर्त्याबाबत, व्यक्तीबाबत कोणी आणि कसा हिशेब मांडायचा? तेव्हा 'ब्राह्मणी' व 'अब्राह्मणी' ही मांडणी वैचारिक क्षेत्रात नवा गोंधळ घालणारी नवी विषम सैद्धान्तिक व्यवस्था आहे, पण तीच 'सत्य' असल्याचे गृहीत धरून कॉ. पाटील 'अब्राह्मणी सौंदर्यशास्त्र' मांडायला निघालेत!

सौंदर्यशास्त्राची संकल्पना आणि स्वरूप

कोणत्याही कलाकृतीचा आस्वाद घेताना आणि त्याची दार्शनिक मीमांसा करताना, काही निकष व कसोट्या कला-साहित्य विश्वात रूढ झालेल्या असतात. बा. सी. मर्ढेकरांनी सौंदर्य आणि सौंदर्यजन्य आनंद हा संवेदनांच्या गुणावर अवलंबून असल्याचे सांगितले. त्यामध्ये ज्ञानात्मक असा दुसरा गुण नसल्याचे त्यांचे म्हणणे आहे. तेव्हा मर्ढेकर सौंदर्यजन्य आनंद आणि निर्भेळ संवेदनेलाच निर्णायक महत्त्व देताना दिसतात.

रा. भा. पाटणकर या संदर्भात 'सुख संवेदनेला' निर्णायक महत्त्व देतात. त्यांच्या मतानुसार सौंदर्यविधान वस्तू स्वरूपाविषयीची नसून वस्तूदर्शनाने रसिक मनात निर्माण होणाऱ्या सुख संवेदनेविषयी असते. या संवेदना रसिकाशी निगडित असतात. म्हणून रसिकांची अभिरुची पाटणकरांनी महत्त्वाची मानलीय.

पाटणकरांच्या सौंदर्यवादी भूमिकेचे सूत्र म्हणजे कलाकृतीचा वाचकावरील परिणाम, हा सौंदर्यजन्य आनंदाचा हवा. तेव्हा ''सौंदर्य विधान = अभिरुची विधान'' हा त्याचा सारांश होय.

सौंदर्य कल्पना ही सुसंस्कृततेची देण असते. त्यासाठी वृत्ती उल्हासित हवी. आरोग्य हवे. कलास्वादाच्या प्रक्रियेत कलावंत, रसिक कलाकृतीसह परिस्थितीही महत्त्वाची असल्याचे सौंदर्यशास्त्रज्ञांचे म्हणणे आहे. यानुसार मराठी साहित्याचे सौंदर्यशास्त्र सौंदर्यजन्य आनंद भावनेवर आधारित असल्याचे समजून घेता येते. श्री. के. क्षीरसागर व फडके यांसारखे विद्वान आनंदालाच वाङ्मयीन मूल्य मानताना दिसतात.

कलाकृतीचा आस्वाद आणि त्याची दार्शनिक मीमांसा करणारे शास्त्र म्हणजे सौंदर्यशास्त्र होय, असे स्थूलमानाने मानता येईल. आता कलाकृतीमधील सौंदर्य हे विश्वचैतन्याचा आविष्कार असल्याचे काही विद्वान मानतात, तर काहींच्या मते कलासौंदर्य हे वास्तविकतेचा आविष्कार असते. अर्थात याच मुद्यावर तत्त्वज्ञानाचा प्रांत सुरू होतो.

कलासौंदर्य हे विश्वचैतन्याचा व परतत्त्वाचा अविष्कार असल्याचे मानणारी व मांडणारी भूमिका, ही अध्यात्मवादी असून, सौंदर्य हे वास्तविकतेचा कलात्मक अविष्कार असते असे मानणारी भूमिका ही भौतिकवादी व बाह्यार्थवादी असते. अशी कॉ. पाटलांची मांडणी आहे. याच सूत्राला कॉ. शरद पाटलांनी स्वत:च्या मेंदूतला आवडता सिद्धान्त जोडण्याचे कौशल्य सिद्ध केलेय.

'अध्यात्मवादी विश्वचैतन्यवादी सौंदर्यशास्त्र, मूलत: 'तथाकथित' वर्ण-जात वर्गातीतवादी असून ते भारतीय संदर्भात 'ब्राह्मणी' सौंदर्यशास्त्र असल्याचा' त्यांचा दावा आहे परंतु कॉ. पाटील यांनी ज्यांना 'ब्राह्मणी' ठरविले, त्यात 'अब्राह्मणी' प्रवृत्ती व भूमिकेची सूत्रे सिद्ध आहेत आणि 'अब्राह्मणी' ठरवलेल्या व्यक्तीत 'ब्राह्मणी' सूत्रेही आहेत. याची असंख्य उदाहरणे संस्कृती प्रवाहात सिद्ध आहेत.

अब्राह्मणी सौंदर्यशास्त्राचा सैद्धान्तिक घोळ

गोपाळ गणेश आगरकर हे स्त्री-पुरुष समतावादी, वर्ण-जात विरोधी व सामाजिक-आर्थिक समतेसह राष्ट्रीय स्वातंत्र्याचा ध्यास असणारे कर्तृत्व आहे. न्या. रानडे हे सामाजिक समता व स्त्री-पुरुष समानता मागणारे महापुरुष आहेत आणि डॉ. आंबेडकरांसारख्या कॉ. पाटीलप्रणीत 'अब्राह्मणी' महापुरुषाने न्या. रानड्यांचा 'द ग्रेट मॅन' म्हणून निर्विवाद गौरव केलाय.

मग कॉ. शरद पाटील आगरकर व रानडे यांना 'अब्राह्मणी' का मानत नाहीत? कारण त्यांचा जन्मसंदर्भ 'ब्राह्मण' आहे! तेव्हा ब्राह्मण जातीत जे जन्मले ते 'ब्राह्मणी' समजूनच कॉ. पाटील त्यांचा सिद्धान्त मांडतात. कारण ब्राह्मण जातीच्या इतिहासातील कोणत्याही समाजसुधारक व महापुरुषाला कॉ. पाटील यांनी 'अब्राह्मणी' (वर्णजात स्त्रीदृष्य विरोधी) म्हणून मान्यता दिलेली नाही.

ब्राह्मण-परंपरेतही वर्ण-जात-वर्ग-स्त्रीदास्यान्ताचा ध्येयवाद जपणाऱ्या व जगणाऱ्या असंख्य व्यक्ती होत्या-आहेत. रानडे-आगरकरांच्याच वारश्यात एस. एम. जोशी, ना. ग. गोरे, प्रा. ग. प्र. प्रधान, मधू लिमये, मधू दंडवते हा समाजवादी विचारवंतांचा प्रवाह आकळता येतो. कॉ. डांगे, गोदूताई परुळेकर, अहिल्या रांगणेकर, एस. वाय. कोल्हटकर, कॉ. एस. के. लिमये हा कम्युनिस्टांचा प्रवाह, 'अब्राह्मणी' सूत्रावर उभा नव्हता काय? डॉ. आंबेडकरांचे सहकारी प्राचार्य म. भि. चिटणीस आणि आंबेडकर पत्नी माई आंबेडकर यांना 'ब्राह्मणी'

कसे व का मानायचे? साने गुरुजींसारख्या गांधीवादी-मार्क्सवादी-समाजवादी विचारवंताची बोळवण, 'ब्राह्मणी' तुरुंगात करणे योग्य आहे का?

या पार्श्वभूमीवर 'ब्राह्मणी' आणि 'अब्राह्मणी' ही संकल्पना आणि सिद्धान्त मूलत:च 'करप्ट' सूत्रावर मांडला गेलाय. त्यामुळे त्याच निकषांचा स्वीकार करून 'ब्राह्मणी सौंदर्यशास्त्र व अब्राह्मणी सौंदर्यशास्त्र' अशी विभागणी, कॉ. पाटलांनी केलीय. या मांडणीचे अधिष्ठानच अयोग्य व असत्य सैद्धान्तिकतेवर उभे असल्याने त्यांची पुढील सर्व मांडणीच भरकटत गेल्याचे दिसते. शरद पाटलांचे गृहीतक व त्यावर उभारलेला 'अब्राह्मणी सौंदर्यशास्त्राचा' डोलारा, कसा पोकळ आहे, याचा तपशील पाहण्यालायक आहे.

कॉ. पाटीलांची पुढील मांडणी या संदर्भात समजून घेणे आवश्यक आहे. त्यांच्या मते 'मार्क्सवादानुसार कामगार आणि शेतकरी एकजुटीतून वर्गीय सामंतशाहीचा अंत होईल.' त्याचप्रमाणे आंबेडकरवादानुसार शूद्र आणि अतिशूद्र एकजुटीतून जातीय सामंतशाहीचा अंत होईल. त्यासाठी शूद्र व अतिशूद्रांच्या साहित्यप्रवाहांची दोस्ती, कॉ. पाटील यांना अपेक्षित आहे.

ही दोस्ती दलित आणि ओबीसीच्या साहित्यांना समान असणाऱ्या, सौंदर्यशास्त्राच्या पायावर होईल, असा त्यांचा दावा आहे आणि सौंदर्यशास्त्राचा हा पाया, त्यांच्या दृष्टीने 'अब्राह्मणी' आहे. म्हणून त्याला कॉ. पाटील अब्राह्मणी सौंदर्यशास्त्र म्हणतात आणि ते आपण स्वत: तयार केल्याचे त्यांचे म्हणणे आहे.

या मांडणीचे सूत्र समजून घेणे आवश्यकच आहे. कॉ. पाटलांच्या 'सत्यशोधक कम्युनिस्ट पक्षाचे तत्त्वज्ञान' हे 'मार्क्सवाद-फुले-आंबेडकरवादाचे' आहे. याच तत्त्वज्ञानाने 'अनित्यात्मक ज्ञानाच्या प्रमाणशास्त्राने नवे सौंदर्यशास्त्र' मांडल्याचा त्यांनी निर्वाळा दिला आहे. आणि हेच 'अब्राह्मणी सौंदर्यशास्त्र' हे दलित म्हणजे अतिशूद्र व ओबीसी म्हणजे शूद्र यांच्या एकजुटीचा पाया देईल हे त्यांचे म्हणणे आहे.

कॉ. पाटलांचे 'अब्राह्मणी सौंदर्यशास्त्र' हे कलाकृतीपेक्षा त्यांच्या वैयक्तिक राजकीय ध्येयवादाचे सुंदर स्वप्नाळू रंग पेरण्यात वाकबगार आहे. कारण ही संपूर्ण मांडणी भव्यदिव्य म्हणून सौंदर्यवेधी जरूर वाटते! पण कला साहित्यादी सौंदर्यशास्त्रबाबत, द्राविडी प्राणायामानेच त्याचा अनुबंध जुळून येतो. मुळात हे 'अब्राह्मणी सौंदर्यशास्त्र' कॉ. शरद पाटलांच्या सत्यशोधक कम्युनिस्ट पक्षाच्या राजकारणाचे साधन म्हणून त्यांनी वापरल्याचे दिसते. व्यक्तिस्वातंत्र्य म्हणून

त्यांचा या संदर्भातील हक्क आपण मान्यच करायला हवा. पण त्याची समीक्षा करताना, पाटलाचे गृहीतक फसवे असल्याचे सिद्ध होते.

संपूर्ण मानवजातीच्या आनंदाचा ठेवा असणाऱ्या राष्ट्रीय आणि विश्वात्मक कलाकृती यांचे सौंदर्य, देशाच्या प्रांताच्या व भाषांच्याही वर्तुळात बंदिस्त न होता, ते संपूर्ण जगातल्या सर्व धर्म-जात-वंशाच्या रसिकाला आनंद देत असेल, तर त्या कलाकृतींचे सौंदर्यशास्त्र हे केवळ 'अब्राह्मणी सौंदर्यशास्त्र' सारख्या संकुचित संकल्पनेच्या कैदेत कसे सामावेल?

शेक्सपिअरची नाटके, गॉर्कीची 'मदर' (कादंबरी), दोस्तोवस्कीच्या कादंबऱ्या, वर्डस्वर्थची कविता, बेंजामिन मोलाईसचे आफ्रिकेतील काळ्यांच्या मुक्तीचे गाणे, 'अब्राह्मणी सौंदर्यशास्त्रानुसार' कसे अनुभवावे? कसे मूल्यमापन करावे? बिसमिल्ला खानसाहेबांच्या शहनाईचे स्वर आणि सामता प्रसादांचा तबला, यांना 'ब्राह्मणी-अब्राह्मणी' सौंदर्यशास्त्राच्या मोजपट्ट्या कशा लावता येतील?

सर्वच कला माध्यमातील कलाकृतींच्या सौंदर्यशास्त्रामध्ये काही सूत्र समान असतात. म्हणूनच संगीत, चित्र, नाट्य, साहित्य, शिल्प अशा कला प्रवाहातील कलाकृतीसाठी, 'अब्राह्मणी' किंवा 'ब्राह्मणी' अशा संकल्पनाचे सौंदर्यशास्त्र कसे लावता येईल? कारण स्वरांना जात-धर्म-पंथ नसतो. रंगांना स्त्री-पुरुष विषमतेचा अर्थ सांगता येत नसतो. साहित्याच्या विश्वात ब्राह्मणी-अब्राह्मणी अशा सौंदर्य शास्त्राची उभारणी केल्यास, ब्राह्मणांसह अनेक जातीतील पोटजातीच्या सौंदर्यशास्त्राचीही शक्यता समर्थनीय मानायची का? शिवाय कॉ. पाटील ज्याला 'शूद्र' म्हणजे ओबीसी मानतात, त्यातील कुणबी, माळी, तेली, रंगारी, धनगर, कोळी अशा अठरा पगड जातींचे वेगवेगळे सौंदर्यशास्त्र मानायचे का? कारण 'ओबीसी'मध्ये सुद्धा जात-गटांची भिन्नता आहेच! ज्या शूद्र व अतिशूद्रांचे स्वतंत्र 'अब्राह्मणी' सौंदर्यशास्त्र पाटील मांडतात, त्यांचे आपसातील तत्त्वज्ञान एक आहे का?

अतिशूद्र-बुद्ध-आंबेडकरी तत्त्वज्ञान प्रमाण मानतात. कॉ. पाटील शुद्रांना 'ओबीसी' मानतात आणि ओबीसी म. फुल्यांचे तत्त्वज्ञान मानतात. ओबीसींनी हिंदू धर्म प्रमाण मानूनच म. फुल्यांचे मोठेपण पचवले आहे. त्यामुळे शुद्र व अतिशूद्रांच्या ऐक्यामध्ये, धर्म व तत्त्वज्ञानात्मक भेद अद्याप कायम आहे. कॉ. पाटीलप्रणीत स्वप्नपूर्तीसाठी एक तर सर्व अतिशूद्रांनी बौद्ध धम्म सोडून फुल्यांचा सार्वजनिक सत्यधर्म स्वीकारला पाहिजे किंवा पुन्हा परत हिंदुधर्मात त्यांचा समावेश झाला पाहिजे किंवा सर्व ओबीसींनी हिंदू धर्माचा त्याग करून बौद्ध धम्म

स्वीकारला पाहिजे. त्याशिवाय आंतरिक एकता निर्माण होणे कठीणच दिसते. अशी शक्यता धर्म व तत्त्वज्ञानाच्या संदर्भात दिसत नाही.

कारण हिंदू धर्माला नोटीस देऊनच डॉ. आंबेडकरांनी बौद्ध धम्म स्वीकारला. त्यानंतर कॉ. पाटील ज्यांना 'अतिशूद्र' संबोधतात, त्या चर्मकार, मातंगादि जातीच्या समूहांनी धर्मान्तराच्या ५० वर्षानंतरसुद्धा, त्यांच्यावर अन्याय करणाऱ्या, हिंदू धर्माला चिकटून राहणेच पसंत केल्याचा इतिहास आहे.

शिवाय ओबीसी समूहांनीही महामानव म्हणून डॉ. आंबेडकरांचे श्रेष्ठत्व वंदनीय मानले असले तरी, बौद्ध धम्माला स्वीकारलेले नाही. बुद्धाचा निरीश्वरवाद कदाचित अस्तिकवादी ओबीसींना मान्य होणारा नसावा!

खुद्द डॉ. आंबेडकर म. फुल्यांना गुरू मानतात पण त्यांचा सार्वजनिक सत्यधर्म स्वीकारत नाहीत. कारण म. फुल्यांची 'निर्मिक' संकल्पना, ही हिंदूंच्या देवापेक्षा भिन्न असली तरी, शेवटी ती अस्तिकवादी वर्तुळातच समर्पित होते आणि ईश्वराची ३३ कोटींची संख्या असूनही अतिशूद्रांचे दुःख निवारण झालेले नाही, हा डॉ. आंबेडकरांचा अनुभव आहे. म्हणून केवळ बुद्धिवादी बुद्धाला बाबासाहेब शरण जातात.

म. फुले आणि डॉ. आंबेडकर यांच्या सैद्धान्तिक भूमिकांमधील हा मतभेदाचा मुद्दा, दार्शनिक विश्वात महत्त्वाचा ठरला आहे! त्याचे निराकरण शरद पाटील करीत नाहीत. उलट धर्मविरोधी मार्क्सची निर्मिकवादी फुले यांच्यात बेरीज करून, निरीश्वरवादी आंबेडकरांची त्यात मिळवणी केल्याचा कॉ. पाटलांचा दावा आहे. ही बेरीज तत्त्वज्ञानाच्या पातळीवरील व्यावहारिक खिचडी ठरते. ते स्वतंत्र सलग 'दर्शन' सिद्ध होत नाही. म्हणूनच सौंदर्यशास्त्राचा तत्त्वज्ञानात्मक अनुबंध तपासताना, कॉ. पाटलांची दार्शनिक भूमिकाच अपंग ठरल्याचे सिद्ध होते.

कॉ. शरद पाटील बौद्ध प्रवाहातील दिग्नाद या विद्वानाचे दार्शनिक कर्तव्य श्रेष्ठ मानताना, अब्राह्मणी सौंदर्यशास्त्राच्या मांडणीत त्याचे योगदान अधोरेखित करतात.

दिग्नाद हा इ.स.वी सनाच्या पाचव्या शतकातील बौद्ध तत्वज्ञ असून, तो सौत्तान्तिक विज्ञानवादी असल्याचे पाटलांचे म्हणणे आहे.

'इंद्रियजन्य ज्ञान प्रतिबिंबात्मक असते आणि संकल्पनात्मक ज्ञान हे तज्जन्य नसून ते स्वतंत्र असते. 'मार्क्सवाद्यांना आणि नवबौद्धांना अनित्यतावाद मान्यच असतो आणि अनित्यतावाद म्हणजे 'डायलेक्टीस' अशी मांडणी पाटील

करतात.

अनित्यतावादानुसार प्रतिबिंबात्मक ज्ञानाला नकार देऊनच, संकल्पनात्मक ज्ञान बनते. बौद्ध पंडित दिग्नादाच्या प्रमाणशास्त्राचा कॉ. पाटलांनी नोंदलेला हा अर्थ आहे. त्याचबरोबर प्रतिबिंबात्मक ज्ञान, कला, साहित्य, विज्ञान नवनिर्माण करीत नाही. या प्रतिबिंबात्मक ज्ञानाला नकार देणारे, संकल्पनात्मक ज्ञान हेच कला-विज्ञान क्षेत्रात नवनिर्मिती करते, अशीही मांडणी पाटलांनी केलीय.

पाटलांच्या मते दिग्नादाचे सर्जक प्रमाणशास्त्र कान्टने स्वतंत्रपणे विकसित केले. दिग्नाद इसवी ५व्या शतकातला बौद्ध विद्वान आहे आणि कान्ट पाश्चात्त्य जगातला इ. स. १७२४ ते १८०४ या कालखंडातील आस्तिक विचारवंत आहे. निरीश्वरवादी बौद्ध दिग्नादाचे सर्जक प्रमाणशास्त्र, १२०० वर्षाच्या इतिहासानंतर पाश्चात्त्य विद्वान कान्टकडे कसे प्रवाहित झाले? दिग्नाद आणि कान्ट यांचा कसा व कोठे अनुबंध निर्माण झाला? या प्रश्नाची उत्तरे कॉ. पाटील यांच्या पुस्तकात नाहीत.

पाटलांच्या मते कान्टच्या प्रमाणशास्त्राचा हुर्सेल या विद्वानाने आणखी विकास केला. त्यानंतर सार्त्रच्या अस्तित्ववादी सौंदर्यशास्त्रात त्यांची परिणती झाली. त्याहीपुढे फ्राईडच्या मनोविश्लेषणापासून व फ्रेझरच्या अंदिबंधात्मक सूत्रातून या प्रमाण-शास्त्राला नेणिवेची जोड मिळाली. या संपूर्ण मांडणीचा निष्कर्ष नोंदताना, कॉ. पाटलांनी चमत्कारिक विधान केलेय.

पाटील म्हणतात, "अशा प्रकारे दिग्नादाचे प्रमाणशास्त्र संस्कारित व प्रगल्भ होऊन, 'मार्क्सवाद-फुले-आंबेडकरवादाचे' अनित्यात्मक ज्ञान उपलब्धीचे प्रमाण शास्त्र बनून स्वदेशी परतले." (पृ. १७२)

दिग्नाद, कान्ट, हुर्सेल, सार्त्र, फ्राईड, फ्रेझर या सर्वच विद्वानांचे योगदान, त्या त्या काळात जरूर रुजले. पण दिग्नादाच्या प्रमाणशास्त्राचा नि पाश्चात्त्य विद्वानांच्या सैद्धान्तिक मांडणीचा नेमका अनुबंध कोणता? याबाबत पाटील अक्षरही नोंदवत नाहीत. शिवाय दिग्नादाचे प्रमाणशास्त्रीय मूल्य, संकल्पना व सूत्रे, भारतीय परिप्रेक्षातील कोणत्याही प्रवाहात रुजली नाहीत काय? दिग्नाद ते भंदन्त आनंद कौसल्यायन ही बौद्ध विद्वानांची परंपरा, कोसंबी पिता-पुत्र आणि राहुल सांकृत्यायनासारख्या पंडितांनी समृद्ध असताना, आंबेडकरी दार्शनिक प्रवाहातही दिग्नादप्रणीत प्रमाणशास्त्राची सूत्रे अपूर्ण व अविकसित राहिली काय?

बुद्धप्रणीत अनित्यात्मक वाद शुण्यवादाच्या बुद्धिप्रामाण्यवादाचा प्रभाव, वैदिक प्रवाहातही रुजल्याच्या अनेक साक्षी इतिहासात नमूद आहेत. बुद्धाच्या

बुद्धिवादाचे आकर्षण वाटले म्हणूनच अनेक ब्राह्मण विद्वान, धम्माच्या आश्रयाला गेले. त्याचा परिणाम स्वीकारूनच वैदिकांनीही बुद्धाला 'नववा अवतार' मानण्याचा 'डाव' खेळला. त्यातील 'राजकारण' निंदनीय मानूनही, बुद्ध दार्शनिकतेचा व प्रमाणशास्त्राचा प्रभाव, वैदिक प्रवाहात पेरला गेल्याचे सत्य, समजून घेणे आवश्यक आहे.

त्याच प्रमाणशास्त्रावर आधारित सौंदर्यशास्त्रामध्ये 'जीवनवादा'ची सूत्रे विकसित झाल्याची वास्तवता आहे. कॉ. पाटील ही वास्तवता का नाकारतात?

सुमारे १२०० वर्षाच्या इतिहासात, म्हणजे दिग्नाद ते कान्ट या कालखंडात, प्रमाणशास्त्रीय सूत्रांचा विकास झालाच नाही का? कॉ. शरद पाटील यांचे दिग्नादाविषयीचे प्रेम एवढे उतू जाण्याचे कारणही समजून घेणे आवश्यक आहे.

कॉ. पाटलांच्या 'सत्यशोधक कम्युनिस्ट पक्षाच्या' तत्त्वज्ञानाच्या खिचडीत, डॉ. आंबेडकरांचे नाव आहे. कारण ती त्यांची राजकीय गरज आहे. 'अतिशूद्र' समाज गटाचे दलित साहित्य, 'अब्राह्मणी सौंदर्यशास्त्राच्या' प्रवाहात समाविष्ट करण्यासाठी पाटील यांना दिग्नादाची मदत झालीय आणि दिग्नाद हा आंबेडकरांचा पूर्वसूरी आहे.

कॉ. पाटलांच्या मते 'शूद्र व अतिशूद्र' साहित्यात दुभंगलेले अब्राह्मणी साहित्याचे प्रवाह, एकवटण्याचा काळ आलाय.

तेव्हा ओबीसींचे साहित्य आणि दलितांचे साहित्य हे दोन्ही साहित्य-प्रवाह हे 'अब्राह्मणी' असल्याचे गृहीत धरून, त्यांची एकजूट करण्यासाठी पाटलांना स्वतंत्र 'अब्राह्मणी सौंदर्यशास्त्र' हवे आहे. कॉ. पाटलांच्या हेतूबद्दल शंका घेण्याचे कारण नाही. कारण गरीब, उपेक्षित मागास जातवर्गाची एकजूट, परिवर्तनाच्या प्रवाहात कोणताही पुरोगामी विद्वान समर्थनीयच मानतो. पण त्यासाठी 'अब्राह्मणी' व 'ब्राह्मणी'सारखी मूल्यात्मक भ्रष्टता पेरणारा सिद्धान्त समाजात पेरणे, कितपत संयुक्तिक?

आज मराठा समाजालाही आरक्षण हवे असल्याची मागणी पुढे आली आहे. कुणबी मराठा अगोदरच ओबीसीत सामावलेत. पुन्हा सवर्ण मराठा समाजाला आरक्षण देण्याबाबत, ओबीसींच्या मनात भीतीचा गोळा निर्माण होताना दिसतो आहे. प्रा. श्रावण देवरे यांच्यासारखे कॉ. पाटलांचे एकेकाळचे शिष्यच या संदर्भात अभ्यासपूर्ण निष्ठेने तक्रारीचा सूर लावून कार्यरत आहेत.

आदिवासींच्या सवलती आदिवासीतर लोकांनी शासनाची दिशाभूल करून

लाटल्याची ओरड सुरू आहे. केवळ 'म' हे अक्षर नोंदवून, त्यापुढे 'कोळी' हा शब्द लिहून, कोळी लोकांनी, 'आदिवासी' म्हणून सवलती घेतल्याचे गंभीर आरोप, डॉ. विनायक तुमराम सारखे नेते करीत आहेत. या सर्व वास्तव प्रश्नांची उकल, पाटलांच्या 'अब्राह्मणी सौंदर्यशास्त्रा'च्या सूत्राधारे कशी करणार? कारण खरे ओबीसी आणि खोटे ओबीसी, खरे आदिवासी आणि खोटे आदिवासी, असे संभ्रमाचे भोवरे निर्माण झाले आहेत.

शिवाय ज्या शूद्र जातींना पाटीला ओबीसी मानतात, त्या माळी, तेली, धनगर, कुणबी पाटील जातीच्या जनतेतही, पाटील प्रणित 'ब्राह्मणी' संकल्पनेचे गुणधर्म आहेतच ना? सातारा शहरातील कुणबी पाटील जातीच्या बापाने जात्यांध जाणिवेतूनच आपल्या स्वत:च्या मुलीच्या प्रेम प्रकरणातून तिचा मुडदा पाडल्याचे २०१२चे ताजे उदाहरण आहे. उत्तर भारतातील सर्वच 'खाप पंचायतींची भूमिका' स्त्री-पुरुष विषमता पोसणारी आणि जातिबद्ध व्यवस्था प्रमाण मानणारीच असल्याचे सत्य, अमीरखानच्या 'सत्यमेव जयते' या टीव्हीच्या या कार्यक्रमातून सिद्ध झालेय. या खाप पंचायती ब्राह्मणांच्या नाहीत. त्या ब्राह्मणेतर जातीच्याच आहेत. तरीही त्यांच्या जाणिवेत व उक्ती-कृतीमध्ये पाटीलप्रणीत 'ब्राह्मणी' सूत्रे स्पष्ट दिसतात.

दलितांवर अन्याय अत्याचार करणारे ओबीसी, सवर्ण, बिहार-उत्तर-प्रदेशातच नसून, ते पुरोगामी महाराष्ट्रातही आहेत. खैरलांजी प्रकरण आणि नेवासा जवळील मेहतर समाजाच्या तरुणांची मराठा जातीयवाद्यांनी केलेली हत्या, त्याची ताजी उदाहरणे आहेत.

दलितांची घरे जाळणारी मंडळी, बहुतांशी सवर्ण पण ब्राह्मणेतर असल्याचे दिसत आहे; तेव्हा 'ब्राह्मणी' मानसिकता केवळ ब्राह्मण जातीतच असते असा कॉ. पाटलाचा जो समज आहे, तो अयोग्य आणि तर्कदुष्ट आहे. ज्यांना 'अब्राह्मणी' म्हणून पाटील समजतात, त्या जातसमूहातही ब्राह्मण्यग्रस्तता आहेच. मग पाटलांचे 'अब्राह्मणी सौंदर्यशास्त्र' शूद्र व अतिशूद्र (अब्राम्हणी) साहित्याला कसे एकत्र आणणार?

पाटलांचा आणखी एक आवडता सिद्धान्त म्हणजे, ब्राह्मण व्यक्तीच्या नेणिवेत 'ब्राह्मणी' जात असते! नेणिवेत जर 'ब्राह्मण्य' असेल तर ते केवळ ब्राह्मण जातीपुरते कसे असेल? कारण उच्च-नीच भेदभावनेलाच 'ब्राह्मण्य' म्हणले जाते आणि हे ब्राह्मण्य, ब्राह्मणात, मराठ्यात आणि दलितांमध्येही असल्याचे सत्य डॉ. आंबेडकरांनी 'बहिष्कृत भारतात' स्पष्टपणे नोंदले आहे.

खुद्द बाबासाहेब आंबेडकरांनीच सर्व जातींच्या व्यक्तिमनात, ब्राह्मण्य असल्याचे सत्य सांगितले असताना कॉ. पाटील मात्र आंबेडकरी सिद्धान्ताच्या विरोधी जाऊन 'ब्राह्मणी व अब्राह्मणी' ही नवी जातव्यवस्था रुजवताना दिसतात. शिवाय त्यांच्या सैद्धान्तिक तत्त्वाच्या मांडणीत, मार्क्स-फुल्यांच्या सोबत याच डॉ. आंबेडकरांनाही पाटलांनी 'माफुआच्या सिद्धांतात' स्वीकारले आहे. हा विचित्र विरोधाभास 'अब्राह्मणी सौंदर्यशास्त्राच्या' मांडणीतून सिद्ध झालाय.

ब्राह्मणाच्या नेणिवेत जातजाणीव असते आणि इतर जातीच्या माणसाच्या नेणिवेत जातजाणीव नसते, असे मानणे अवैज्ञानिक आहे. पाटलांचे अधिष्ठान अशास्त्रीय पायावर उभे आहे. कॉ. पाटलांचा हेतू विधायक असला म्हणून काय झाले? त्यांची सैद्धान्तिक मांडणी अशास्त्रीय व नवी जात-वर्णव्यवस्था निर्माण करणारी असेल तर, त्यावर आधारित 'अब्राह्मणी सौंदर्यशास्त्र'ही घातकच असल्याचे सिद्ध होते.

तेव्हा 'अब्राह्मणी सौंदर्य शास्त्र' हे सौंदर्यशास्त्रच नसून ती केवळ पाटलांच्या राजकीय सामाजिक 'अब्राह्मणी' भूमिकेची सोय आहे.

कलाकृतीच्या रूपबंधाबाबतचे मौन

सौंदर्य शास्त्राचा संबंध केवळ तत्त्वज्ञानाशीच असतो का? कारण एवढ्याच धाग्यावर कॉ. पाटील यांनी त्यांच्या अब्राह्मणी सौंदर्यशास्त्राचा डोलारा उभा केलाय. कलाकृती, साहित्यकृतींना विशिष्ट घाट असतो. आकृतीबंध असतो. या आकाराची म्हणून काही सौंदर्यतत्त्व असतात. रूपबंधाचा विचार सर्व स्तरावर टाकाऊच असतो, असे मानणे सौंदर्य मूल्य व सौंदर्यशास्त्राच्याविरोधी आहे. पाटलांनी साहित्य प्रकारातील कलासौंदर्य अधोरेखित करणाऱ्या रूपाविष्काराची किंचितही दखल घेतल्याचे दिसत नाही.

कथा-कादंबरी, कविता, नाटक, ललित निबंध, महाकाव्य अशा वाङ्मयीन प्रकाराच्या विविध प्रवाहांतील कलाकृतींच्या घाटाची संकल्पना, आशयमूल्याबरोबर महत्त्वाची असते. सौंदर्यशास्त्र या संकल्पनेत साहित्यकृतीचा आकृतीबंध किंवा घाट वजा करून, सौंदर्यमूल्यांची मांडणी करणे, अर्धवटपणाचे लक्षण ठरावे! कॉ. पाटील यांना फक्त आणि फक्त त्यांच्या स्वत:च्या पक्षाच्या दार्शनिक सूत्रांचा गौरव पेरण्यासाठी, 'अब्राह्मणी' नावाचे सौंदर्यशास्त्र हवे आहे. राजकीय सत्तेचा खेळ म्हणून मूल्यभ्रष्टतेचे राजकारण, 'सौंदर्यशास्त्रा'सारख्या मूलभूत क्षेत्रात रुजवणे म्हणूनच अयोग्य ठरते.

पौर्वात्य व पाश्चात्त्य विद्वानांनी प्राचीन काळापासून 'सौंदर्यशास्त्रा'मध्ये वेळोवेळी भर घातली आहे. ती संरचनेच्या म्हणजे घाटाच्या संबधानेही आहे आणि आशयमूल्याच्या श्रेष्ठत्वाबाबतही आहे. शिवाय हे सर्वच विद्वान विशुद्ध अध्यात्मवादी - इश्वरवादीच असल्याची वास्तवता नाही.

अब्राह्मणी सौंदयशास्त्राची दार्शनिक भ्रष्टता

मराठीतील प्रस्थापित साहित्याशी यादवी संघर्ष करण्यासाठी, कॉ. पाटलांना 'अब्राह्मणी' साहित्य प्रवाहाची एकजूट हवी आहे काय? या प्रश्नाचे उत्तर त्यांनीच नकारार्थी दिलेय. पण 'मराठी साहित्याचे आवर्त तोडून, विषमता विमोचक पातळीवर' कॉ. पाटील यांना मराठी साहित्य पोचवण्यासाठी शूद्र व अतिशूद्रांच्या साहित्य प्रवाहाची एकजूट हवी आहे आणि हे दोन्ही प्रवाह 'अब्राह्मणी साहित्या'चे असल्याने, त्यासाठीच त्यांना स्वतंत्र 'अब्राह्मणी सौंदर्यशास्त्राची' गरज भासली आहे.

मराठी साहित्यात विषमता असून त्यात आवर्त निर्माण झाल्याचे कॉ. पाटलांचे म्हणणे, आपण समजून घेतले पाहिजे, पण विषमतेची बीजे शोधताना 'ब्राह्मणी', 'अब्राह्मणी' निष्कर्ष कसे उपयुक्त ठरावेत?

साने गुरुजी, कुसुमाग्रज, विंदा करंदीकर, नरहर कुरुंदकर, अविनाश धर्माधिकारी, पु. ग. सहस्त्रबुद्धे, ना. ग. गोरे, ग. प्र. प्रधान, भाई वैद्य इ. ब्राह्मण प्रवाहातील साहित्य, विषमतेची बीजे पेरते काय? या 'ब्राह्मणी' प्रवाहातील लेखकांचे साहित्यसुद्धा विषमतेच्या विरोधातच प्रगत-समतानिष्ठ जीवनजाणीव पेरत असेल तर, कॉ. पाटील, प्रस्थापित असलेल्या संपूर्ण मराठी साहित्याला विषमतावादी व 'ब्राह्मणी' ठरवण्याचा सांस्कृतिक गुन्हा का करताहेत?

सत्यशोधक कम्युनिस्ट पक्षाच्या स्थापनेबरोबरच 'मार्क्सवाद-फुले-आंबेडकरवादा'चे नवे तत्त्वज्ञान मांडल्याचा दावा करीत, आपल्या नावावर स्वतंत्र 'अब्राह्मणी सौंदर्यशास्त्र'सुद्धा असल्याची शेखी कॉ. शरद पाटलांना संस्कृतीच्या अजेंड्यावर कायम मिरवण्याची सोय हवी आहे काय?

माणूस मर्त्य असल्याने आपल्या नावाची कीर्ती मृत्यूनंतर शिल्लक राहावी असा स्वार्थ प्रत्येकात असतोच! शरद पाटील हे राजकीय नेते, विचारवंत म्हणून प्रसिद्ध आहेतच. ते प्राच्य विद्यापंडितही आहेत. मार्क्स-फुले-आंबेडकर त्यांनी स्वीकारले असल्याने त्यांचाही अभ्यास पाटलाच्या कीर्तीत भर घालतो. तेव्हा तत्त्वज्ञानात सूर मारल्यावर सौंदर्यशास्त्राचा दार्शनिक संदर्भ अटळ असल्याचे

सत्य जाणण्याएवढी चलाखी, पाटलांच्यात आहेच! याच मानसिक डोहाळ्यातून त्यांच्या 'अब्राह्मणी सौंदर्यशास्त्राची' निर्मिती झाल्याचे सत्य आहे! पण त्यांनी या प्रक्रियेला उदात्त रूप देताना, शूद्र व अतिशूद्रांच्या एकजुटीतून त्याचे भिन्न भिन्न असलेले साहित्य प्रवाह, (जे पाटलांच्या दृष्टीत 'अब्राह्मणी' आहेत) एकात्म करण्यासाठी व 'ब्राह्मणी' सौंदर्यशास्त्राला विरोध करण्यासाठी 'अब्राह्मणी सौंदर्य-शास्त्र' निर्माण केले आहे.

जी. ए. कुलकर्णी आणि ग्रेस या दोघांचे जन्मसंदर्भ भिन्न असून त्यांचे साहित्य हे ब्राह्मणी किंवा अब्राह्मणी वर्तुळात सामावणारे नाहीच! बालकवी व ना. धो. महानोर यांची निसर्ग कविता, कोणत्या गटात टाकणार? प्रेमचंदांची 'गोदान' कलाकृती, आचार्य जावडेकर, पु. ग. सहस्त्रबुद्धे यांचे वैचारिक साहित्य, गो. पु. देशपांडे यांची 'उध्वस्त धर्मशाळा' व. म. फुलेंच्या कर्तृत्वावरील नाटक, मुक्तीबोधाची कविता, विद्या बाळ, अनुराधा पाटील, गौरी देशपांडे, सानिया, ज्योती म्हापसेकर, मेघना पेठे, कविता महाजन इ. लेखिकांचे साहित्य, गोदावरी परुळेकर, रोमीला थापर यांचे लेखन, या सर्वांना 'ब्राह्मणी' संकल्पनेच्या तुरुंगात कॉ. पाटील टाकणार आहेत का? हे सर्व साहित्य 'ब्राह्मणी' कसे? विषमतावादी कसे? आणि असे साहित्य 'ब्राह्मणी' नसेल तर मग 'अब्राह्मणी' सौंदर्यशास्त्राची गरज काय? केवळ व्यक्तिवादी अट्टाहास म्हणूनच अब्राह्मणी सौंदर्यशास्त्रज्ञाचे हे डोहाळे आहेत काय?

गोपीकृष्ण, सरोज खान, फराह खान यांचे नृत्य दिग्दर्शन व माया जाधव, अमृता खानविलकर, भार्गवी चिरमुले, क्रांती रेडेकर, फुलवा खामकर इ. नर्तिकेचे नृत्य 'ब्राह्मणी' म्हणायचे की 'अब्राह्मणी'?

शमशाद बेगम, शोभा गुर्टू, भीमसेन जोशी, बड़े गुलाम अली, लता-आशा मंगेशकर, सुरेश वाडकर, बेला शेंडे, सलील कुलकर्णी, मोहमद रफी इ. गायकांचे गाणे 'ब्राह्मणी की अब्राह्मणी?'

निलेश खरेची ढोलकी, आप्पा जळगावकरांची हार्मोनियम, विठ्ठल उमप यांची लोककला, पिराजी सरनाईकांचा पोवाडा, अमरशेख, गवाणकर, साबळेंची शाहिरी, सुलोचना चव्हाणची लावणी, देवकी पंडितचे गाणे, वैशाली सामंत, शंकर महादेवनचे गीतगायन, संगीतकार नौशाद, वाजीद-साजीद, ए. रहमान, लक्ष्मीकांत प्यारेलाल आणि अजय-अतुलचे संगीत यांना 'ब्राह्मणी' 'अब्राह्मणी' मोजपट्टीने कसे मोजावे? कसा आस्वाद घ्यावा?

रवि वर्मा, एम. एफ. हुसेन, मंगेश तेंडुलकर, असिम त्रिवेदी, आर. के.

लक्ष्मण, बाळ ठाकरे इ. चित्रकारांच्या चित्रांचा 'ब्राह्मणी-अब्राह्मणी' निकषावर कसा आस्वाद घ्यावा?

देऊळ, शाळा, नटरंग, सोंगाड्या, सामना यासह हजारो हिंदी-तमिळी-तेलगू चित्रपटात 'ब्राह्मणी' 'अब्राह्मणी' कसे शोधावे? सर्व माध्यमांच्या कला प्रवाहातील कोणत्याही कलाकृतीचा आस्वाद व मूल्यमापन 'ब्राह्मणी-अब्राह्मणी' या निकषावर शक्य नसेल तर, भ्रष्ट संकल्पनेवर बेतलेले 'अब्राह्मणी सौंदर्य-शास्त्र' योग्य असल्याचे कसे व का मानावे? संस्कृतीच्या प्रवाहातील ही मूल्य-भ्रष्टता, कुरूपता वाढवणारी सांस्कृतिक घटना म्हणावी लागेल. केवळ हेतूच्या शुद्धतेवर सिद्धान्ताचे पावित्र्य अवलंबून ठेवायचे म्हणले तर, वैदिक चातुर्वर्ण्य व्यवस्थेची दार्शनिकताही समर्थनीय मानण्याचा धोका संभवतो! किंवा वर्ण-जात व्यवस्थेचा विरोध करताना, पुन्हा नवी वर्ण व्यवस्था 'ब्राह्मणी-अब्राह्मणी' सूत्राने रुजवण्याचा पराक्रमही नवा जातवादच निर्माण करतो! मार्क्स-फुले-आंबेडकरांच्या पवित्र नावाच्या पडद्याआडून 'ब्राह्मणी-अब्राह्मणी' सिद्धान्त मांडला गेल्याने, तो पवित्र ठरण्याचे कारण नाही. कारण त्याचा परिणाम त्यामधील मूल्यात्मक भ्रष्टतेमुळे घातक ठरतो. अशा भ्रष्ट तत्त्वज्ञानाच्या सूत्रावर आधारित कॉ. पाटील यांचे सौंदर्यशास्त्र हे 'शास्त्र' नसून विशिष्ट ब्राह्मण जातीच्या विरोधातील खास पाटलांचे ते 'शस्त्र' आहे. हे शस्त्र बहुजनांनी हाती घेऊन ब्राह्मणांचा विरोध करावा, हा पाटलांचा मूळ हेतू आहे.

कॉ. पाटील यांची मानसिकता व सैद्धान्तिक मांडणी ही फुले-आंबेडकरांच्याच दार्शनिक भूमिकेच्या विरोधात झालीय. कारण पाटील रुजवतात, मानतात तसा 'ब्राह्मण' विरोध, म. फुले किंवा आंबेडकरांनी केलेला नाही. या संदर्भात काही तत्त्वज्ञानात्मक साक्षी पाहा.

१. म. फुल्यांनी ब्राह्मणशाहीचा विरोध केलाय. पण ब्राह्मणांचा नाही. या सूत्रावर आधारीत विवेचन विश्लेषण असंख्य विद्वानांनी केले आहे. भिडे नावाच्या ब्राह्मणाने दिलेल्या वाड्यातच फुल्यांनी मुलींची शाळा चालवली आणि त्या शाळेत इतर जातीच्या मुलींसोबत ब्राह्मणाच्या मुलीही होत्याच! त्या 'ब्राह्मण' आहेत म्हणून त्यांना म. फुल्यांनी शिक्षण नाकारले नाही.
२. म. फुल्यांनी स्वामी दयानंद स्वामींची पुण्यात मिरवणूक काढण्यात पुढाकार घेतला. दयानंद स्वामी आर्यसमाजी व वर्णव्यवस्थावादी होते.
३. बालहत्या प्रतिबंध गृहामध्ये विधवा ब्राह्मण स्त्रियांची बाळांतपणे सुखरूप करण्याचा यशस्वी प्रयत्न फुले दांपत्याने केला.

४. ब्राह्मण विधवेचा यशवंत हा मुलगा म. फुल्यांनी 'दत्तक' घेतलाय.

५. विधवा ब्राह्मण स्त्रियांच्या केशवपनाच्या संदर्भात न्हाव्यांचा ऐतिहासिक संप फुल्यांनी घडवून आणला.

६. फुल्यांच्या सत्यशोधक विचार व चळवळीला अनेक ब्राह्मणांनी सहकार्य केल्याचा इतिहास आहे. उलट त्यांच्या समतानिष्ठ चळवळीला खुद्द फुले दांपत्याच्या नातेवाईकासह असंख्य बहुजन सवर्णांनी विरोध केल्याचाही इतिहास आहे.

७. डॉ. आंबेडकरांच्या दलित मुक्तीच्या चळवळीत टिपणीस, चित्रे, म. भि. चिटणीससारखे अनेक ब्राह्मण सक्रिय सहभागी होते. मनुस्मृतीच्या दहनाच्या प्रसंगी मनृस्मृतीची पाने जाळण्यासाठी देणारे सहस्त्रबुद्धे ब्राह्मण होते.

८. डॉ. आंबेडकरांची दुसरी पत्नी माई आंबेडकर या सीकेपी आहेत.

९. डॉ. आंबेडकरांनी जेधे-जवळकरांना त्यांच्या पत्राचे उत्तर पाठवताना 'ब्राह्मण्य'रहित ब्राह्मण हा आपला मित्र असल्याचे सांगून, महाडच्या सत्याग्रहात अशा ब्राह्मणास प्रवेश नाकारण्यास नकार दिला.

या सर्व साक्षी फुले-आंबेडकरांच्या 'ब्राह्मण्य' विरोधाच्या व 'ब्राह्मण्यरहित' ब्राह्मणांच्या समर्थनार्थ, इतिहासात जिवंत आहेत. अर्थात फुले-आंबेडकरांचा विरोध, ब्राह्मण जातीयवादाला व 'ब्राह्मण्या'ला आहे. ब्राह्मणाला नाही. नेमके याच्या उलट कॉ. पाटील यांच्या प्रमेयात ब्राह्मणालाच 'ब्राह्मणी' संकल्पनेतून कट्टर विरोध पेरला गेला आहे. त्यामुळे कॉ. शरद पाटलांचे 'अब्राह्मणी सौंदर्यशास्त्र' हे फुले-आंबेडकरांच्या सैद्धान्तिक भूमिकेविरुद्ध उभे राहताना दिसते. विशेष म्हणजे हे सौंदर्यशास्त्र मार्क्स-फुले-आंबेडकरांच्याच नावे मांडले गेलेय. अर्थात दार्शनिक सूत्रांचा विसंवाद, जन्मकाळातच स्वीकारून शरद पाटलांचे 'अब्राह्मणी सौंदर्यशास्त्र' कोणत्या सौंदर्याचे कसे विवेचन करणार, हे खुद्द पाटीलच जाणोत!

ज्ञानाच्या साधनाला तत्त्वज्ञानात प्रमाणशास्त्र म्हणतात आणि कोणतेही तत्त्वज्ञान आपले सौंदर्यशास्त्र हे त्याच्या प्रमाणशास्त्राधारेच बनवते असे शरद पाटलांचे म्हणणे आहे. बुद्धाकडे प्रमाणशास्त्र आहे पण सौंदर्यशास्त्र नाही, तसेच मार्क्सच्या डायलेक्टीससाठी बुद्धाचा 'अनित्यतावाद' हा शब्द असल्याचे मत शरद पाटील मांडतात.

अध्यात्मवाद हा चैतन्याच्या तत्त्वज्ञानावर आधारित असून त्यानेच चातुर्वर्ण्यमय सृष्टी निर्माण केली. या पक्षाला पाटील 'ब्राह्मणी' मानतात. चैतन्याऐवजी जडवादी तत्त्वज्ञान हे वर्णव्यवस्थाविरोधी असून ते 'अब्राह्मणी' असल्याचे शरद पाटील

मांडतात.

चैतन्याच्या परिसस्पर्शाने उजळलेले साहित्य हेच शाश्वत असल्याचे 'ब्राह्मणी' पक्ष मानतो आणि वेदान्ती सौंदर्यशास्त्र त्याच साहित्याचे वर्चस्व मानत असल्याचे, शरद पाटलांचे प्रतिपादन आहे.

दुसऱ्या बाजूने शरद पाटलांच्या मतानुसार बौद्ध तत्त्वज्ञानाचा विकास झाला पण त्याचे सौंदर्यशास्त्र मात्र निर्माण झाले नाही. तसेच बौद्धेतर 'अब्राह्मणी तत्त्वज्ञान, धर्माच्या अनुयायांनी वर्ण-जात व्यवस्थेला शरण जाऊन व साहित्य निर्माण होऊनही सौंदर्यशास्त्र निर्मिले नाही.' (पृ. १७०)

या मांडणीतील गडबड घोटाळे समजून घेण्याची गरज आहे. ज्या अनुयायांना कॉ. पाटील 'अब्राह्मणी' व 'बौद्धेतर' म्हणून संबोधतात, ते त्यांच्या नजरेत शुद्र म्हणजे ओबीसी आहेत. हे ओबीसी समूहगट 'ब्राह्मणी' नाहीत. ते बौद्धेतर 'अब्राह्मणी' आहेत. या ओबीसींनी 'ब्राह्मणी' वर्ण-जात व्यवस्थेला शरण जाऊन साहित्य निर्माण केले असे पाटील म्हणतात.

याचा अर्थ 'अब्राह्मणी' गटाचा शिक्का असणारा ओबीसी, 'ब्राह्मणी' साहित्य निर्माण करतो. मग 'ब्राह्मणी' वर्तुळातील लेखक 'अब्राह्मणी' साहित्य का निर्माण करीत नसावेत?

जो न्याय 'अब्राह्मणी'ला द्यायचा तोच 'ब्राह्मणीला' दिला पाहिजे. कारण 'निसर्गा'ची क्षमता व सूत्र, सर्व व्यक्तींना समान लावले पाहिजे, तरच तो सिद्धान्त वस्तुनिष्ठ अधिष्ठानावर उभा राहील. अन्यथा त्याचे स्वरूप व्यक्तिनिष्ठ शब्दप्रामाण्याचेच उरेल! अशी व्यक्तिनिष्ठता अंतिमत: सत्याच्या विरोधीच जाते!

वर्णव्यवस्थेला शरण जाऊन केलेली साहित्य निर्मिती, ही सर्व संदर्भात, सर्व काळात, सर्व पातळीवर विषमता पूजकच आहे का?

असे असेल तर संत साहित्याच्या विश्वात्मकतेचे, मानवी कल्याणाच्या ध्येयवादाचे आणि अंतरीच्या उमाळ्याचे मूल्य कोणते? संताच्या साहित्याचीही 'सामाजिक फलश्रुती' असल्याचे सत्य मार्क्सवादी फुले-आंबेडकरवादी असंख्य विद्वानांनी पूर्वीपासून नोंदवून ठेवले आहे. संत साहित्यात वर्णव्यवस्था व कर्मविपाकाच्या सिद्धान्ताचे स्पष्टपणे समर्थन आहे. तरीही कॉ. पाटलांच्या 'अब्राह्मणी' प्रवाहातील विद्वान डॉ. आ. ह. साळुंखे हे संत तुकारामाला 'विद्रोही' ठरवतात आणि संत ज्ञानेश्वरांच्या भूमिकेचाही गौरव मांडतात.

ज्ञानेश्वर-तुकारामादी संतांच्या साहित्यातील वर्णव्यवस्था समर्थनाचे तत्त्वज्ञान, कॉ. पाटलांच्या मतानुसार 'ब्राह्मणी' म्हणजे विषमतापूजक ठरते आणि त्याच

संतांपैकी तुकाराम व ज्ञानेश्वरांचा प्रचंड गौरव 'अब्राह्मणी' विद्वान डॉ. साळुंखे करतात. मग कॉ. शरद पाटील, डॉ. आ. हं. साळुंखे यांना 'ब्राह्मणी' ठरवणार का?

ग्रेससारखा प्रतिभासंपन्न कवी, दलित जातीचे जन्मसंदर्भ असूनही त्याची कविता बुद्ध-आंबेडकरी प्रवाहाची जीवनजाणीव अभिव्यक्त करीत नाही. कॉ. पाटलांच्या 'अब्राह्मणी' प्रवाहाची कोणतीच साक्ष 'ग्रेस' आळवत नाहीत, गिरवत नाहीत. मग त्यांना शरद पाटील 'ब्राह्मणी' ठरवून विषमतावादाचा गुन्हेगारी शिक्का ग्रेसवर मारणार का?

भारतीय बहुसांस्कृतिक संचित

वास्तवता अशी आहे, वर्णव्यवस्था समर्थकांची संख्या, ही बहुसंख्याच राहिली. वैदिकांचे प्रभुत्व व प्राबल्य, वर्षानुवर्षे बहुसंख्येवर राहिले! पण वर्ण-जात व्यवस्थेच्या संदर्भातील विरोधाची जाणीवही प्रत्येक काळात कधी हळुवारपणे तर कधी प्रखरपणे अभिव्यक्त झालेलीच आहे. बौद्ध, चार्वाक, जैन व वैदिकादी धर्म-पंथांचा आपसामध्ये विविध मुद्यांवर विरोधही होता तसाच संवादही होता. म्हणून तर वर्षानुवर्षाचे सहअस्तित्व या सर्वच धर्मीयांनी सिद्ध केल्याचा इतिहास आहे.

बुद्धाच्या समतावादाच्या बौद्धिक आकर्षणामुळे अनेक ब्राह्मण विद्वानांनी वैदिक धर्माचा त्याग करून, 'धम्म' स्वीकारला. या संदर्भात कॉ. पाटलांच्या निकषानुसार हे विद्वान पंडित, पूर्वार्धात 'ब्राह्मणी' व उत्तरार्धात 'अब्राह्मणी' ठरतात. अशा विद्वानांचे विश्लेषण करताना, प्रत्येक प्रसंगी पूर्वार्धातील 'ब्राह्मणी' उत्तरार्धातील 'अब्राह्मणी' असे विवेचन प्रत्यक्षात शक्य आहे का?

शिवाय ज्यांनी वैदिक धर्म सोडला नाही, ते सर्व विद्वान कॉ. पाटलांच्या मते वर्णव्यवस्था समर्थकच म्हणून 'ब्राह्मणी' ठरतात. मग कॉ. श्रीपाद अमृत डांगे, एम. एन. रॉय, कॉ. बी. टी. रणदिवे, कॉ. लिमये यांसारख्या मार्क्सवादी ब्राह्मणांना, पाटलांच्या निकषानुसार 'ब्राह्मणी' मानण्याचा धोका निर्माण होतो आणि कॉ. पाटलांच्या या प्रमेयाचे सैद्धान्तिक अधिष्ठान तर मार्क्सवादापासूनच सुरू होते. मग कॉ. डांगे, कॉ. रणदिवे, कॉ. एम. एन. रॉय हे मार्क्सवादी की 'ब्राह्मणी'? कारण जो मार्क्सवादी तो 'ब्राह्मणी' नाही व जो 'ब्राह्मणी' तो मार्क्सवादी असू शकत नाही. पण कॉ. पाटलांच्या मांडणीनुसार भारतीय कम्युनिस्टाची संपूर्ण पहिली पिढी बहुसंख्याक ब्राह्मणांची आहे व तीच कट्टर मार्क्सवादी पण

आहे. कॉ. पाटलांचा आवडता सिद्धान्त ब्राह्मणी-अब्राम्हणी आणि त्यांचे आवडते 'अब्राह्मणी सौंदर्य-शास्त्र' अशाप्रकारे तात्त्विक घोटाळ्यातून जन्माला आले आहे.

सिंचनाचे घोटाळे, कोळसा घोटाळा, टुजी स्पेक्ट्रम घोटाळा, बोफोर्स घोटाळा असे सर्व घोटाळे राजकारण्यांच्या नावावर जमा आहेत. या घोटाळा मालिकेने भारतीय जनतेचे १०-२० पिढ्यांचे आर्थिक नुकसान झाले असे मानले तर, विद्वानांच्या मूल्यभ्रष्ट सिद्धान्तांच्या घातक घोटाळ्यामुळे, भारतीय जनतेच्या पुढील १०० पिढ्यांचे वाटोळे झाल्याशिवाय राहणार नाही! कारण विद्वानांच्यावर जनतेचा विश्वास असतो. त्यांनीच समाजात नवी दुही, नवे शत्रुत्व, सत्याच्या नावे, सिद्धान्ताच्या परिभाषेत पेरले तर, संस्कृतीच्या नावे, विकृती रुजून पुढच्या पिढ्या बरबाद होतील!

कॉ. पाटील यांचा 'ब्राह्मणी' व 'अब्राह्मणी' प्रमेयाचा सिद्धान्त, हाच घातक परिणाम सिद्ध करीत आहे. त्यामुळे संस्कृतीच्या प्रवाहात जुन्या, घोटाळ्यासोबत नवी जातीय-वर्गीय मांडणी रुजून, 'सौंदर्य शास्त्रा'सारख्या वस्तुनिष्ठ सत्याच्या प्रांतात, नवा भ्रम निर्माण झाला आहे.

'बुद्धानी तत्त्वज्ञानाचा विकास केला, पण सौंदर्यशास्त्र निर्माण केले नाही,' या कॉ. पाटलांच्या नोंदीचा फायदा घेऊन शरणकुमार लिंबाळे यांनी, दलितांचे म्हणून वेगळे सौंदर्यशास्त्र असते असे गृहीत धरले आणि 'दलित साहित्याचे सौंदर्यशास्त्र' पुस्तकरूपाने मांडले. मुळात शरद पाटलांच्याच 'अब्राह्मणी' साहित्य प्रवाहापैकी एक असलेल्या अतिशूद्र = दलित साहित्यासाठी, स्वतंत्र सौंदर्यशास्त्र नसल्याची नोंद पाटलांनीच केली. त्याच नोंदीवर पाटलांच्याच मांडणीची काही सूत्रे उसनवार घेऊन, शरणकुमारांनी 'दलित सौंदर्यशास्त्र' नावाचे पुस्तक लिहिले.

अर्थात मुळातच पाटलांचे 'अब्राह्मणी सौंदर्यशास्त्र' हे शास्त्र म्हणून अभ्यासता येण्याची सोय नसल्याचे अभ्यासान्ती कळते. तर त्यापैकीच दोन-चार सूत्रांच्या उसनवारीतून लिंबाळे यांनी स्वतंत्र दलित साहित्याचे सौंदर्यशास्त्र निर्माण केल्याचा दावा, किती सक्षम ठरावा? शरद पाटलांच्या मांडणीतील चिंतन-सूत्रांचा प्रतिवाद करण्याइतपत तरी त्यांना महत्त्व आहे. त्यांचा अभ्यास आहे. उसनवारीतून जन्मलेल्या दिशाहीन लेखनाची नोंद कशी व कोण घेणार?

कॉ. पाटलांच्या विवेचनातून सहजपणे त्यांना नकळत त्यांच्याच सिद्धान्तांच्या विरोधी काही वेळा सत्य उसळी मारून नोंदले जाते.

पाटलांच्या मतानुसार भारताच्या ज्ञानशाखा 'ब्राह्मणी-अब्राह्मणी' संघर्षातून विकसित झाल्यात. (पृ. १६९) साहित्य कला, तत्त्वज्ञान, विज्ञान, सौंदर्यशास्त्र

अब्राह्मणी साहित्याच्या सौंदर्यशास्त्राची समीक्षा / ११३

या सर्वच क्षेत्रात, ब्राह्मणी-अब्राह्मणी संघर्ष असून, त्यातून विकास झाल्याचे पाटील मानतात. कोणत्याही विविधतापूर्ण संस्कृतीच्या प्रवाहात अनेक प्रकारची भिन्नता असते! धर्म, जात, पंथ, भाषा, प्रांत, निसर्ग, तत्त्वज्ञान अशा अनेक संदर्भातील संघर्ष, संस्कृतीच्या पोटात असतोच! पण केवळ संघर्ष असतो असे मानणे अर्धसत्य असते. तेच अर्धसत्य पाटील नोंदतात. कारण ते फक्त संघर्षाच सांगतात. संस्कृतीच्या विविधतेत संवादही असतो आणि संवाद-संघर्षाच्या आधारेच सांस्कृतिक विकास घडत जातो. आता भारतीय संदर्भात शरद पाटील कुणाला 'ब्राह्मणी' म्हणतात? कुणाला 'अब्राह्मणी' म्हणतात? त्यांच्या मते बौद्ध 'अब्राह्मणी' व वैदिक ब्राह्मणी! मग जैनांचे काय? मुस्लिमांचे काय? ख्रिश्चनांचे काय? बसवेश्वराच्या लिंगायत धर्माचे काय? महानुभव पंथाचे काय? पाटलांच्या निकषावर ख्रिश्चन व मुस्लीम ब्राह्मणी की अब्राह्मणी? भारताच्या सांस्कृतिक संवाद-संघर्षात मुस्लीम-ख्रिश्चनांचा सिंहाचा वाटा आहे.

हे ख्रिश्चन व मुस्लीम प्रवाह स्वत:ला 'ब्राह्मणी' म्हणवून घेत नाहीत व 'अब्राह्मणी'ही म्हणत नाहीत. मग प्रस्थापित तथाकथित 'ब्राह्मणी' साहित्याचे वर्चस्व सिद्ध करणाऱ्या, 'ब्राह्मणी सौंदर्यशास्त्र विरुद्ध' मुस्लिमांनी त्यांचे स्वतंत्र 'मुस्लीम सौंदर्यशास्त्र' असल्याचे मांडावे का? ख्रिश्चनांनीही त्याच वाटेने जाऊन त्याचे 'ख्रिश्चन सौंदर्यशास्त्र' मांडावे का? शिवाय मुस्लिमांमध्ये शिया, सुन्नीप्रमाणेच अनेक भेद आहेत. तसेच ख्रिश्चन धर्मातही कॅथॉलिक, प्रोटेस्टंट व इतरही पंथ आहेत. मग त्या प्रत्येक पंथाचे वेगवेगळे सौंदर्यशास्त्र मानता येईल का?

कॉ. पाटीलप्रणीत 'अब्राह्मणी' प्रवाहातही ओबीसींच्या असंख्य जाती आहेत. अतिशूद्र म्हणवणाऱ्या दलित समाजातही अनेक जाती आहेत, तेव्हा जात-धर्माच्या संदर्भांना चिकटवून नवे नवे सौंदर्यशास्त्र मांडायचे झाल्यास, धर्म जात-पंथ-पोट जातीच्या जाणिवेतून शेकडो सौंदर्यशास्त्रांच्या मांडणीचा गोंधळ संभवतो. सांस्कृतिक व्यवस्थेतील सौंदयशास्त्रांची ही बजबजपुरी समर्थनीय आहे का?

भारतीय संस्कृतीमध्ये 'व्यामिश्र वारसा' असल्याचे सत्य कॉ. पाटील मानतात हे त्यांचे सौंदर्यशास्त्रावर ऋणच आहे. शिवाय हा व्यामिश्र वारसा 'साहित्याच्या अभिवृद्धीसाठी घेणे' सुद्धा आवश्यकच असल्याचे पाटलांचे म्हणणे आहे. याबद्दलही पाटलांचे आभार मानले पाहिजेत. कारण निदान या संदर्भात तरी त्यांनी सत्याशी इमानदारी ठेवलीय!

पाटलांचा विरोध भारतीय व्यामिश्र वारश्याला नाहीच! कारण तोच वारसा

साहित्याच्या अभिवृद्धीसाठी त्यांना आवश्यक वाटतो. मग त्या वारशात 'ब्राह्मणी' कर्तृत्व नाही का? असेल तर तो 'अब्राह्मणी' समर्थक पाटलांना कसा चालतो? आणि नसेल तर तो केवळ 'अब्राह्मणी'च वारसा असल्याचे शरद पाटील कसे सिद्ध करणार?

शरद पाटील म्हणतात, ''व्यामिश्र वारसा स्वीकारणे ठीक पण ब्राह्मणी साहित्य परंपरेच्या आधीन होणे चूक आहे.'' (पृ. १६९)

भारताच्या संस्कृती संचितात एकतर निखळ ब्राह्मणी व अब्राह्मणी असा वारसा सिद्ध करता येत नाही. कारण ५-६ धर्म आणि हजारो जाती-पंथ असणारा हा व्यामिश्र वारसा आहे शिवाय ब्राह्मणी-अब्राह्मणी पाटीलप्रणीत निकष, हे एका व्यक्तीच्या आयुष्यातसुद्धा परिवर्तनीय असू शकतात.

शरद पाटील अध्यात्मवादी म्हणजे विश्वचैतन्यवादी सौंदर्यशास्त्र हे मूलत: 'तथाकथित' वर्ण-जात-वर्गातीतवादी मानतात.

अर्थात 'तथाकथित' या त्यांच्या विशेष क्षणाने विश्वचैतन्यवादी सौंदर्य-शास्त्र, पाटलांना वर्ण-जात-वर्गातीत असल्याचे सत्य मान्य नाही. जे विश्वचैतन्यवादी सौंदर्यशास्त्र आहे ते भारतीय संदर्भात 'ब्राह्मणी' असल्याचा त्यांचा दावा आहे व ते वर्ण-जात-वर्गवादी आहे.

चैत्यन्यवाद आणि जडवाद या तत्त्वज्ञानाच्या दोन मुख्य शाखा असल्या तरी, त्यांच्या परंपरा पाश्चात्त्य व पौर्वात्य जगात प्राचीन काळापासून चालू आहेत. शिवाय त्यांच्या प्रवाहात परस्परांचे योगदानही रुजले आहे. चैतन्यावर आधारित अध्यात्म आणि जडाला प्राधान्य देणारा भौतिकवाद, यांचा निर्णायक संघर्ष असतो, असे मानण्याची गरज नाही.

संत साहित्याचा आध्यात्मिक ध्येयवाद भौतिकाच्या जीवनजाणिवेवरच उभा असल्याचे दिसते. शिवाय बौद्ध परंपरा जडवादाशी संबंधित असली तरी पुर्नजन्म ही संकल्पना वैदिकांपेक्षा वेगळ्या अंगाने धम्म दर्शनात रुजलेलीच आहे. ईश्वर न मानणाऱ्या बुद्धाला नंतरच्या काळात त्याची मूर्ती स्थापन करून त्याच्या पूजेत भक्त रमल्याची वास्तवता, चैत्यन्यवादाला जवळची नव्हे काय? या उलट चैत्यन्य व अध्यात्म प्रमाण मानणाऱ्या प्रवाहात, जड नि भौतिकाला कवटाळणारी अनेक मंडळी दिसतात. तेव्हा विवेक शाबूत ठेवूनच सैद्धान्तिक मांडणी केली पाहिजे.

शरद पाटलांचा सर्वात मोठा घोटाळा असा की, त्यांनी सिद्धान्त म्हणून सांगताना ब्राह्मणी-अब्राह्मणीची जी व्याख्या नोंदली, तिच्यानुसार बदलते, निष्कर्ष

समोर येतात. कारण एखादा महापुरुष, एखादी व्यक्ती, लेखक-कलावंत हा वर्ण जात्यान्तवादी असेल पण तो स्त्रीदास्यवादी नसेल किंवा स्त्रीदास्यत्ववादी असलेली व्यक्ती ही वर्ण-जात-वर्गान्तवादी नसू शकते. तेव्हा एखाद्या व्यक्तित्वात 'ब्राह्मणी' व 'अब्राह्मणी' वैशिष्ट्ये असू शकतात. तीच बाब साहित्यातही प्रत्ययाला येऊ शकते. मग पाटलांच्या या तात्त्विक मांडणीला अर्थ कोणता? व भवितव्य कोणते?

महत्त्वाची बाब म्हणजे पाटलांनी जे व्याख्येत मांडले, ते त्यांच्या विवेचनातून पूर्णपणे सटकून बाजूला गेलेय. कारण त्यांच्या मेंदूत व मनात 'ब्राह्मणी' म्हणजे 'ब्राह्मण'च आहे. म्हणून तर त्यांच्या संपूर्ण विवेचनात ब्राह्मण-ब्राह्मणी हेच समीकरण रुजल्याचे सिद्ध झालेय. आणि हेच समीकरण त्यांच्या व्याख्येनुसार बाद होते.

या पार्श्वभूमीवर पाटलांचा सिद्धान्त तात्त्विकतेच्या व विवेचनात्मक व्यवहाराच्या पातळीवर सदोष असल्याचे सिद्ध होते आणि हाच सदोष प्रमेयाचा पाया, त्यांनी त्यांच्या अब्राह्मणी सौंदर्यशास्त्रासाठी स्वीकारला आहे.

आता आपण अध्यात्मवाद, ईश्वरी संकल्पना व केवलानंद संदर्भातील कॉ. पाटीलप्रणीत अब्राह्मणी सौंदर्यशास्त्राची मांडणी समजून घेण्याचा प्रयत्न करू!

सौंदर्यशास्त्राचे शास्त्रीय अधिष्ठान

विश्वचैतन्यवादी भूमिका भारतात 'ब्राह्मणी' असल्याचे पाटलांचे म्हणणे आहे. पाश्चात्त्य जगात 'ब्राह्मणी'-'अब्राह्मणी' असा कुठलाच प्रकार नसेल तर मग 'अब्राह्मणी सौंदर्यशास्त्र' पाश्चात्त्य कला-साहित्याला कसे लावणार? भारताचे सौंदर्यशास्त्र वेगळे आणि इंग्लंड-अमेरिकेचे वेगळे असणार काय? आणि याच मुद्यावर प्रत्येक देशाचे वेगळे सौंदर्यशास्त्र मान्य केले तर, शेकडो सौंदर्यशास्त्रांची संभाव्यता स्वीकारावी लागेल. पुन्हा त्या त्या देशाच्या प्रांताचेही वेगळे सौंदर्य शास्त्र गृहीत धरणे भाग पडेल.

मूलत: शास्त्र ही संकल्पना जगातील सर्व धर्म-जात-पंथ देश यांच्यातील भेद वजा करूनच तिची शास्त्रीय सूत्रात्मक संरचना सिद्ध करीत असते. तत्त्वज्ञान भिन्न भिन्न असू शकते– आहे. धर्म वेगळा असू शकतो. पण शास्त्र एकच असते. 'एच टू ओ' हा पाण्याचा फार्म्युला, भारत-चीन-अमेरिका-आफ्रिकेत एकच असतो. म्हणून 'सौंदर्यशास्त्र' हे 'शास्त्र' असेल तर ते सर्व जगात एकाच

प्रकारचे असते-असावे लागते. हिंदू रसायन शास्त्र, मारवाडी पदार्थ विज्ञान, ब्राह्मणी जीवशास्त्र असे जातिवाचक व जातीयवादी 'शास्त्र' नसतेच! निदान नसावे!

सौंदर्यमूल्य आणि सौंदर्यकल्पना याबाबत मतभिन्नता असू शकते. काळ्या रंगाच्या लोकांमध्ये गोऱ्या रंगाला श्रेष्ठ मानण्याचा संस्कार असण्याचे कारण नाही. म्हणूनच विश्वचैतन्यवादी आणि जडवादी तत्त्वज्ञानाच्या परंपरा, परस्परपूरक राहूनच मानवी जीवन समृद्ध करीत आल्याचे सत्य समजून घ्यावे लागते. साहित्य-कलाकृतीच्या अनुभवविश्वातही या द्वंद्वाचे अस्तित्व असणारच!

एडमंड हुर्सेलची सौंदर्य मीमांसा

एडमंड हुर्सेलच्या घटितार्थ शास्त्रातील सौंदर्य मीमांसेनुसार, प्रत्येक कलाकृती इंद्रियगम्य कलावस्तू व रसिकसापेक्ष अमूर्त सौंदर्यवस्तू या द्वैताने बनलेली असते. या कलाकृतीचा रसिकाशी 'समागम' होत असतो. असा समागम होताच ती कलाकृती तिचे सौंदर्यमूल्य प्रसवत असते. अर्थात रसिकमनाच्या संयोगाशिवाय कलाकृतीचे सौंदर्यमूल्य सिद्ध होत नाही.

हुर्सेलच्या अनुभववादी संप्रदायाच्या या सौंदर्य मीमांसेत रसिकाला निर्णायक महत्त्व आहे. शिवाय मूळची इंद्रियगम्य कलावस्तू ही रसिकाशिवाय अपूर्ण आहे.

या समीक्षेचे सूत्र सांगताना, शरद पाटील सौंदर्यमूल्यांचा जनक सर्वस्वी रसिक असल्याचे सांगतात. तसेच 'या समीक्षेचे प्रमेय हे विश्वचैतन्यवादी असल्याचे वाटते' अशी नोंदही करतात. (पृ. ६५) ही रसिकसापेक्ष विश्वचैतन्यवादाची कॉ. पाटलांची मांडणी, त्यांच्याच म्हणण्यानुसार भारतात 'ब्राह्मणी' असेल, तर 'अब्राह्मणी साहित्याचा' रसिक 'अब्राह्मणी' कोठून असणार? हुर्सेलच्या प्रमेयानुसार कलाकृतीचा समागम रसिकाशी झाल्यावरच सौंदर्यमूल्य जन्मते. आणि शरद पाटलांनी हेच सूत्र स्वीकारून रसिकाला प्राधान्य देणाऱ्या या प्रमेयाला विश्वचैत्यन्यवादी ठरवलेय. म्हणजे 'ब्राह्मणी' ठरवलेय. मग संपूर्ण रसिककेंद्री सौंदर्यमीमांसाच 'ब्राह्मणी' ठरवली, तर 'अब्राह्मणी' साहित्याचा समागम कोणत्या रसिकाशी होणार? व अब्राह्मणी सौंदर्यशास्त्रानुसार कोणते अब्राह्मणी सौंदर्यमूल्य प्रसवणार?

याच प्रमेयाच्या संदर्भात अधिक विवेचन करताना कॉ. पाटील म्हणतात, "कलाकृतीचे संभवगर्भ गुण कलावंताच्या नेणिवेतून कलाकृतीत ओतले जातात. कलावंताची नेणीव अभिव्यक्त होत असते म्हणून रसिकाला तिची जाणीव होते."

कलावंताची 'नेणीव' जर 'ब्राह्मणी' असेल तर 'अब्राह्मणी' भूमिकेच्या

रसिकाला त्याची जाणीव कशी होणार?

शिवाय कलावंताच्या 'नेणिवेत' शिरून त्याची 'जातकुळी' कोण केव्हा व कशी तपासणार?

कलावंताच्या नेणिवेतून संभवगर्भ गुण कलाकृतीत ओतले जाताना, प्रत्येक कलाकृतीत तोच तोचपणा येणार नाही का? शिवाय कलावंताच्या वय आणि अनुभवविश्वाच्या बदलाबरोबर त्याच्या नेणिवेतही बदल होणार नसेल तर, प्रत्येक कलाकृतीत ओतले जाणाऱ्या नेणीव-अभिव्यक्तीचा एकच एक साचा बनेल! मग एकाच कलावंताच्या अनेक कलाकृतींच्या वेगळेपणाचे काय?

ब्राह्मण कलावंताची 'ब्राह्मणी' नेणीव आणि अब्राह्मणी कलावंताची 'अब्राह्मणी' नेणीव असते का? ब्राह्मण्य हे नेणिवेत असतेच असे मानले तर ते केवळ ब्राह्मण जातीतच कसे असेल? मराठा-माळी-दलित व्यक्तीच्या नेणिवेतही ब्राह्मण्य असणारच ना? मग ब्राह्मणेतर व्यक्तीच्या नेणिवेतील 'ब्राह्मण्या'चे समर्थन डॉ. पाटलांचे 'अब्राह्मणी सौंदर्यशास्त्र' कसे करणार? कारण ९६ कुळी मराठा स्वत:ला कुणबी मराठ्यापेक्षा श्रेष्ठ मानतो. देशमुख मराठा पाटलापेक्षा स्वत:ला श्रेष्ठ मानतो. 'महार' समाज मातंगापेक्षा स्वत:ला श्रेष्ठ मानतो. ही उच्च-नीच भेद भावना म्हणजेच 'ब्राह्मण्य' असून, ते ब्राह्मणासह सर्वच जातींच्या, व्यक्तींच्या मनातील नेणिवेत असल्याचे सत्य 'अब्राह्मणी सौंदर्यशास्त्राला' मान्य का होत नाही? आणि जर मान्य असेल तर अब्राह्मणी सौंदर्यशास्त्राची भूमिका व अस्तित्व अर्थपूर्ण होणार कसे?

भारतीय समाज सर्व जात-धर्माच्या जनतेचा असूनही, समान भाषा असणाऱ्या कलावंत-रसिकांच्या कलास्वादात बाधा येत नाही. म्हणून दलित साहित्याचा पहिला बहर आला तेव्हा पाटलांनी ठरवलेल्या 'ब्राह्मणी' प्रवाहातील विजय तेंडुलकर, पु. ल. देशपांडेसारख्या अनेक मान्यवरांनी, रुळलेल्या सौंदर्यशास्त्राच्या निकषावरच प्रतिभावंत दलित लेखक-कवींचा गौरव, संस्कृतीप्रवाहात सन्मानीत केला. नामदेव ढसाळ, नारायण सुर्वे, दत्ता भगत, शंकरराव खरात ही त्याची प्रातिनिधिक उदाहरणे आहेत.

'ब्राह्मणी' विद्वानांनी दलित साहित्यकृतींचा गौरव करताना, शरद पाटलांचे 'अब्राह्मणी सौंदर्यशास्त्रीय' निकष वापरलेले नाहीत. शरद पाटील ज्याला 'ब्राह्मणी सौंदर्यशास्त्र' म्हणतात, त्याच सौंदर्यशास्त्रीय निकषावर दलित साहित्यकृती श्रेष्ठ ठरवल्या गेल्यात.

या प्रक्रियेत दलित कलावंतांची बौद्ध-आंबेडकरी जाणीव व नेणीव

ब्राह्मण विद्वानांच्या रसिकतेला प्रभावित करून सांस्कृतिक संवादाचे श्रेष्ठ मूल्य सिद्ध केल्याची वास्तवता आहे. या ठिकाणी कोण ब्राह्मणी व कोण अब्राह्मणी?

ज्या सौंदर्यशास्त्राच्या निकषावरील मूल्यमापनाने दलित साहित्य गौरावान्वीत झाले, त्याला शरद पाटील ब्राह्मणी सौंदयशास्त्र म्हणतात. दलित साहित्याचे यथार्थ मूल्यमापन आणि त्यातील सर्व प्रकारच्या सौंदर्याचा आस्वाद, 'ब्राह्मणी' ठरवलेल्या सौंदर्यशास्त्राच्या आधारे समर्थपणे घेतल्याचा वास्तव इतिहास ताजा असेल, तर वेगळ्या 'अब्राह्मणी सौंदर्यशास्त्राची' गरज कशी व का निर्माण होते?

या प्रश्नाच्या उत्तरात 'ब्राह्मणी' म्हणजे जातजाणीवनिष्ठ शरद पाटलांचा व्यक्तिवादी अट्टाहासच स्पष्ट होतो. म्हणूनच पाटलांच्या संदर्भातच 'ब्राह्मणी' सत्यशोधकांचे अब्राह्मणी सौंदर्य शास्त्र' असे नामानिधान अर्थपूर्ण ठरते. कारण स्वत: शरद पाटीलच जातीयवादी म्हणजे 'ब्राह्मणी' सत्यशोधक आहेत.

कॉ. पाटलंच्या भूमिकेनुसार एडमंड हुर्सेल हा अध्यात्मवादी विद्वान आहे. घटितार्थ शास्त्राचा प्रवर्तक असणाऱ्या हुर्सेलचा सौंदर्यवादी सिद्धान्त सर्वाधिक प्रसिद्ध व सर्वमान्य झालेला आहे. हुर्सेलच्या अर्थसमक्षतेच्या ज्ञानसिद्धान्ताने अस्तित्ववादी तत्त्वज्ञान आणि सौंदर्यशास्त्र प्रभावित झाल्याची नोंद खुद्द शरद पाटलांनीच केलीय.

याचा दुसरा अर्थ म्हणजे स्वत: शरद पाटीलच हुर्सेलच्या सौंदर्यवादी प्रमेयाने प्रभावित झालेत. हुर्सेलच्या सूत्रानुसार सौंदर्य कलाकृतीत बीजरूपात नसून ते संभाव्य रूपात असते.

प्रत्येक कलाकृती ही इंद्रिय गोचर मूर्त कलावस्तू (आर्ट ऑब्जेक्ट) आणि रसिकसापेक्ष अमूर्त सौंदर्यवस्तू या द्वैताने बनलेली असते. हे अनुभववादी संप्रदायाचे मुख्य प्रमेय आहे. रसिकाशी समागम झाल्याबरोबर कलावस्तूचे सौंदर्यमूल्य जन्माला येते. या सूत्राचा तपशीलही समजून घेणे आवश्यक आहे.

प्राथमिक स्तरावरील इंद्रियगोचर गुण लक्षणामुळे (प्राकृतिक वस्तूप्रमाणे) कलाकृतीचे अस्तित्वरूप पूर्णांशाने सिद्ध होत नाही. कलाकृतीला साकार व संघटित करणाऱ्या घटक गुणापैकी काही गुण कलाकृतीच्या शरीररूपात प्रत्यक्षवर्ती असतात. तर काही घटकगुण तिच्या ठायी संभवगर्भ प्रसवक्षम अवस्थेत असतात.

अर्थात कलाकृतीच्या शरीरात सौंदर्यवस्तू बीजरूपाने– कारणरूपाने जन्मत:च वास्तव्य करीत नाही. त्यांच्या निर्मितीसाठी दुसऱ्या कर्त्याची म्हणजे कल्पक रसिकाची गरज असते. गंगाधर पाटील यांचे हे विवेचन हुर्सेलच्या प्रमेयावर

अधिक प्रकाश टाकते.

गंगाधर पाटील यांच्या मतानुसार कलाकृतीला रसिकाची जीवधर्मीय गरज असते. कलाकृतीकडून मिळणाऱ्या साद-प्रतिसादांनी प्रभावित होऊन तो तिच्या 'रिक्त' व 'उणीवयुक्त' संरचनेत सौंदर्यपूर्ण अर्थाशय भरू लागतो, म्हणून सौंदर्यवस्तू ही रसिक व कलाकृती या दोघांचे 'अपत्य' आहे, ती नवनिर्मिती आहे.

हुर्सेलच्या अनुभववादाचा स्वीकार कॉ. पाटील करण्यास तयार आहेत, पण त्यांना अनुभववादातील आध्यात्मिकता नको आहे.

पाटील म्हणतात, "अनुभववादाची अध्यात्मवादी करवंटी फेकली तर उर्वरीत सौंदर्यशास्त्राचा गाभा वैज्ञानिक आहे."

अध्यात्मवाद हा अशास्त्रीय म्हणून शरद पाटलांनी नाकारणे आपण समजून घेतले पाहिजे. सर्वच धर्मांचे अध्यात्म जडवादी जीवनजाणिवेच्याच व्यवहारावर उभे असते आणि भौतिकवादी संकल्पनांवरील श्रद्धा या काटेकोर शास्त्रीय सत्याशी संवादी असतातच असे नसते! सौंदर्यशास्त्राचा गाभा अध्यात्मवादी नसावा ही पाटलांची अपेक्षा अयोग्य मानण्याचे कारण नाही.

पण सौंदर्यशास्त्रीय सूत्रांचा वापर करून कलाकृतीमधील आशयाचे व आकृतीबंधाचे सौंदर्य उलगडताना व मूल्यमापन करताना, अनुभूतीचे स्वरूप केवळ आध्यात्मिक, केवळ भौतिक असे सुटे सुटे स्वतंत्र असते का? आकृतीबंधाच्या सौंदर्यमूल्याचा विचार तर भौतिक व अध्यात्माच्या पलीकडील रूपबंधाचीच समीक्षा असते. आशयमूल्याच्या संदर्भात सौंदर्य शोधताना, आध्यात्मिक सूत्राला गौण मानून भौतिकाला प्राधान्य देता येते. तसे दिले गेलेले आहे. अध्यात्म अशास्त्रीय म्हणून त्याने मानवी जीवनाचे पूर्णपणे वाटोळे केले, असा इतिहास नाही. अध्यात्म विचारानेच प्राचीन-अर्वाचीन विज्ञानपूर्ण विश्व, शांतता, विकास सहजीवन व सहअस्तित्वाने अर्थपूर्ण झाले. अर्थात त्यातही काही उणिवा, विकृती, क्रौर्य जरूर होते.

पण ज्या विज्ञानवादाचा कैवार कॉ. पाटील घेत आहेत, त्या विज्ञान युगानतही क्रौर्य, अशांती, हिंसा, विकृती, विध्वंस यांचा नंगानाच चालूच आहे. तेव्हा अशास्त्रीयता आणि शास्त्रीयता यांचे मूल्य लक्षात घेताना, कोणत्याही एकच एक परिमाणाशी त्यांचे समीकरण जुळवता येत नाही. अर्थात अध्यात्मानेच मानवी कल्याण होते किंवा झाले, असे ठाम म्हणता येत नाही, तसे अध्यात्माने जगाचे अकल्याणच होते किंवा झालेय असेही म्हणता येत नाही. तीच बाब विज्ञानाच्या संदर्भातही समजून घ्यावी लागते.

म्हणूनच सौंदर्यशास्त्राचा विचार करताना अध्यात्म, चैतन्य, जडवाद, भौतिकता यांचे बंद कंपार्टमेन्ट कल्पिता येत नसतात. शिवाय परिवर्तन हा निसर्गाचा नियम असून, तो मानवालाही लागू आहेच! म्हणूनच मानवी कलाव्यवहारात जीवनाचे पडणारे प्रतिबिंब हे विचार भावना, संकेत, श्रद्धा समजुती, मूल्य संस्कार या सर्वांचाच समुच्चय असतो. त्यात 'ब्राह्मणी' किंवा 'अब्राह्मणी' असे काही नसते. शिवाय जातजाणीव सुद्धा कृत्रिम असल्याने, तिचा लय निश्चित आहे, म्हणून तर परिवर्तनवादी तत्त्वज्ञान जन्मास आले. परिवर्तनच होणार नसेल तर कोणत्याही कलाकृतीला व सौंदर्यशास्त्राला अर्थ कसा उरणार?

शरद पाटील म्हणतात, "सम्यक कलासमीक्षेसाठी मार्क्सवादाने एकांगी प्रतिबिंबवादाचा त्याग केला पाहिजे व अनुभववादी सौंदर्यशास्त्राचा अनित्यात्मक भौतिकवादी गाभा स्वीकारून केवलवादाचा सामना केला पाहिजे."

कॉ. पाटलांच्या मेंदूने काही सूत्रे घट्ट धरून ठेवल्याने घोटाळ्यांची मालिकाच जन्माला येते. कलेची सम्यक समीक्षा पाटलांना महत्त्वाची वाटते. त्यासाठी मार्क्सवादाचे एकांगी-प्रतिबिंबवादी सौंदर्यशास्त्र त्यांना अपुरे वाटते, म्हणून त्याचा त्याग करण्याची त्यांची भूमिका आहे. अनुभववादी सौंदर्यशास्त्राचा अनित्यात्मक भौतिकवादी गाभा, ही बौद्ध दर्शनाची देण आहे, म्हणून ती स्वीकारणे आवश्यक असल्याचे पाटलांचे म्हणणे आहे आणि तो स्वीकारून केवलवादाचा सामना केला पाहिजे, ही त्यांची सौंदर्यशास्त्रीय भूमिका आहे.

विद्यमान जगात सर्वाधिक लोकसंख्या ही ख्रिश्चन धर्मीयांची आहे. यानंतर मुस्लिमांची व त्यानंतर हिंदूंची आहे. ही सुमारे ५०० कोटींची जनसंख्या ही ईश्वरी संकल्पना व अध्यात्म मानणारी आहे. शरद पाटलांच्या भाषेत ही जनसंख्या 'केवलस्वादवादी' आहे कारण त्यांचे तत्त्वज्ञान मूलतः चैतन्यवादी आहे. याविरुद्ध ज्या अनित्यात्मक वादाचा स्वीकार पाटील करतात, त्याचा मूळ धर्म हा बौद्ध आहे आणि जगातील बौद्धाची लोकसंख्या ही अंदाजे एक कोटीच्या आसपास असावी! वास्तवतेचा हा संदर्भ लक्षात घेणे आवश्यक आहे.

केवळ बौद्धाच्या अनित्यतात्मकवादी सौंदर्यशास्त्राच्या आधारे बहुसंख्याक ५०० कोटींच्या चैतन्यवादी कला व्यवहाराचा आस्वाद कसा घेणार?

शिवाय केवलस्वादवादी भूमिका मांडणाऱ्या प्रवाहात अनित्यतात्मक चिंतनाचे अस्तित्वच नाही का? अनित्यात्मकवाद स्वीकारल्याने मानवी जीवन पूर्णतः सुखी झाले आणि अब्राह्मणी सौंदर्यशास्त्राने सर्व सौंदर्यविषयक प्रश्नांची उकल झाली, असा इतिहास नाही. नसतो!

तसेच बौद्ध-दलित सौंदर्यशास्त्राच्या निकषावर दलित साहित्य तपासणे किंवा ओबीसींच्या सौंदर्यशास्त्राच्या आधारे ओबीसी साहित्य व 'ब्राह्मणी' सौंदर्य शास्त्राच्या आधारे ब्राह्मणीसाहित्य चिकित्सा करण्याची भूमिका घेतली तर, परस्परांचे साहित्य मूल्यमापन कसे व कोण करणार? कोणत्या निकषावर करणार? शिवाय प्रत्येकाचा रसिक वर्गही वेगवेगळा असेल तर रसिकांचेही जात-धर्मीय गट होण्याचा धोका नाही का?

मुख्य अडचण म्हणजे शरद पाटलांनीच हुर्सेलच्या अनुभववादाच्या प्रमेयावर आधारित सौंदर्यशास्त्रीय सूत्रांच्या केलेल्या स्वीकारानुसार, 'कलाकृती व रसिकाचा समागम' महत्त्वाचा आहे. अर्थात रसिकाशिवाय कोणत्याही कलाकृतीचे अस्तित्वच अर्थपूर्ण होत नसेल तर रसिक विश्वाचीही, ब्राह्मणी व अब्राह्मणी अशी विभागणी करावी लागेल! अशी विभागणी रसिक पातळीवर शक्य आहे का? योग्य आहे का?

या प्रश्नांच्या नकारार्थी उत्तरातच पाटलांच्या अब्राह्मणी सौंदर्यशास्त्राचा फोलपणा सिद्ध होतो. अस्तित्ववादी सार्त्रच्या मतानुसार 'कलाकृती ही प्राकृतिक वस्तूप्रमाणे जडवस्तू नसते. कलावंताच्या कल्पनाशील संज्ञेची संज्ञास्वरूप प्रतिमा असते. अर्थात तिच्या अस्तित्वाचे प्राणतत्त्व असलेली सौंदर्यवस्तू प्रसवण्यासाठी रसिकाच्या संज्ञेशी समागमाची गरज असते.' मानवी अस्तित्वाचे 'सत तत्त्व' स्वतंत्र असल्याची मांडणी सार्त्रच्या भूमिकेतून स्पष्ट होते. मानवी संज्ञा स्वत:ला अभिप्रेत असलेली अर्थरूप वस्तू आपल्या स्वतंत्र कृतीने प्रत्यक्षात आणू शकते. तसेच आपल्या स्वतंत्र कृतीबरोबर आपले स्वातंत्र्य व अस्तित्वही जन्मास घालते. कलाकृती संज्ञारूप आहे. पण तिला स्वतंत्र कृती करता येत नाही. हा आंतरविरोध कलाकृतीच्या अस्तित्वाच्या मुळाशी नांदत असतो म्हणून ती रसिकाच्या स्वातंत्र्याला आवाहन करते. त्याच्याकडून स्वतंत्र कृतीची अपेक्षा करते. रसिकाच्या स्वतंत्र कृतीद्वारेच कलाकृती तिचे सौंदर्य प्रत्यक्षात आणते.' गंगाधर पाटलांनी केलेली ही मीमांसा आणि या संदर्भात सार्त्रप्रणीत अस्तित्ववादी सौंदर्य विचाराचा शरद पाटलांनी घेतलेला वेध चुकीचा मानता येणार नाही. त्यातूनच 'स्वातंत्र्याचा प्रश्न समाजातून भाषेत व भाषेतून तत्त्वज्ञानात आल्याचे' सूत्र कॉ. पाटील मांडतात. या सूत्राचा अंतिम सारांश 'दु:खमुक्ती म्हणजे स्वातंत्र्य' या निष्कर्षात नोंदला गेलाय. (पृ. ८७)

कॉ. पाटलांचे या संदर्भातील विवेचन कोणत्याही बुद्धिवाद्याला प्रभावित करणारे आहे, याबद्दल शंका नाही. पाटील म्हणतात, ''समाजवादी क्रांतीतून

दु:खमुक्ती झाल्यानंतर स्वातंत्र्य सर्वगत व सर्वंकष करण्यासाठी तो प्रश्न आता सौंदर्यशास्त्रात अवतरला असून नव जीवनाचे सत तत्व बनला आहे (पृ. ८७) 'मानवी स्वातंत्र्याचा व त्याच्या सौंदर्याचा हा अनित्यात्मक व ऐतिहासिक भौतिकवाद असल्याचे शरद पाटील मानतात.' (पृ. ८७)

'दु:खमुक्त मानवता' हा सर्वच प्रतिभावंतांचा आणि कलावंतांचा सांस्कृतिक ध्येयवाद असतो. तसाच तो विज्ञानवाद्यांचाही असतो! कारण मानवी दु:खमुक्ती हे मानवी जगाच्या प्रारंभापासूनचे सनातन आव्हान आहे. ते पेलण्याच्या प्रयत्नातच तत्त्वज्ञानाच्या अनेक धारा व प्रवाह निर्माण झाल्याचा इतिहास आहे.

'दु:खमुक्त मानवता' हा अध्यात्मवादी, चैत्यन्यवादी आणि केवलास्वादवाद्यांचा ध्यास व ध्येयवाद नाही का? ५०० कोटी जनतेचाही तो श्वास असेल तर त्यांचे स्वातंत्र्य आणि त्यांचे योगदान संस्कृतीच्या वस्तुनिष्ठ कैवाऱ्यांनी का व कसे नाकारायचे? शिवाय समाजवादी, साम्यवादी, बौद्धवादी, विज्ञानवादी प्रवाहाने 'मानवता दु:खमुक्त' केल्याची वास्तवता प्रत्येकाच्या अनुभूतीचा प्रत्यय बनलीय का? बाह्य जगातील बदलावर भर देऊन परिवर्तनाचा विचार मांडणारा मार्क्स आणि तृष्णेवर नियंत्रण ठेवून मध्यम मार्गाने दु:खमुक्ती सांगणारा बुद्ध, यामध्येही टोकाचा भेद आहेच!

बुद्धाप्रमाणे मार्क्स, मानवी मनाच्या अंतरंगावर भर देऊन परिवर्तन सांगत नाही. जे मार्क्सने सांगितले तो मार्क्सवादच कम्युनिस्टांच्या क्रांत्यानंतर पराभवाच्या गर्तेत सापडला. सोविएत रशियाचे कम्युनिस्ट साम्राज्य कोसळले, हा त्या देशापुरता मर्यादित मुद्दा असला तरी, संपूर्ण जगाच्या नकाशातच कम्युनिस्टांचे प्रयोग दु:खमुक्तीच्या संदर्भात संशयास्पद ठरत आहेत. मार्क्सचे भाष्यकार माओ-लेनिन यांनी क्रांतिकार्य रुजवून काही अपेक्षा निर्माण केल्या. पण मार्क्सवादाचा टिळा लावून फोफावलेला नक्षलवाद 'दु:खमुक्ती'ऐवजी निरपराधांना सक्तीने दु:ख देणारा ठरतो आहे. मार्क्सचे माकड करण्याचा विकृत पराक्रम नक्षलवादी भाष्यकार करीत असतील तर, कॉ. पाटलांना प्रिय असणारा मार्क्सवाद मानवाची दु:खमुक्ती कसा करणार? या पार्श्वभूमीवर मार्क्सवादी फुले-आंबेडकरवादाच्या कट्टर अभिनिवेशातील 'अब्राह्मणी सौंदर्यशास्त्रही' नवजीवनाचे सततत्व कसे जन्माला घालणार? राजकीय-अर्थिक क्षेत्रातील नक्षलवाद्यांचा क्रांतिनिष्ठ अघोरी स्वप्नाळूपणा, जसा मानवतावादासाठी घातक आहे, तसाच शरद पाटालांची अब्राह्मणी सौंदर्य-शास्त्राची अतिरेकी व अविवेकी भूमिकाही व्यामिश्र सांस्कृतिक संचिताला चकवा देणारी घातक मांडणी आहे!

अब्राह्मणी साहित्याच्या सौंदर्यशास्त्राची समीक्षा / १२३

ज्या अनित्याततत्मकतेचा संदर्भ कॉ. पाटील ऐतिहासिक भौतिकवादाच्या साथ-संगीतने स्वीकारतात, तो बौद्ध धम्मप्रणीत असला तरी, भारतीय संस्कृतीत सर्वच धर्मप्रवाहांत आणि दार्शनिक वाद-विवादांमध्ये कमी-अधिक प्रमाणात श्रेष्ठ ठरणाऱ्या तत्त्वज्ञानांचा प्रभाव, धर्म-वर्ण-जात भिंती मोडून सिद्ध झाल्याचाही इतिहास आहे. तेव्हा मूळ श्रेय बुद्धाला देताना अनित्यात्मकवादाचा प्रभाव धम्म-प्रवाहापुरता मर्यादित राहिल्याची वास्तवता नसून, त्याचा स्वीकार वैदिक धारेतही रुजलाच! वैदिक दर्शन केवळ अध्यात्मवादी-ईश्वरवादी कधीच नव्हते. वैदिकातही अस्तिक व नास्तिक असे प्रवाह आहेतच! अस्तिकांची संख्या व प्रभाव अधिक असला तरी त्यांच्या म्हणून असलेल्या दु:खमुक्त मानवतेच्या ध्येयवादाला, आवश्यक व पूरक ठरलेल्या इतर धर्म व दर्शनातील निर्णायक मूल्यांना व तत्त्वज्ञानात्मक सूत्रांना, अस्तिकवाद्यांनी स्वीकारले व पचवलेच!

म्हणूनच वैदिकांसह भारतीय संस्कृती ही सर्व धर्म व सर्व दर्शने यांच्या आपसातील संवाद-संघर्षाच्या व्यामिश्र संचिताचा खजिना बनली. त्यात कोणताही एकच प्रवाह, एकच सूत्र, एकच दर्शन निर्णायक महत्त्वाचे आणि अंतिम सत्य मानता येत नाही. तसेच एकाच दार्शनिक सूत्राने संपूर्ण सौंदर्यशास्त्रही गुंडाळून ठेवता येत नसते. या पार्श्वभूमीवर पाटलांच्या अब्राह्मणी सौंदर्यशास्त्राची अर्थपूर्णता संशयास्पद ठरली नाही तरच नवल?

स्वातंत्र्य हे सौंदर्य मूल्य

कॉ. पाटील यांच्या मते ''पाश्चिमात्य उच्चवर्गीय विश्वचैतन्य व भारतीय उच्चवर्णीयांचे परब्रह्म, ज्ञानाचे निधान आहे. त्याला प्राप्त करणे म्हणजे स्वातंत्र्य प्राप्तीचा मोक्ष किंवा मुक्ती.'' (पृ. १०६)

'स्वातंत्र्य' या संकल्पनेला भौतिकवादी इतिहास आहे. 'मोक्ष' म्हणजे 'स्वातंत्र्य' हे कॉ. पाटीलप्रणीत आकलन अयोग्य आहे. 'मोक्ष' ही संकल्पना वेदान्ती तत्त्वज्ञानात जन्म-मृत्यूच्या फेऱ्यातून मानवी मुक्तीच्या संदर्भात मांडली गेली. तिचा संदर्भ व संबंध भौतिक वर्तुळाऐवजी आध्यात्मिक परिप्रेक्षाशी निगडित आहे. स्वातंत्र्य ही संकल्पना पूर्णत: आधुनिक असून ती 'जन्म ते मृत्यू' या मधील मानवी जीवनाशी संबंधित आहे. कॉ. पाटील संदर्भ तोडून त्यांच्या व्यक्तिगत हट्टासाठी मांडणी करतात. त्यामुळे संकल्पनांचे संदर्भही फरफटत जातात आणि त्या सोबत वाचकाचीही अकारण घालमेल वाढते. भौतिकवादी स्वातंत्र्य संकल्पना, आध्यात्मिक मोक्षाशी जुळवण्याचा पराक्रम पाटील का

करतात?

आज २१ व्या शतकातील कोट्यवधी वैदिक-हिंदू, मोक्ष म्हणजे स्वातंत्र्य असा अर्थ स्वीकारून जगतात का? 'मोक्ष' आणि अध्यात्म किती वैदिकांच्या जीवनाच्या श्रद्धेचा विषय उरलाय? वैदिकांच्या हजारो वर्षांच्या वाटचालीत नव्या आधुनिक प्रयोग व शोधांचा काहीच परिणाम झाला नाही काय?

एखादा हिंदू-वैदिक अध्यात्मवादी 'मोक्ष' ही मानेल आणि भौतिक सामाजिक-राष्ट्रीय जीवन परिप्रेक्षात 'स्वातंत्र्य'ही पुजेल! अशी दुहेरी मूल्यात्मक श्रद्धा जगणारी माणसं कमी नाहीत. किंवा वैदिक-हिंदू धर्माला सोडचिठ्ठी न देता, अध्यात्म व मोक्षाला बाजूला सारून केवळ 'स्वातंत्र्य' ही संकल्पनाच समाज जीवनात श्रद्धेने पुजणाऱ्या वैदिकांची संख्याही कमी नाही. तेव्हा अशा वैदिक प्रवाहातील कोटी कोटी जनतेच्या वैशिष्ट्यपूर्ण अस्तित्वाचे आणि त्यांच्या 'सौंदर्यात्मक' रसिकतेचे मूल्य, पाटलांच्या ब्राह्मणी-अब्राह्मणी प्रमेयाने व अब्राह्मणी सौंदर्य-शास्त्राने कसे आकळणार?

'स्वातंत्र्यमूल्य' आणि मानवाची दु:खमुक्ती ही काय फक्त मार्क्सवाद-बुद्धवाद आणि शरद पाटलांचीच मक्तेदारी आहे काय? फ्रान्सच्या राज्यक्रांतीतून ज्या लोकशाहीवादी मूल्यांचा अभ्युदय झाला, त्यात समता आणि बंधुता या मूल्यांसोबत स्वातंत्र्य हे मूल्य निर्णायक ठरले. जगाच्या सर्वच प्रदेशात व सर्वच धर्मांच्या पर्यावरणात, प्राचीन-मध्ययुगीन काळात स्त्रियांसह मजूर व गुलामांच्या स्वातंत्र्याचा संकोच झाल्याचा इतिहास आहे. समतावादी बुद्ध त्याच्या भिक्षूसंघात स्त्रियांना प्रवेश देण्याचे स्वातंत्र्य प्रारंभी देऊ शकला नाही, हे ऐतिहासिक सत्य कॉ. पाटील कसे नाकारणार? बुद्धाचाच अनित्यात्मकवाद बुद्धाच्याच पूर्वार्धातील भूमिकेच्या स्वातंत्र्य संकल्पनेला संवादी ठरत नसेल तर, अशा इतर दर्शनातील व धर्मातील विसंगती, पाटलांचे अब्राह्मणी सौंदर्यशास्त्र का लक्षात घेत नाही? स्वत:च्या मांडणीसाठी सोईस्कर जागा शोधायच्या आणि बाधित करणाऱ्या दार्शनिक विसंवाद-विसंगतीवर पडदा टाकून वेगळे स्वतंत्र सौंदर्यशास्त्र निर्माण केल्याचा अहंकार रुजवायचा, हा तद्दन असांस्कृतिक स्वार्थांधळेपणाच आहे.

यावरची कडी म्हणजे, मार्क्सवादाचे अपुरेपण व बुद्धवादाचे अपुरेपण असल्याचे नोंदवून, स्वत:ची विद्वत्ता पाजळण्यासाठी, अपूर्ण मार्क्स, अपूर्ण फुले व अपूर्ण आंबेडकर यांची दार्शनिक बेरीज केल्याचा बौद्धिक टेंभा मिरवायचा! 'मार्क्स-फुले-आंबेडकर हे तिन्ही महापुरुष अपुरे राहिले, कमी पडले; पण आपण मात्र या तिन्ही महापुरुषांपेक्षा अधिक विद्वान आहोत म्हणून आपण श्रेष्ठ

आहोत' असे स्वत:च सांगायचे आणि स्वत:च हे सत्य सिद्ध केल्याची नोंदही स्वत:च करायची! अशी असभ्य विद्वता आणि महापुरुष होण्याचे डोहाळे शरद पाटील यांच्याशिवाय भारताच्या व जगाच्या इतिहासात कोणीही नोंदल्याचे दिसत नाही.

या पार्श्वभूमीवर फ्रान्सच्या राज्यक्रांतीतून उदयाला आलेले स्वातंत्र्यमूल्य हे निर्णायक महत्त्वाचे आहे. जगाच्या इतिहासात घडलेली ही सांस्कृतिक घटना राजकारणासह अर्थकारण-समाजकारण- कलाक्षेत्र, अशा सर्व क्षेत्रातील प्रभावी घटना आहे.

फ्रान्समध्ये ख्रिश्चन धर्माचे प्राबल्य असून कॉ. पाटील ज्याला 'भारतीय उच्चवर्णीयांचे परब्रह्म' म्हणतात ते त्यांच्याच भाषेत, 'पाश्चात्त्य उच्चवर्णीय विश्वचैतन्य' आहे आणि याच विश्वचैतन्यवादी दार्शनिकतेच्या फ्रान्समध्येच समता, स्वातंत्र्य व बंधुतावादी लोकशाही क्रांती झाली. त्यातून या मूल्यत्रयींचा जगभर प्रभाव पडला आणि प्रसारही झाला. त्यातूनच स्वातंत्र्यमूल्य व संकल्पनेची पेरणी सर्वच लोकशाहीवादी राष्ट्रांचा प्राण बनली.

कॉ. पाटलांच्या मते 'दु:खमुक्ती' म्हणजे स्वातंत्र्य असून त्यांच्या 'अब्राह्मणी सौंदर्यशास्त्रा'नुसार सौंदर्यमूल्य म्हणजे हेच स्वातंत्र्य आहे.

अर्थात स्वातंत्र्य हे 'अब्राह्मणी सौंदर्यशास्त्राचे' निर्णायकी सौंदर्यमूल्य आहे. आणि ब्राह्मणी सौंदर्यशास्त्राचे सौंदर्यमूल्य हे 'मोक्ष' आहे, अशी सोईस्कर मांडणी कॉ. पाटील करतात. भारतीय 'मोक्ष' हा पाश्चात्त्य जगात विश्वचैतन्य असल्याने भारतीय वर्णव्यवस्था - पाश्चात्य वर्गव्यवस्थेशी संवादी ठरवून दोन्हींचा विरोध करण्यासाठी बुद्धाचा अनित्यात्मकवाद आणि मार्क्सचा ऐतिहासिक भौतिकवाद, 'अब्राह्मणी सौंदर्यशास्त्राच्या' सैद्धान्तिक अधिष्ठानात, कॉ. पाटलांनी स्वीकारला आहे.

सारांश, बुद्ध-मार्क्सच्या दार्शनिक सूत्रांचा विकास 'माफुआने' केल्याचा दावा ठोकून, शरद पाटील स्वातंत्र्य हेच सौंदर्यमूल्य असल्याचे सांगताहेत. पण हे सौंदर्यमूल्य पाश्चात्त्य विश्वचैतन्यवादाचे किंवा भारतीय अध्यात्मवादी केवल-स्वादवादाचे फलित नसून, ते केवळ बुद्धाच्या अनित्यात्मक वादाचे व मार्क्सच्या ऐतिहासिक भौतिकवादाचे माफुआवादी नवे मूल्य असल्याचे त्यांचे म्हणणे आहे. पाटलांच्या या संपूर्ण तात्त्विक मांडणीलाच छेद देणारी सांस्कृतिक घटना म्हणजे फ्रान्सच्या राज्यक्रांतीतून निर्माण झालेले समता-स्वातंत्र्य व बंधुता ही मूल्यत्रयी होय. फ्रान्समधील ख्रिश्चन धर्मीय विश्वचैतन्यवाद हाच फ्रान्सच्या राज्यक्रांतीच्या मुळाशी दिसतो. कारण त्यावेळी मार्क्स व मार्क्सवादाचा जन्मच झाला नव्हता

आणि बुद्ध दार्शनिकता फ्रान्समध्ये रुजण्याची शक्यताच नव्हती. तेव्हा कॉ. पाटील ज्या विश्वचैतन्यवादाला 'ब्राह्मणी' मानतात, त्याच तत्त्वज्ञानाचा संस्कार पचवणाऱ्या फ्रान्समध्ये, पाटलांना हव्या असणाऱ्या स्वातंत्र्यमूल्याचा उदय राज्यक्रांतीतून पुढे आला.

हा इतिहास लक्षात घेतला, तर विश्वचैतन्यवादी समाजपुरुषाच्या पोटातूनही मानवता दुःखमुक्त करणारे स्वातंत्र्यमूल्य जन्मास येऊ शकते, या सत्याची नोंद अपरिहार्य ठरते. याच जागेवर जडवादावर आधारित बौद्ध व मार्क्सवादी दार्शनिकतेतूनच मानवाची दुःखमुक्ती होते, असे समीकरण गृहीत धरणाऱ्या शरद पाटलांचा स्वप्नाळूपणा उघड होतो.

अर्थात बुद्ध व मार्क्स यांचे भौतिकवादी योगदान नाकारण्याचे कारण नाही, पण केवळ एवढ्याच दार्शनिक भांडवलावर मानवांची दुःखमुक्ती होणार आहे, अशी श्रद्धा बाळगणे व विश्वचैतन्यवादाला विरोध करून त्याचा दुःखमुक्त मानवतेचा अनुबंध नाकारणे सर्वार्थाने अयोग्य आहे.

विश्वचैतन्यवादी वर्गीय पाश्चात्त्य तत्त्वज्ञानाचा प्रभाव आणि संस्कार स्वीकारणाऱ्या फ्रान्समधून स्वातंत्र्यासह समता-बंधुता मूल्यांचा जन्म होत असेल आणि हेच स्वातंत्र्य म्हणजे शरद पाटीलप्रणीत अब्राह्मणी सौंदर्यशास्त्राचे सौंदर्य मूल्य असेल तर, पाटलांची एकूण मांडणीच कोलमडून पडते. कारण त्यांच्या भूमिकेनुसार तर विश्वचैतन्यवादी भूमिका ही केवलस्वादवादी आणि मोक्षवादी असते. शिवाय ती वर्ग-वर्णवादीही असते. त्याचप्रमाणे स्त्रीदास्यवादीही असते.

पाश्चात्त्य जगातील स्त्रीवादी चळवळीचा इतिहास लक्षात घेता, संबंधित समाज व देश हे मार्क्सवादी किंवा बौद्धवादी असल्याचे दिसत नाही. रशिया, श्रीलंका, जपान, चीन वगळता इतर बहुसंख्य पाश्चात्त्य देशातील स्त्रीमुक्ती चळवळी ह्या विश्वचैतन्यवाद कुरवाळणाऱ्या व पुजणाऱ्या इंग्लंड, फ्रान्स, स्पेन, अमेरिकेतूनच उदयाला आल्या. तेव्हा स्त्रीदास्यान्ताचा कॉ. पाटलांचा ध्येयवाद व स्त्री स्वातंत्र्याचे सौंदर्यमूल्य, बुद्ध-मार्क्सऐवजी विश्वचैतन्यवादी समाज व देशातून पुढे आले.

पाटील ज्या स्वातंत्र्य म्हणजे सौंदर्यमूल्याच्या शोधात, 'अब्राह्मणी सौंदर्य शास्त्र' खर्ची घालत आहेत, ते स्वातंत्र्य पाटलांच्या भूमिकेचा विरोध असणाऱ्या विश्वचैतन्यवादाच्याच प्रभावातून आकारास आल्याचा जागतिक इतिहास आहे.

मार्क्सवादी ऐतिहासिक भौतिकवादी अन्वेषण पद्धतीनेच उपरोक्त सत्य सिद्ध झालेय. तेव्हा पाटलांच्याच आवडीच्या व श्रद्धेच्या परिमाणांनी सिद्ध झालेले सत्य, त्यांच्याच 'अब्राह्मणी सौंदर्यशास्त्रा'च्या तात्त्विक भूमिकेचा पराभव

करीत आहे. निदान आता तरी कॉ. पाटील त्यांच्या 'अब्राह्मणी' सैद्धान्तिकतेची व त्यावर आधारित त्यांच्या तथाकथित सौंदर्यशास्त्राची अर्थविहीनता मान्य करणार आहेत का?

मानवी समाजाची दु:खमुक्ती करण्याचा प्रयत्न सर्व काळातील सर्व जबाबदार समाजघटक आपापल्या दार्शनिक भूमिकांच्या बळावर आणि विज्ञानाच्या शोधातून करीत आहेत. त्या सर्वांचेच योगदान समाजाच्या प्रगतीत आणि मानवाच्या दु:खमुक्तीच्या प्रवासात सिद्ध झालेय. त्यापैकी कुणालाही आरोपीच्या पिंजऱ्यात उभे करून त्याला दोषी धरणे योग्य होणार नाही. फक्त प्रत्येक दर्शन, प्रत्येक तत्त्वज्ञ, प्रत्येक महापुरुष, प्रत्येक कलावंत - वैज्ञानिक यांचे मूल्यमापन करताना, दु:खमुक्त मानवतेच्या संदर्भात 'सामर्थ्य आणि मर्यादा', या समीक्षासूत्राचा अवलंब आवश्यक आहे.

कोणतेही एकच दर्शन व तत्त्वज्ञान प्रवाह, संपूर्णत: निर्दोष व मानवमुक्तीसाठी एकमेव उपयुक्त, अशी मांडणी अयोग्य असते. तेव्हा एक किंवा दोन किंवा तीन-चार महापुरुषांच्या नावाची गोधडी पांघरून, नवे तत्त्वज्ञान मांडल्याचा तसेच त्यावर नवीन वेगळे स्वतंत्र सौंदर्यशास्त्रही निर्माण केल्याचा दावा, सर्वार्थाने पोकळ असतो.

मानवाचे शरीर-रक्त-मन यांची स्वरूप वैशिष्ट्ये शास्त्रानुसार सिद्ध झाल्यावर, मानवाच्या कलांचे सौंदर्यशास्त्रही सर्व मानवजातीच्या कलाकृतींना पोटात घेईल एवढे व्यापक व शास्त्रीय सत्यावरच आधारित हवे. ब्राह्मणाचा मोबाईल व मुसलमानाचा-आदिवासींचा मोबाईल समान शास्त्रीय तंत्रज्ञानावर आधारित असतो. शास्त्रीय सत्य आणि सूत्रे ही जात-धर्म देशवाचक नसतातच!

म्हणून अब्राह्मणी किंवा ब्राह्मणी सौंदर्यशास्त्र ही संकल्पनाच अशास्त्रीय आहे. अवैज्ञानिक संकल्पना ही माणसाच्या स्वप्नाळूपणाचा भाग राहू शकते. याच अर्थाने पाटलांचे 'अब्राह्मणी सौंदर्यशास्त्र' हे सौंदर्याचे शास्त्र नसून ते त्यांच्या वैयक्तिक स्वप्नाळू रंगाचे संभ्रम रुजवणारे बौद्धिक थोतांड आहे.

कॉ. शरद पाटलांचे सामर्थ्य

आता कॉ. शरद पाटलांच्या सामर्थ्याच्या काही प्रातिनिधिक नोंदी करणे आवश्यक आहे.

१. शरद पाटलांनी त्यांच्या पुस्तकात एक अत्यंत महत्त्वाची नोंद केलीय. ते म्हणतात, "सम्यक सौंदर्यशास्त्र केवळ वर्ण-जात-वर्गातील असते ना

केवळ जात जमातीय ना केवळ वर्गीय असते. ते सर्व मानवी समाजाच्या समष्टीला व्यापून असते.'' (पृ. ६४)

या चिंतनसूत्रातील कॉ. पाटलांची विद्वत्ता आणि प्रामाणिकपणा गौरवास्पदच आहे. कारण त्यांच्या मते सम्यक सौंदर्यशास्त्र हे केवळ वर्ण-जात-वर्गाचे नसून ते संपूर्ण मानवी समाजाच्या समष्टीला व्यापणारे असते. या त्यांच्याच चिंतनसूत्राच्या पार्श्वभूमीवर त्यांनीच निर्माण केलेल्या 'अब्राह्मणी सौंदर्यशास्त्रा'ची भूमिका पराभूत होते. तेव्हा 'अब्राह्मणी सौंदर्यशास्त्र' पाटलांनी कल्पिलेल्या 'ब्राह्मणी' साहित्याचे व पाटलांनीच नाकारलेल्या विश्वचैतन्यवादी, अध्यात्ममोक्षवादी जनसमुदायाचे कसे होणार? त्यांचे अब्राह्मणी सौंदर्यशास्त्र हे भारतात फक्त आणि फक्त शूद्र-अतिशूद्रांच्या साहित्याचे आणि पाश्चात्त्य जगात फक्त मार्क्सवादाने कैवार घेतलेल्या सर्वहारा वर्गाचेच राहणार! ते संपूर्ण मानवजातीच्या समष्टीचे होत नाही. समष्टीचे सौंदर्यशास्त्र व्हायचे असेल तर ते केवळ ब्राह्मणी किंवा अब्राह्मणी किंवा केवळ दलित-बौद्ध सौंदर्यशास्त्र असून चालणार नाही. ते केवळ पौर्वात्यांचे किंवा केवळ पाश्चात्त्यांचेही असू शकत नाही. तसेच सम्यक सौंदर्यशास्त्र केवळ अनित्यतावादी किंवा जडवादी, केवळ चैत्यन्यवादी, केवळ भौतिकवादी, केवळ अध्यात्मवादी असू शकत नाही! एकच एक संकुचित वर्तुळाच्या परिप्रेक्षात सम्यक सौंदर्यशास्त्र सामावू शकत नाही, याची सार्थ आणि समर्थ जाणीव कॉ. पाटलांना झाली याबद्दल त्यांचे अभिनंदन करणे सांस्कृतिक कर्तव्य ठरते.

२. कॉ. शरद पाटलांचा बहुभाषिक अभ्यास असून मार्क्सवाद, बौद्ध दर्शनासह वेदान्ती तत्त्वज्ञानांचाही त्यांचा अफाट व्यासंग आहे.

३. कॉ. शरद पाटील यांनी त्यांच्या 'अब्राह्मणी सौंदर्यशास्त्र' पुस्तकात असंख्य विद्वानांच्या अभ्यासाचे आकलन त्यांच्या चिंतनसूत्राच्या आधारे नोंदले आहे.

मार्क्स, एंगल्स, नंबुद्रीपाद, कॉ. श्रीपाद अमृत डांगे, गेल ऑमवेट, भारत पाटणकर या मार्क्सवादी अभ्यासकांच्या मतांची साधक-बाधक चर्चा या पुस्तकात नोंदली आहे.

राहुल सांकृत्यायन, भदन्त आनंद कौसल्यायन, सूर्यनारायण चौधरी, दीपंकर गुप्ता, उमाशंकर शर्मा, दामोदर कोसंबी, देवीप्रसाद चट्टोपाध्याय, जगदीश काश्यप, धमेंद्रनाथ शास्त्री, आचार्य नरेंद्र देव ही बौद्ध व

बौद्धेतर विद्वानांची यादी, शरद पाटलांच्या या पुस्तकात विवेचनाच्या ओघात अधूनमधून अर्थपूर्ण ठरलीय. या शिवाय जॉर्ज थॉमसन, टी. आय. ऑइझरमन, जॉर्ज थिबॉटसारख्या पाश्चात्त्य विद्वानांचाही समावेश या पुस्तकाच्या अभ्यासात उपयुक्त ठरलाय.

४. कॉ. शरद पाटलांचा, सत्यशोधक कम्युनिस्ट पक्ष आणि त्याचे 'मार्क्सवाद-फुले-आंबेडकरवादी' तत्त्वज्ञान सर्वस्तरीय सर्व प्रकारच्या विषमतेचा धि:कार मांडते. या ध्येयवादाबद्दल कुणाचीही तक्रार असण्याचे कारण नाही.

५. कॉ. पाटलांनी कान्ट, सार्त्र, हुर्सेल, फ्राईड, फ्रेजर इ. पाश्चात्त्य तत्त्वज्ञ व सौंदर्यशास्त्रज्ञांच्या भूमिकांचा अभ्यास केलाय, पण तो स्वीकारताना स्वत:च्या सोयीनुसार वापरलाय. तरीही पाश्चात्त्य विद्वानांच्या योगदानाचे आकलन करणे सोपे नाही. त्याच्या सूत्रबद्ध नोंदी या पुस्तकात आढळतात.

६. शरद पाटलांना कामगार शेतकरी व शूद्रांसह अतिशूद्रांची एकजूट हवी आहे. अशी एकजूट करून व त्यांच्या साहित्याला समान पाया देऊन, विषमता अन्तासाठी त्यांनी 'अब्राह्मणी सौंदर्यशास्त्रा'ची निर्मिती केल्याचा त्यांचा दावा आहे. या भूमिकेतील पाटलांचा हेतू अयोग्य व वाईट ठरवता येणार नाही, पण त्यांच्या हेतूनुसारच त्यांच्या भूमिकेचा परिणाम समाजात होतो काय? या प्रश्नाचे उत्तर नकारार्थी आहे.

७. दलित-श्रमिक-शूद्र-अतिशूद्रांच्या मुक्तीसाठी क्रांतीचे हत्यार म्हणून 'अब्राह्मणी साहित्य' व 'अब्राह्मणी सौंदर्यशास्त्र' असल्याची कॉ. पाटलांची भूमिका आहे. 'पण समग्र क्रांतीनंतर ही क्रांतीची हत्यारे अडगळीतच पडल्यावर नंतर या 'अब्राह्मणी सौंदर्यशास्त्राचे' भवितव्य कोणते? यावर शरद पाटील मौन धारण करून आहेत.

समारोप

व्यासंग व विद्वत्तेच्या लांबी-रुंदीवर सैद्धान्तिक भूमिकेचे यश-अपयश मोजणे-ठरवणे धोक्याचे असते, म्हणूनच शरद पाटलांच्या भूमिकेचा व त्यांच्या हेतूचा गौरव करूनही त्यांचे 'अब्राह्मणी सौंदर्यशास्त्र' त्यांच्याच निकषावर 'सम्यक' सौंदर्यशास्त्र ठरत नाही. शिवाय अशा वर्ण-जात संदर्भांनी व नावांनी उदयास आलेल्या संकुचित सौंदर्यशास्त्रीय भूमिकांचे समर्थन केल्यास, जात-धर्म-पंथ निहाय असंख्य सौंदर्यशास्त्रांच्या निर्मितीचे स्वातंत्र्य व समर्थन करण्याचा घातक प्रसंग ओढवेल. शिवाय कलावंत आणि रसिक यांच्या वाटण्या-विभागण्या

वेगवेगळ्या वर्तुळात होऊन, कलाव्यवहार वजाबाकीच्या संघर्षात जळून खाक होईल. अगोदरच मानवनिर्मित व नैसर्गिक विषमतांची मालिका मानवी समाज व संस्कृतीच्या गळ्याला फास लावून चालू आहे. पूर्वीचेच भेद मिटविण्यासाठी विविध दिशांनी वेगवेगळे प्रयोग व प्रयत्न चालू आहेत. सर्व आस्तिक-नास्तिक व चैतन्यवादी-जडवादी दर्शने एकत्र करूनसुद्धा मानवी समाज अद्याप दुःखमुक्त झालेला नाही. या पार्श्वभूमीवर सांस्कृतिक-सामाजिक विषमता रुजवणारा पक्षपाती व संकुचित जातीय परिभाषेचा नवा ब्राह्मणी-अब्राह्मणी सिद्धान्त मांडून, नवी वर्णव्यवस्था निर्माण करण्याचा विद्वत्तापूर्ण पराक्रम समर्थनीय मानता येत नसतो. मार्क्स-फुले-आंबेडकर ही महापुरुषांची नावे आहेत. त्यांच्या नावाने त्यांच्याच ध्येयवादाविरुद्ध असत्यात्मक मांडणी करणे सत्याचा नि सौंदर्याचाही वनवास आहे. कॉ. पाटील यांना हवे असणारे 'सत तत्त्व' त्यांच्या मांडणीतून पूर्णत: गळून पडलेय. कारण मुळात त्यांच्या भूमिकेतच 'सत तत्त्व' नाही!

मार्क्स-फुले-आंबेडकर या महापुरुषांसारखे आपणही महापुरुष व्हावे अशी महत्त्वाकांक्षा असणे वाईट नसते. हुसेर्ल, सार्त्र, कान्टसारखे श्रेष्ठ तत्त्वज्ञ म्हणून जगात अमर होण्याची इच्छा मनात बाळगणे अयोग्य नाही. परंतु त्याच्या अट्टाहासाने शास्त्राचे सत्य आणि कलेचे सौंदर्य शापित व अपवित्र करण्यापर्यंत तोल जावा, हे विद्वानांच्या विद्वत्तेला अशोभनीय आहे.

कारण शरद पाटलांच्याच घातक व संकुचित वाटेने शरणकुमार लिंबाळे यांचा प्रवास सिद्धीस जाऊन त्यांनीही दलित साहित्याचे सौंदर्यशास्त्र मांडले. पाटलांनी शूद्र-अतिशूद्रांची तरी एकजूट कल्पिली आणि प्रचंड व्यासंगातून एककल्ली हटवादातून 'अब्राह्मणी सौंदर्यशास्त्र' मांडले. लिंबाळे यांनी पाटलांच्याच उसनवारीच्या भांडवलावर हात मारून दलित सौंदर्यशास्त्राची संकुचित पाऊलवाट शोधली. अशाच छोट्या छोट्या जात-धर्म-संदर्भनिष्ठ सौंदर्यशास्त्राच्या वाटा-पाऊलवाटा भविष्यात निर्माण झाल्या तर, त्याचे पूर्ण श्रेय कॉ. शरद पाटील यांच्या 'अब्राह्मणी सौंदर्यशास्त्राला'च जाते आणि तसे झाल्यास मानवी समाजाच्या एकात्मतेचा, बंधुतापूर्ण स्वातंत्र्य-समतेचा ध्येयवाद सपशेल पराभूत होईल. 'अब्राह्मणी सौंदर्यशास्त्रा'ची निर्मिती मानवी संस्कृतीच्या समग्र शोकान्तिकेला कारण ठरावी असे खुद्द शरद पाटलांनाही वाटणार नाही आणि ते संस्कृतीच्या उज्ज्वल भवितव्याला परवडणार नाही!

৵   ৵   ৵

विभाग चार

कॉ. पाटलांच्या भूमिकेचे मूल्यमापन

कॉ. पाटलांचे सामर्थ्य

क्रांतिवादी दर्शनाचा सखोल अभ्यास करून भाषाशास्त्र, तत्त्वज्ञान, इतिहास यांच्यासह अनेक विषयांच्या व्यासंगातून कॉ. पाटलांनी त्यांचे ग्रांथिक व नियतकालिकातील लेखन संपन्न केले आहे. वर्णजात वर्गान्ताच्या ध्येयावरील त्यांची निष्ठा प्रामाणिक आणि अविचल आहे. या निष्ठेत अभिनिवेश असल्याने एक प्रकारचा दुराग्रह त्यांच्या सर्वच लेखनात प्रतिबिंबित झाला आहे. अशा टोकाच्या भूमिकेचा एक परिणाम घडणे स्वाभाविक असते. समाजपरिवर्तनाच्या प्रवाहात कृती आणि उक्तीसह सातत्याने लेखन करून प्रबोधनाची गरज कॉ. पाटील यांनी त्यांच्या कुवतीनुसार सिद्ध केली आहे. अनेक वर्षांच्या खडतर तपश्चर्येचा अनुभव त्यांच्या कृतीतून व लेखनकर्तृत्वातून दिसून येतो.

भारतीय समाजव्यवस्थेतील 'जात' या घटकाचे स्थान महत्त्वाचे असून या प्रश्नाला प्राधान्य देऊनच इथला परिवर्तनाचा लढा पुढे जाऊ शकतो, हा विचार डॉ. आंबेडकरांच्या लेखनातून आणि त्यांच्या कृतिपरंपरेतून भारतीय जनमानसात खोलवर रुजला. याच प्रश्नाला निर्णायक आणि पहिल्या क्रमांकाचे महत्त्व देण्याचा आग्रह कॉ. पाटलांनीही धरला आहे. वर्गान्त व स्त्री-दास्यान्तसुद्धा त्यांना हवेच आहेत. या सर्वांचा आग्रह धरून कॉ. पाटलांनी परिवर्तनवादी प्रवाहाला चालना दिली. चौकाचौकात सतत कंठरवाने घोषणा देणाऱ्या कार्यकर्त्यांचे मोल कमी महत्त्वाचे मानणे सर्वार्थाने अन्यायाचे होईल. मार्क्स-फुले-आंबेडकरवादाचा सातत्याने गजर करून जागरण करण्याचे कार्य कॉ. पाटील करीत आहेत. त्यांचे सर्वच विचार आणि निष्कर्ष योग्य आणि बरोबर आहेत असे नाही. त्यांच्या मर्यादा स्पष्टपणे त्यांच्या पदरी घालताना त्यांचे योगदानसुद्धा नोंदविले पाहिजेच; कारण एकूणच ज्ञान-परंपरेत त्या दुहेरी सत्याची नोंद अर्थपूर्ण व हितावह ठरत असते.

परिवर्तनवादी प्रबोधनाला कॉ. पाटील आणि त्यांचा सत्यशोधक कम्युनिस्ट पक्ष कसा व किती उपकारक ठरला, हे अभ्यासणे आवश्यक आहे. त्यांच्याच शब्दांत त्यांचे योगदान नोंदवणे योग्य होईल. ते म्हणतात, 'म्हणून कम्युनिस्ट पक्षांनी सनातनी व आंबेडकरवादी या दोन टोकांहून वेगळी ऐतिहासिक भूमिका मांडणे आणि आंबेडकरवाद्यांच्या दलित जातीय आंदोलनाला डावा पर्याय उभा करणे निकडीचे होते. ही तिसरी ऐतिहासिक भूमिका फक्त सत्यशोधक कम्युनिस्ट पक्षच मांडू शकला, हे कुणीही नाकारू शकत नाही.' (सत्यशोधक मार्क्सवादी : नोव्हेंबर-डिसेंबर १९८८, पृ. ५३)

राम आणि कृष्ण या हिंदू देवतांचे डॉ. आंबेडकरांनी केलेले मूल्यमापन ऐतिहासिक नसून ते नैतिक असल्यामुळे हिंदू दुखावले; पण कॉ. पाटलांनी मात्र ऐतिहासिक दृष्ट्या राम व कृष्णाचे मूल्यमापन केल्यामुळे ते अधिक बरोबर आहे असा दावा खुद्द कॉ. पाटील यांनीच केला आहे. त्यात जरूर तथ्यांश आहे; पण राम आणि कृष्णाचे मूल्यमापन नैतिक असो वा ऐतिहासिक असो; हिंदू मानसिकता दुखावणारच हे गृहीत धरणे भाग आहे. प्रश्न मन दुखावण्याचा नसून सत्य काय आहे, याचा आहे. कॉ. पाटलांनी सबंध भारतीय संस्कृती व इतिहास यांचा अभ्यास करून प्रस्थापित रूढ कल्पनांना हादरा देणारे संशोधन मांडले आहे. भूतकाळातील अनेक घटित सत्यांपैकी ते एक सत्य असू शकेल; पण ते निर्विवाद व एकमेव सत्य मात्र मानता येत नाही.

कॉ. पाटलांनी 'समा'च्या प्रत्येक अंकात जात्यन्त्याच्या प्रश्नाला प्राधान्य देणारे लेखन केलेले आहे. विशेष म्हणजे, 'जात्यन्ताच्या लोकशाही क्रांतीच्या कार्यक्रमात जातिव्यवस्था अन्ताचा कायदा करू असे निःसंदिग्ध अभिवचन असले पाहिजे.' अशी मागणी कॉ. पाटील यांनी अनेक वेळा केली आहे. डॉ. आंबेडकरी पर्वानंतर त्यांचीच तत्त्वप्रणाली स्वीकारून त्यात इतर दार्शनिक सामर्थ्याची बेरीज करून जात्यन्ताचा कायदा करण्याची भाषा करणारे कॉ. पाटील हे समतावाद्यांच्या गोटातील महत्त्वपूर्ण व्यक्तिमत्त्व आहे. मराठवाडा नामांतर कृतीसमितीपासून दलित-ग्रामीण-आदिवासी साहित्य संमेलनाच्या प्रारंभापर्यंत, सर्व डाव्या पक्षांच्या समावेशाची भूमिका 'सकप' घेत आलेला आहे.

या भूमिकेला सुसंवादी व आवश्यक असा स्वभाव कॉ. पाटील यांचा नाही, असा अनेक डाव्यांचा अनुभव आहे; पण 'सकप'ची भूमिका मात्र डाव्यांच्या समावेशाला प्राधान्य देणारी आहे. डाव्या व लोकशाही पक्ष-संघटनांची आघाडी काळाची गरज असल्याचा निर्वाळा इतरांप्रमाणेच कॉ. पाटील यांनी वारंवार दिला

आहे. तेव्हा या आघाडीची गरज त्यांना मनापासून वाटते, यात शंका नसावी. प्रश्न व्यवहारातील त्यांच्या वर्तणुकीचा असू शकतो. त्यांची मानसिकता मात्र डाव्या शक्तीच्या एकीवर भर देणारी आहे.

कॉ. पाटील म्हणतात, 'शेतीमालाला रास्त भाव मिळाल्याशिवाय शेतकरी कधीही कर्जमुक्त होणार नाही.' (समा. नोव्हेंबर-डिसेंबर, ८८ पृ. ५६) हा विचार मुळात शरद जोशींचा असला तरी 'सकप'च्या नेत्यानेसुद्धा तो मांडणे याला व्यवहारत: निश्चितच महत्त्व आहे. शेतकरी संघटनेच्या चळवळीशी 'सकप'ने साधलेला सुसंवाद हा अर्थपूर्णच होता. अर्थात शरद जोशी आणि शेतकरी संघटना यांची तत्त्वे व व्यवहार यांच्यावर कॉ. पाटील यांनी विधायक टीका केली आहे. काही वेळा त्यांचा तोल गेलेला असला तरी त्यांच्या तत्त्वप्रणालीनुसार त्यांनी शेतकरी संघटनेच्या लढ्याचे स्वागतही केले आहे आणि प्रसंगी कोरडेही ओढले आहेत. मात्र स्वत:ला मान्य असलेल्या तत्त्वज्ञानाच्या अंमलबजावणीत कॉ. पाटलांनी नकळत व्यक्तिवाद पोसला आहे.

कॉ. पाटलांनी सनातन्यांवर ज्या पद्धतीने वैचारिक हल्ले केलेत; त्यापेक्षा अधिक आक्रमकपणे सर्व डाव्या पक्षांवर व व्यक्तींवर त्यांनी शाब्दिक हल्ले चढविले आहेत. विशेषत: उजवे व डावे कम्युनिस्ट त्यांच्या हल्ल्यांचे केंद्र आहे. कम्युनिस्टांच्या भूतकालीन व वर्तमानकालीन चुकांना कॉ. पाटलांनी वारंवार उगाळले आहे. त्यांपैकी तत्त्वचिंतनात्मक पातळीवर कॉ. पाटलांना दिसलेल्या चुका, या 'चूक' या सदरात मोडणाऱ्या आहेतच असे नाही; पण व्यावहारिक चुकांचा वाचलेला पाढा हा योग्यच म्हटला पाहिजे. या चुका दर्शविताना कॉ. पाटलांनीही काही मोठ्या चुका केल्या असण्याची शक्यता आहेच. त्यांचे दिग्दर्शन कुणीही करायला हरकत नाही; पण चूक ही चूकच; कुणीही करो, या सूत्रानुसार त्यांचे लेखन अनेकांच्या चुका दिग्दर्शन करणारे आहे यात शंका नाही.

विशेषत: दलित जातीयवादाचा, कॉ. पाटलांनी केलेला पर्दापाश महत्त्वाचा आहे. 'वर्गव्यवस्था अंताच्या एकमेव विज्ञानाला नकार देणे दलितमुक्तीला उपकारक ठरणार नसून, दलितांची जातिव्यवस्थाअंताची मुक्ती, वर्णव्यवस्थाअंताच्या मुक्तीला व दलितेतर श्रमिकांच्या सहभागाला नाकारून, केवळ दलित जातीय एकजुटीतून येऊ शकणार नाही,' हे कॉ. शरद पाटलांचे सूत्र लक्षणीय आहे.

आंबेडकरवादी प्रवाह हा क्रांतिवादी प्रवाह असून त्यात दलित जातीयवाद फोफावणे धोक्याचे आहे. तसेच मार्क्सप्रणीत वर्गवादी क्रांतिप्रवाहाशी फारकत घेऊन आंबेडकरवादी चळवळ एकटेपणे यशस्वी होऊ शकणार नाही. तेच

कामगार चळवळीबाबत म्हणता येईल. ही भूमिका महत्त्वाची असून कॉ. पाटलांनी ती स्वीकारली आहे. नव्हे, त्यांनी ती तारस्वरात मांडली आहे; परंतु ही समन्वयवादी भूमिका आंबेडकरवाद्यांनाही पचत नाही, असे एकूण चित्र कॉ. पाटलांच्या वाट्याला आलेय. अर्थात असे होण्यात दोन्ही बाजूंना काही तात्त्विक आणि व्यावहारिकसुद्धा कारणे आहेत, असू शकतात; पण या वास्तवतेमुळे आंबेडकरवाद्यांचा व कम्युनिस्टांचाही विरोध कॉ. पाटलांच्या वाट्याला अटळपणे आला आहे. सनातनी आंबेडकरवादी त्यांना 'मार्क्सवादी' समजून आंबेडकरवाद्यांना सावधान करतात, तर कम्युनिस्ट त्यांना 'मार्क्सविरोधी' मानतात; त्यामुळे परिवर्तनवादी प्रवाहात कॉ. पाटलांचे व्यक्तिमत्त्व आणि विचार वादग्रस्त ठरले आहेत.

परंतु या परिस्थितीवर त्यांनी मात करून मार्क्स-फुले-आंबेडकरवादाचा झेंडा पुढे पुढे नेण्याचा प्रामाणिक प्रयत्न चालू ठेवला आहे. या कार्यातील त्यांच्या निष्ठा निर्विवाद असल्या तरी भूमिका वादग्रस्त आहे. या निष्ठेचे मोल श्रेष्ठ आहे. तसेच त्यांचे या कार्यातील योगदानसुद्धा त्यांच्या भूमिकेतील दोष लक्षात घेऊनही बरेच महत्त्वाचे आहे. समाजपरिवर्तनाला विशुद्ध प्रबोधनाची गरज असते. त्या गरजेतून कॉ. पाटलांनी इतिहास, समाजशास्त्र, तत्त्वज्ञान, भाषाशास्त्र, मानववंशशास्त्र, राज्यशास्त्र इ. अनेक विषयांच्या व्यासंगातून लेखन केले. 'दास शूद्रांच्या गुलामगिरीचे दोन खंड', 'अब्राह्मणी साहित्याचे सौंदर्यशास्त्र' यांसारखे ग्रांथिक लेखन यातूनच उभे राहिले आहे. 'सत्यशोधक मार्क्सवादी' या नियतकालिकाचे लेखनही नियमित चालू आहे. (पण या त्यांच्याच क्रांतिवादी निष्ठेविरुद्ध त्यांच्याकडूनच 'ब्राह्मणी-अब्राह्मणी' या वादाची निर्मिती त्यांच्या हेतूला विरोधी परिणाम सिद्ध करते, हे त्यांच्या लक्षात आलेले नाही.)

कॉ. पाटील आपल्या 'सकप' चे आत्मपरीक्षण करताना त्यांच्या शक्तीचे आणि मर्यादांचे भान वस्तुनिष्ठपणे प्रकट करतात. त्याचा पुरावा 'समा'च्या नोव्हेंबर-डिसेंबर, ८८ च्या अंकात पृ. ५५ वर पाहायला मिळतो.

विशेष म्हणजे हिंदू कोड बिल आदिवासी स्त्रियांना लावावे, आदिवासींचे स्वायत्त राज्य निर्माण करावे, अशा अनेक मागण्या घेऊन सर्व स्तरांवर 'सकप'ने रान उठविले आहे. या मागण्यांच्याबाबत इतर डावे पक्ष व 'सकप' यांत मतभेद असले तरी आदिवासींच्या बाजूने सतत उभे राहून त्यांचा आवाज बुलंद करण्याच्या प्रयत्नाचे विशेष मोल असतेच. ते श्रेय कॉ. पाटील व 'सकप' यांना आहेच.

कॉ. पाटलांच्या लेखनातील वारंवार येणाऱ्या विचारसूत्रांचा अभ्यास करताना पुनरावृत्तीचा दोष आढळला तरी त्यातील अट्टाहासामुळे व एकच एक

मुद्दा सतत लावून धरल्यामुळे त्या मुद्द्याला मानणारी एक फळी उभी राहिली आहे. हा परिणाम परिवर्तनाच्या प्रवाहातील मरगळ घालविणारा असतो. विचारसूत्रांबद्दलचे मतभेद आपण समजून घेतले पाहिजेत; पण काही विचार तर निर्विवादच आहेत. जातिलढा व वर्गलढा यांच्या बेरजेचे राजकारण मानव-मुक्तीच्या लढ्याची पूर्वअटच आहे. या बेरजेची आवश्यकता कॉ. पाटलांनी समन्वयाच्या तत्त्वज्ञानाद्वारा मांडली आहे. हा समन्वय कोणत्या तत्त्वज्ञानाचा आणि तो का? त्याची गरज आहे काय? या प्रश्नांच्या उत्तरामध्ये मतभेद आहेत. पण स्वतःची म्हणून एक भूमिका भारतीय राजकारणात कॉ. पाटलांनी हट्टाने मांडली आहे. त्याचा म्हणून एक परिणाम झाला आहे, ते योगदान नाकारण्यात अर्थ नाही. फक्त ते योगदान तपासूनच स्वीकारले गेले पाहिजे. यासाठी कॉ. पाटील आणि त्यांच्या सत्यशोधक कम्युनिस्ट पक्षांचे सिद्धान्त यांचे कठोर मूल्यमापन करणे आवश्यक आहे. त्या संदर्भातच कॉ. पाटलांच्या विद्वत्तेतील मर्यादा नोंदविणे अपरिहार्य आहे. त्याशिवाय त्यांच्या एकूणच लेखनकर्तृत्वातील विसंगती आणि मर्यादा यांची ओळख होणार नाही. कॉ. पाटलांचे सामर्थ्य 'सकप'च्या संदर्भात बरेच नोंदविल्यावर त्यांच्या दोषांचा आणि वैचारिक मर्यादांचाही ऊहापोह यापुढे होणार आहे.

कॉ. शरद पाटील यांच्या मर्यादा

कॉ. पाटील यांच्या व्यासंगाची, त्यांच्या परिवर्तनवादी तळमळीची यथार्थ व गौरवपूर्ण नोंद केल्यावर त्यांच्या वैचारिक मर्यादा स्पष्ट करणे आवश्यक आहे. सत्यशोधनात व सत्यप्रतिपादनात वैचारिक व वैयक्तिक सामर्थ्यस्थाने आणि मर्यादा यांना विशेष महत्त्व असते. त्याशिवाय सत्यापर्यंत पोहोचताच येत नसते. म्हणूनच कोणतीही व्यक्ती व कोणताही विचार असो; त्यांचे सामर्थ्य व त्यांच्या उणिवा लक्षात घेऊनच सत्याचे आकलन होऊ शकते. केवळ त्याच विशुद्ध भूमिकेतून, कॉ. पाटील यांच्या लेखनातील सर्व प्रकारच्या मर्यादांचा हिशेब सत्याच्या आकलनासाठी इथे मांडण्याचा प्रामाणिक प्रयत्न करीत आहे.

राष्ट्रीय चिंतनातील दोष

कॉ. पाटील यांनी 'सत्यशोधक मार्क्सवादी' या त्यांच्या नियतकालिकासह अनेक लहानमोठ्या पुस्तिकांद्वारा राष्ट्रीय प्रश्नांसंबंधी त्यांची मते अभिव्यक्त केली आहेत. एप्रिल ८८ च्या 'समा'च्या अग्रलेखात कॉ. पाटील म्हणतात, 'म्हणून

त्रिपुराचे डावे सरकार ते राज्य अशांत प्रदेश जाहीर करून व तिथे लष्कर घालून राजीव सरकारने पाडले त्याच वेळी संसदीय युगाचा अंत झाल्याचा इशारा आम्ही दिला होता.' (पान १)

सत्तेच्या राजकारणात 'सरकार पाडणे' ही खेळी असते. भारतासारख्या प्रचंड देशात एक राज्य 'पाडून' संसदीय युगाचा अंत करणे सोपे नसते याची जाण कॉ. पाटलांना झालेली नाही; म्हणूनच ते ज्योतिषाच्या भूमिकेतून चुकीचे 'इशारे' देतात, जे कुणीच मानू नयेत असेच आहेत. राजीव गांधी (माजी पंतप्रधान) आणीबाणी आणतील ही भीती कॉ. पाटलांनी अनेक वेळा व्यक्त केली आहे व या संदर्भात विरोधी पक्षांची सरकारे भ्रमात असल्याबद्दल त्यांना दोषही दिला आहे. (उक्त) माजी पंतप्रधान इंदिरा गांधींच्या 'आणीबाणी' विषयक निर्णयाचा झालेला परिणाम समोर असताना, राजीव गांधी पुन्हा आणीबाणी आणतील ही अशक्यता सर्व विरोधकांना जाणवत होती; पण कॉ. पाटलांना मात्र त्याच्या उलटे वाटे! शेवटी कॉ. पाटलांचे ज्योतिष फसले आणि आणीबाणी आली नाही. कॉ. पाटलांचे भविष्य खालीलप्रमाणे होते. ते म्हणतात, 'म्हणून सार्वत्रिक निवडणुका न घेता देशावर आणीबाणी आणणे परत्वे लष्करी हुकूमशाही आणून आपली पंतप्रधानकी वज्रलेप करणे हाच राजीव गांधींचा डावपेच राहणार आहे. तिसरे स्वातंत्र्य येऊ देण्यासाठी दुसरी आणीबाणी ढिली करायचा गाफीलपणा राजीव गांधी करतील अशी सुतराम शक्यता नाही.' ('समा' एप्रिल ८८, पृ. २)

कॉ. पाटलांचा, राजकीय व्यवहार आकलनातील भोळसटपणाचा हा उत्तम नमुना ठरावा. त्याच अग्रलेखात पंजाबमधील शीख अतिरेक्यांना इंदिरा काँग्रेस शासनाने निर्मिले, वाढविले असून हा प्रश्न स्फोटक करावयाचे काम राजीव सरकारच करीत आहे; असा आरोपही त्यांनी केला आहे. इंदिरा काँग्रेसच्या तत्त्वप्रणालीबद्दलचा मतभेद आपण समजू शकतो; पण ज्या शीख अतिरेक्यांनी इंदिरा गांधींचा खून करून देशाची दुसऱ्यांदा फाळणी करण्यासाठी हजारो निरपराधांचे मुडदे पाडण्याचे नियमित सत्र सुरू ठेवले, तो प्रश्न 'स्फोटक' करण्याचा मूर्खपणा कोणताही पंतप्रधान कशासाठी करील? विरोधी पक्षांसह सर्व राजकारणधुरंधरांना व राष्ट्रभक्तांना पंजाब प्रश्न एक 'राष्ट्रीय आव्हान' म्हणून भेडसावत असताना, राजीव गांधींनी 'लोंगोवाल करारा'सारखी विधायक पावले उचलली व सर्वांची मदत घेऊन हा प्रश्न सोडविण्याचा प्रयत्न, प्राण धोक्यात घालून केला हा ताजा इतिहास, कॉ. पाटील डोळसपणे पाहत नाहीत. राजकारणातील जुनी सूत्रे स्मरणात ठेवून नव्या परिस्थितीला ती लावण्याच्या उद्योगामुळेच, अशी

गफलत त्यांच्याकडून झाली आहे. भिंद्रनवालेपूर्व पंजाब प्रश्न आणि त्यांचे इंदिरा काँग्रेसचे संबंध आणि धर्मांध शिखांच्या गोळ्यांनी इंदिरा गांधींचा बळी घेतल्यानंतरचा पंजाब प्रश्न व आय काँग्रेसचे संबंध, हे एकाच मोजपट्टीने मोजण्याचा खुळचटपणा कॉ. पाटील करतात, म्हणूनच त्यांचे राजकीय निरीक्षण चुकीच्या दिशेने प्रकट होते.

राजीव गांधींच्या पंचायत राज्याच्या घोषणेतील एस. सी., एस. टी. व स्त्रियांच्या प्रतिनिधित्वावर कॉ. पाटील यांनी टीका केली आहे. (समा, एप्रिल ८९, पृ. ९) राजीव गांधींचा यामागील हेतू सरळसरळ निवडणूक जिंकण्याचा होता. त्यामुळे त्या हेतूचे समर्थन करण्याचा प्रश्न नसावा; पण एस. सी. व एस.टी. यांना स्त्रियांसह सत्तेत सहभाग मिळणे आंबेडकरवाद व परिवर्तनवादी चळवळीला अनुकूल नव्हे काय? या सहभागाचेही काही विधायक योगदान ठरणारच नाही का? डॉ. आंबेडकरांनीसुद्धा सत्ता हस्तगत करण्याची सूचना दलित उपेक्षितांना केली होतीच ना? तेव्हा एस. सी., एस.टी. व स्त्रियांचा पंचायत राजमधील सहभाग, जर कॉ. पाटील अनर्थ वा चूक मानत असतील तर, काँग्रेसच्या पहिल्या मंत्रिमंडळातील डॉ. आंबेडकरांचा सहभागसुद्धा 'अनर्थ' वा 'चुकीचा' मानावा लागेल. कॉ. पाटलांची ही तयारी आहे का?

कॉ. पाटलांनी अशी एक नोंद केली आहे की, 'इंदिरा काँग्रेस शासन हे मूलतत्त्ववादी शक्तीच्या मदतीने प्रतिक्रांतीची तयारी करीत आहे आणि या प्रतिक्रांतीचे पहिले बळी डावे पक्षच असतील.' (समा. डिसेंबर ८७, पृ. १०) कॉ. पाटील इथे वस्तुस्थितीचे दर्शन सम्यकपणे घेत नाहीत. मूलतत्त्ववाद्यांतच मुळात संघर्ष आहे. इं. काँ. आणि भाजप यांमध्ये सत्तेसाठी सततचा संघर्ष चालू आहे. शिवाय कॉ. पाटील समजतात तेवढा 'उजवे'पणा भाजपमध्ये असला तरी त्या तुलनेत काँग्रेसमध्ये नाही हे एक सत्य आणि जिथे क्रांतीचीच पूर्ण तयारी झालेली नाही, तिथे प्रतिक्रांतीचा प्रश्नच येत नाही. म्हणून प्रतिक्रांतीची कॉ. पाटील यांची भीती, शाब्दिक स्वरूपाची आहे, हे दुसरे सत्य होय.

कॉ. पाटलांचे समाजचिंतन : वैचारिक गोंधळाचा प्रवास

दलित चळवळीतील आघाडीचे नेते प्रकाश आंबेडकर हे शेतकरी संघटनेच्या सभांमध्ये जातिव्यवस्थेवर एक शब्द बोलत नाहीत, याबद्दल कॉ. पाटलांनी नापसंतीची नोंद केली आहे (समा नोव्हेंबर-डिसेंबर, ८८ पृ. ५२); पण आंबेडकरी चळवळीच्या नव्या नेतृत्वाला प्रकाश आंबेडकरांच्या रूपाने वर्गीय संघर्षाचे भान आले आहे, म्हणूनच ते शेतकरी संघटनेच्या सभांतून आर्थिक

प्रश्नांवर बोलतात! वर्गसंघर्षवादी चळवळ आणि जातसंघर्षवादी चळवळ यांची पूर्वीची फारकत, प्रकाश आंबेडकरांच्या या प्रयत्नातून संपण्याची शक्यता निर्माण झाली, हा विधायक अर्थ कॉ. पाटलांना समजत नाही, हे आश्चर्य आहे.

विसाव्या शतकातील भारतीय समाजवास्तवाचे मूल्यमापन करण्यातसुद्धा कॉ. पाटील यांनी भयंकर स्वरूपाच्या चुका केलेल्या आहेत. या चुका त्यांच्या प्रामाणिक, पण एकांगी व दूषित चिंतनाचा परिणाम म्हणून घडलेल्या आहेत. सत्यशोधक मार्क्सवादाच्या ऑक्टोबर, नोव्हेंबर ८७च्या अंकात कॉ. पाटील लिहितात, 'आंबेडकरांच्या उदयापर्यंत ब्राह्मणेतर चळवळ ही शूद्र, शेतकरी व अतिशूद्र शेतमजूर जातीची आघाडी होती. आंबेडकरांनी अतिशूद्रांची जातिव्यवस्था अंताची चळवळ उभारल्यानंतर ही आघाडी फुटली.' (उक्त पृ. २)

उपरोक्त विधानात सत्याचा 'कमाल' अपलाप केलेला आहे. ब्राह्मणेतर चळवळ ही ब्राह्मण वर्चस्वाच्या विरोधी होती; पण तिच्यात अतिशूद्र सामील झाले नाहीत; कारण ब्राह्मणेतर चळवळीचे नेतृत्व अतिशूद्रांचे शूद्रत्व विसरण्याइतपत जातिव्यवस्थाविरोधी नव्हते. ब्राह्मणेतरांच्या चळवळीतील जेवणाच्या पंक्तीतसुद्धा भेदभाव होता. या सत्याची नोंद य. दि. फडके यांच्या 'छ. शाहू आणि लोकमान्य' पुस्तकात आली आहे. तेव्हा 'अतिशूद्रांचा ब्राह्मणेतर आघाडीत सहभाग होता', हा कॉ. पाटील यांचा कल्पनाविलास आहे. दुसरी गोष्ट म्हणजे ब्राह्मणेतरांची आघाडी फुटण्यास डॉ. आंबेडकर हे मुळीच कारण नव्हते. आंबेडकरांच्या चळवळीच्या पूर्वार्धात ब्राह्मणेतर चळवळीचा उत्तरार्ध चालू होता, हा ताजा इतिहास कॉ. पाटलांना समजू नये? राजकीय सत्तेच्या लालसेने ब्राह्मणेतर चळवळ कॉँग्रेसमध्ये विलीन झाली. एका अर्थाने ही या चळवळीची आत्महत्या ठरते. १० वर्षांचा सहवास लाभूनही आंबेडकरी चळवळ व ब्राह्मणेतर चळवळ यांचा समन्वय झाला नाही.

शेतकरी कामगार पक्षावर 'भटाळलेपणा'चा आरोप करून, कॉ. पाटील या पक्षाला दोष देताना म्हणतात, 'भारतीय समाजपरिवर्तनाच्या या कळीच्या प्रश्नावर 'शेकाप'मध्ये ४९ नंतर कधीही वाद झाला नाही. कम्युनिस्ट पार्टी ऑफ इंडियामध्ये तो कधीही झाला नाही; याचे कारण ती ब्राह्मण होती, तर शेकापमध्ये तो पन्नाशीनंतर कधीही झाला नाही, याचे कारण तो भटाळला.' (समा. ऑक्टोबर-नोव्हेंबर, ८४, पृ. ४)

'शपां'च्या या विधानाचा परामर्श घेणे उचित ठरेल. 'शेकाप'वर मराठा जातीयवादाचा आरोप केला जातो. तेव्हा शेकापमध्ये ब्राह्मण जातीयवाद असण्याचे

कारण नाही; कारण मराठा जातीयवादाला मराठा जातीयवादच कारण असतो. (ब्राह्मण जातीयवादाची प्रतिक्रिया म्हणूनसुद्धा.) तरीही कॉ. पाटील भटांना दोष देतात. कम्युनिस्टांनी जातीचा प्रश्न वर्गसंघर्षात सुटेल असे स्वप्न बाळगले. त्याची बीजे मार्क्सच्या १८५३च्या एका भाकितामध्ये आहेत. 'औद्योगिक विकासाबरोबरच भारतीय जातिव्यवस्था संपुष्टात येईल' ही मार्क्सची भविष्यवाणी, भारतीय कम्युनिस्टांना जातिलढ्यापासून दूर ठेवण्यास कारण ठरली आहे. कॉ. पाटील समजतात तसे, कम्युनिस्ट पार्टी 'ब्राह्मणी' होती; हे त्याचे कारण नाही. कारण कम्युनिस्ट पार्टी ही 'कम्युनिस्ट' तरी असली पाहिजे किंवा 'ब्राह्मणी' तरी असली पाहिजे.

'शेकाप'चे तत्त्वज्ञान 'मार्क्स-लेनिनवाद' आहे. कम्युनिस्टांप्रमाणेच 'वर्गलढ्यात जात संपेल' ही समांतर धारणा, शेकापचीसुद्धा असणे शक्य आहे. या प्रक्रियेत 'भटाळलेपणा'चा किंवा 'ब्राह्मणी' पणाचा अर्थाअर्थी संबंधच नाही. तरीही तर्कदुष्ट विचार कॉ. पाटील मांडतात.

पण कॉ. पाटील यांनी याच 'शेकाप'ला सत्यशोधक ब्राह्मणेतर चळवळीचा डायरेक्ट वारसा चालविणारा पक्ष असेही सर्टिफिकेट देऊन ठेवले आहे. (समा. ऑक्टोबर-नोव्हेंबर, ८४ पृ.१०) मग शेकाप 'भटाळण्याला' कारण ब्राह्मणी की अब्राह्मणी? 'पन्नाशी'त शेकापने अब्राह्मणी पर्याय टाळला, अशी नोंद कॉ. पाटील करतात, तेव्हा या देशातील ब्राह्मणच फक्त 'ब्राह्मणी' नाहीत, तर 'शूद्र'सुद्धा 'ब्राह्मणी'च आहेत, या सत्याला सामोरे जाणे भाग पडते. कॉ. पाटलांना हे न पचणारे वास्तव आहे.

नंबुद्रीपादांच्या 'ए हिस्टरी ऑफ इंडियन फ्रीडम स्ट्रगल' या ग्रंथाच्या स्वतःच केलेल्या परीक्षणाचा हवाला देऊन, कॉ. पाटील गर्विष्ठपणे लिहितात, 'आम्ही सिद्ध केले आहे की, राष्ट्रीय काँग्रेस ही निधर्मी नसून बहुसंख्यांक हिंदूंची आहे.' (समा. एप्रिल, ८९ पृ.८)

बहुसंख्य हिंदू असणाऱ्या देशातील सर्वसमावेशक अशी लोकशाहीवादी असलेली काँग्रेस बहुसंख्यांक जातीची हिंदूंचीच असणार; त्यात कॉ. पाटलांनी नवे काय सिद्ध केले? पण कॉ. पाटील यांना 'मी अमुक सिद्ध केले, तमुक सिद्ध केले' अशी दर्पोक्ती नोंदण्याची सवयच जडली आहे. त्यात औचित्यपूर्णता व विवेक यांचे भानही ठेवले जात नाही.

दुसरी गोष्ट अशी की, काँग्रेस ही कॉ. पाटलांच्या मताने निधर्मी नसून हिंदूंची होती, तर मग हिंदू महासभा कुणाची होती?

धार्मिक राष्ट्रवाद आणि निधर्मी राष्ट्रवाद या दोन प्रवाहांच्या प्रतिनिधी हिंदू महासभा आणि काँग्रेस होती. तेव्हा 'हिंदुत्वा'च्या मुद्द्यावरच या दोन पक्ष संघटनांत आणि राजकीय प्रवाहात वैर होते. भारतीय मुसलमानांचे राष्ट्रीयत्व मान्य करून त्यांच्यासह सर्व धर्मांच्या नागरिकांना धर्मनिरपेक्ष भूमिकेतून समानतेची संधी व हक्क प्रदान करणारे लोकशाही तत्त्वज्ञान काँग्रेसकडे होते; म्हणून निधर्मी असण्याची अट काँग्रेसने पूर्ण केली. तशी हिंदू महासभा किंवा मुस्लीम लीगने केली नाही. उलट स्वधर्म हाच श्रेष्ठ असून दुसऱ्या धर्माचे नागरिकत्व दुय्यम ठरविण्याचा प्रकार धर्मांध संघटना व पक्षांकडून घडला. हे सामाजिक-राजकीय वास्तव, कॉ. पाटलांना आकळता आलेले नाही. म्हणून जे स्वयंसिद्ध आहे तेच सिद्ध केल्याचे ते सांगत राहतात आणि जे डोळस आकलनातून मांडायला पाहिजे, तिथे घोटाळे करून चुकीची मते, ते नोंदवत राहतात.

राष्ट्रवाद : हिंदू आणि मुस्लीम!

कॉ. पाटील यांच्या एका निष्कर्षसूत्रात १/३ सत्य आणि २/३ असत्य कसे बेमालून मिसळले आहे, याचा एक नमुना अभ्यासणे आवश्यक आहे. ते म्हणतात, 'वेदान्त तत्त्वज्ञान कर्मठ वर्णजातिव्यवस्थावादी आहे हे लक्षात घेतले की, हिंदू राष्ट्रवादाची प्रतिक्रिया मुसलमान राष्ट्रवादात आणि सवर्ण हिंदू राष्ट्रवादाची प्रतिक्रिया ब्राह्मणेतर व दलित चळवळीमध्ये का झाली हे समजून येईल.' (समा. एप्रिल, ८९ पृ. ८)

वरवर पाहता हे विधान पटण्यासारखे वाटते; पण काळजीपूर्वक अर्थ तपासताना त्यातील चुकीचे प्रमेय स्पष्ट झाल्यावाचून राहत नाही. मुस्लीम राष्ट्रवाद हा वर्णव्यवस्थावादी हिंदूंची प्रतिक्रिया नसून तो इस्लाम सोडून सर्व धर्म 'काफिर' असल्याचा, जागतिक स्तरावरील पारंपरिक मुस्लीम धर्मनिष्ठेचा, आधुनिक भारतातील अहंमन्य आविष्कार आहे. आंतरराष्ट्रीय संदर्भात ख्रिश्चनविरोधी संघर्षात मुस्लीम राष्ट्रवादाची मुळे रुजलेली असून, स्वत:चाच धर्म श्रेष्ठ असल्याच्या निष्ठेत, इस्लामिक राष्ट्रवादाचा उदय लपलेला आहे. भारतात हिंदू, बौद्ध, जैन यांच्या विरोधी परंपरांचे अस्तित्व हे अपघाती संदर्भ आहेत.

वर्णव्यवस्था विसर्जित करून हिंदुधर्माने एकात्म, एकसंघ स्वरूप सिद्ध केले असते, तर मुस्लीम राष्ट्रवादाने अशा विशुद्ध हिंदुधर्माकडे शरणागती पत्करून श्रेष्ठत्व मान्य केले असते, अशी कॉ. पाटलांची समजूत आहे काय? तेव्हा हिंदु धर्मात वर्णव्यवस्था राहिली असती तरीही व संपली असती तरीही,

मुस्लीम राष्ट्रवादाचा उदय थांबला नसता. कारण हिंदूंसह सर्व धार्मिक व निधर्मी (सुद्धा) राष्ट्रवादाचे वावडे, मुस्लीम राष्ट्रवादाला आहे. हे सत्य केवळ भारतीय इतिहास व भूगोलापुरते मर्यादित नसून, जगातील सर्व ठिकाणी लागू आहे. केवळ प्रतिक्रियेतून कोणत्याही राष्ट्रवादाचा जन्म होत नसतो. त्यासाठी स्वत:च्या विशिष्ट महत्त्वाकांक्षा सिद्धीस नेण्यासाठी, जुन्या प्रेरणा उजाळून नव्याने स्वसामर्थ्याचा गौरव कुरवाळणारी व विशिष्ट समूहाला भावनात्मक फुंकर घालणारी सुसज्ज यंत्रणाच, राष्ट्रवादाला जन्म घालते. मुस्लीम राष्ट्रवादाची प्रेरणा भारतीय इतिहासात, सातव्या शतकापासून राजेशाहीची अमर्याद सत्ता भोगणाऱ्या आणि बाहेरून येऊनही इथे इस्लामचे साम्राज्य स्थापन केलेल्या धार्मिक व राजकीय परंपरेत आहे. 'आम्ही या देशाचे राज्यकर्ते होतो आणि पुन्हाही होऊ शकतो.' या धार्मिक अभिमानात, मुस्लीम राष्ट्रवादाची बीजे आहेत. बहुसंख्य हिंदू हे निमित्त आहेत. संपूर्ण अरब जग आणि भारतेतर विश्वसुद्धा, हिंदूंच्या अभावातही मुस्लीम राष्ट्रवादाने हैराण आहे, हे जागतिक सत्य कॉ. पाटलांच्या लक्षात येत नाही.

वेदान्ती हिंदू राष्ट्रवादाची प्रतिक्रिया : ब्राह्मणेतर व दलित चळवळ (?)

सवर्ण हिंदू राष्ट्रवादाची प्रतिक्रिया ब्राह्मणेतर चळवळीत झाल्याचेही कॉ. पाटलांनी उपरोक्त विधानात म्हटले आहे. चुकीची गृहीते श्री. पाटील यांचा मानसिक धर्म बनल्यामुळे त्यांच्या चिंतनात गोंधळ निर्माण झाला आहे. बहुसंख्य हिंदू काँग्रेसमध्ये असले तरी राष्ट्रीय मुसलमानांसह अनेक जात-पंथांचे नेते व अनुयायी काँग्रेसमध्ये आरंभापासूनच आहेत. काँग्रेसचे नेते सनातनी व धार्मिक वृत्तीचे होते हे खरे असले तरी काँग्रेसचे ध्येयधोरण हिंदुधर्माच्या नियमावरून घेतलेले नव्हते. शिवाय डॉ. आंबेडकरांसारख्या भारतीय नेत्यासह सर्वच नेत्यांच्या मनात परंपरावादाच्या खुणा दिसतात; पण म्हणून त्यांचे नेतृत्व किंवा त्यांची चळवळ धार्मिक संकुचित चौकटीत बद्ध होती असे म्हणायला जागा नाही. तेच काँग्रेस नेतृत्वाबाबत म्हणता येईल.

आणखी एक विशेष म्हणजे ब्राह्मणेतर चळवळीतील नेतेसुद्धा स्वत:ला हिंदूच मानत. त्यांचा विरोध ब्राह्मणांना होता; हिंदुत्वाला नव्हे. त्यामुळे सवर्ण असल्याचा अभिमान ब्राह्मणेतरांतसुद्धा होताच. त्यांनी वर्णव्यवस्था विरोधी चळवळ केली नाही, हे सत्य कॉ. पाटलांना गैरसोईचे असल्याने पचणे कठीण आहे. तेव्हा सवर्ण हिंदू राष्ट्रवादाची प्रतिक्रिया, ही ब्राह्मणेतर चळवळ नव्हे, या निष्कर्षापर्यंत आपण येतो आणि काँग्रेसी परंपरेतच हिंदू राष्ट्रवाद कॉ. पाटलांना दिसत असेल

तर, त्याच काँग्रेसमध्ये ब्राह्मणेतर चळवळ विलीन झाली, हे उघड सत्य त्यांनी विसरू नये. तेव्हा त्यांच्या मताच्या दिशेने विचार करता, ब्राह्मणेतर चळवळ हीचे, हिंदू राष्ट्रवादी चळवळीत विलीन झाल्याने मान्य करावे लागते. कोणत्याही दिशेने चिंतन करता, कॉ. पाटलांचे मत चुकीचे ठरते. ब्राह्मणेतर चळवळ ही वर्णव्यवस्थेच्या विरुद्ध संघर्ष न करणारी, उलट वर्णीय अभिमान बाळगणारीच चळवळ होती, म्हणूनच 'फुल्यांच्या सत्यशोधकी परंपरेपासून या चळवळीने फारकत घेतल्याबद्दल' डॉ. आंबेडकरांनीसुद्धा तिला दोष दिला आहे.

कॉ. पाटलांच्या विधानातील शेवटच्या भागात मात्र तथ्यांश आहे. 'सवर्ण हिंदू राष्ट्रवादाची प्रतिक्रिया दलित चळवळीत झाली.' या मतामध्ये सत्यांश आहे. हिंदू पुनरुज्जीवनवादाच्या आकांक्षा फोल ठरल्यावर, डॉ. आंबेडकरांनी दलित चळवळीला हिंदूविरोधी, पण विश्वात्मक असे मानवतावादी नवे परिमाण दिले. राष्ट्रीय जीवनात लोकशाही धर्मनिरपेक्षता आणि सामाजिक-धार्मिक जीवनात 'बौद्ध धम्म', ही नवी परिमाणे दलित चळवळीला मिळाली, याचे एक कारण, सवर्णांचा 'हिंदू राष्ट्रवाद' जरूर आहे. कॉ. पाटील असे २/३ चुकीचे व १/३ बरोबर लिहितात. (त्यांच्या एकूण चिंतनातही सत्य-असत्याचे अनुक्रमे १/३ व २/३ असे प्रमाण आहे काय?)

'गांधी शूद्रोद्धारका' बरोबर 'अस्पृश्योद्धारक' बनल्यामुळेच महाराष्ट्रातील ब्राह्मणेतर चळवळ काँग्रेसमध्ये विलीन झाली. 'या आशयाचे विधान कॉ. पाटील यांनी त्यांच्या 'अब्राह्मणी साहित्याचे सौंदर्यशास्त्र' या ग्रंथात नोंदले आहे. (पृ. १५५) मुळात ब्राह्मणेतर चळवळ ही शूद्र दलितांची चळवळ नव्हती. ती प्रामुख्याने ब्राह्मण्यग्रस्त उच्चकुलीन मराठ्यांची चळवळ होती. तरीही तिलाच 'अतिशूद्रां'चे प्रेम होते व म्हणून ती 'जात्यन्तांची चळवळ' होती, असा मुलामा चढविताना या विधानात, म. गांधींनाही कॉ. पाटलांनी वापरले आहे. वास्तविक गांधींचा चरखा कार्यक्रम, अस्पृश्योद्धार इ. कार्यक्रम हे काँग्रेसचे धोरणात्मक कार्यक्रम होते. या अर्थाने काँग्रेस कधीच गांधीवादी नव्हती. नरहर कुरुंदकर म्हणतात त्याप्रमाणे, 'गांधी बिनगांधीवादी काँग्रेसचे नेते होते.' तेव्हा शूद्र-अतिशूद्रांच्या उद्धारासाठी ब्राह्मणेतर चळवळ कॉ. पाटील म्हणतात तशी काँग्रेसमध्ये आली नसून स्वतःच्या स्वार्थासाठीच हा बदल होता. काँग्रेसमध्ये येऊन ब्राह्मणेतरांनी वर्णीय हितसंबंधच रक्षिले व अस्पृश्यांच्या प्रश्नावर उदासीनताच दाखविली. तेव्हा दिशाभूल करणारे चिंतन कितीही व्यासंगातून उभे राहिले तरी ते सत्याचा विपर्यास करणारे असल्याने मानवी कल्याणाच्या संदर्भात घातक असते; म्हणूनच

विद्वानांच्या विद्वत्तेचे मूल्यमापन व्यासंगावरून न करता सत्यप्रतिपादनाच्या कसोटीवर केले पाहिजे.

कॉ. पाटलांसारख्या व्यासंगी विद्वानाने नोंदलेले पुढील विचारसूत्र चिंतनीय आहे; कारण ते चिंताजनक आहे. 'नव्या धोरणासाठी संघर्ष' या ग्रंथात कॉ. पाटील म्हणतात, 'म्हणून, डॉ. आंबेडकरांनी अस्पृश्यांची स्वतंत्र राजकीय संघटना काढून ब्राह्मणेतर चळवळ पुढे नेली. कम्युनिस्टांनी वर्गव्यवस्थाविरोधी लढ्याबरोबर जातिव्यवस्थाविरोधी लढा उभारला असता तर डॉ. आंबेडकर कम्युनिस्ट झाले असते; परंतु कम्युनिस्टांनी फुले-जवळकरप्रणित ब्राह्मणेतर चळवळीची जी उपेक्षा केली, तीच आंबेडकरप्रणित ब्राह्मणेतर चळवळीची केली.' (पृ. ७३) खुद्द डॉ. आंबेडकरांनीच ब्राह्मणेतर चळवळीला विरोध करून ब्राह्मणेतरांबद्दल अविश्वास व्यक्त केल्याचा वास्तव इतिहास, कॉ. पाटलांना माहीत नसावा, म्हणून ते डॉ. आंबेडकरांना 'नव्या ब्राह्मणेतर चळवळी'चे प्रणेते म्हणतात. बहिष्कृत भारतातील 'नाव मोठे, लक्षण खोटे' या स्फुट लेखात डॉ. आंबेडकरांनी, 'ब्राह्मणांच्या अन्याय्य वर्तनावर टीका करणारे ब्राह्मणेतर अस्पृश्यांवर काही कमी अन्याय करीत नाहीत.' हे कटू सत्य नोंदले आहे. ब्राह्मणवर्ग अस्पृश्यांचा मानसिक छळ करतो तर 'ब्राह्मणेतर वर्ग अस्पृश्यांचा शारीरिक छळ करतो,' अशी वेदना बाबासाहेबांनी ब्राह्मण-ब्राह्मणेतरांच्या संदर्भात व्यक्त केली आहे. तरीही डॉ. आंबेडकरांच्या इच्छेविरुद्ध कॉ. पाटील त्यांना ब्राह्मणेतर चळवळीचेच 'प्रणेते' ठरवितात.

तसेच ब्राह्मणेतर पक्ष राष्ट्रीय चळवळीत विलीन झाल्यानंतर नव्या स्वरूपात डॉ. आंबेडकरांनी ब्राह्मणेतर चळवळ पुढे नेल्याचे कॉ. पाटील अभिमानाने सांगतात. डॉ. आंबेडकरांचा भारतीय राजकारणातील उदय १९१७ पासून गृहीत धरला तरी १९२४ नंतरच त्यांच्या चळवळीला उधाण आले आणि त्यांची चळवळ ही दलितांची अस्मितादर्श चळवळ राहिली. १९३४ च्या सुमारास ब्राह्मणेतर पक्षासह ब्राह्मणेतर चळवळ ही राष्ट्रीय प्रवाहात विलीन झाली व त्यापूर्वीच आंबेडकरप्रणित दलित चळवळ सुरू झाली असताना, ब्राह्मणेतर चळवळीचे नेते डॉ. आंबेडकर कसे ठरतात? शिवाय 'ब्राह्मणग्रस्त ब्राह्मणेतर दूरचा तर ब्राह्मण्यरहित ब्राह्मण आपणास जवळचा वाटतो.' अशी स्पष्ट नोंद डॉ. आंबेडकरांनी केली आहे. (बहिष्कृत भारतातील अग्रलेख : संपा. रत्नाकर गणवीर, पृ. ११५) तेव्हा सत्यशोधकी प्रेरणेपासून फरफटत जाऊन केवळ ब्राह्मणविरोध करणाऱ्या जुन्या ब्राह्मणेतर चळवळीचे नेतृत्व डॉ. आंबेडकरांनी

नव्या काळात केले असे म्हणणे तत्त्वत: आणि व्यवहारात मोठा विनोद होईल. शिवाय तो डॉ. आंबेडकरांवरचा सर्वांत मोठा अन्याय आहे. तो अन्याय कॉ. पाटील, व्यासंगाच्या जोरावर इथे करतात ही बाब गंभीर असून निषेधार्ह आहे.

ब्राह्मणेतर चळवळीशी डॉ. आंबेडकरांनी हयातभर समन्वय साधला नाही; कारण ती चळवळ 'सत्यशोधकी' नव्हती. डॉ. आंबेडकरांची इच्छा असती तर ब्राह्मणेतर पक्षाच्या विलिनीकरणापूर्वी ते त्यात सामील होऊन त्यास नवे स्वरूप त्यांनी दिले असते; पण तसे घडलेले नाही. स्वत:च्या धारणा इतिहासावर व महापुरुषावर लादून प्रश्न सुटत नसतो, तर उलट त्या प्रश्नाचा गुंता वाढतो याची जाण कॉ. पाटलांनी ठेवणे आवश्यक होते; पण चिंतनातील निसरड्या जागा त्यांना दिसत नसल्याने आणि मानसिकतेमध्येच काही विकृत कल्पना घर करून बसल्याने, अत्यंत घातक आणि उटपटांग विचारसूत्रे मांडण्याचा हव्यास कॉ. पाटील करतात.

कम्युनिस्टांनी वर्गसंघर्षाबरोबर जातिसंघर्ष घ्यायला हवा होता, हा उपदेश खुद्द कम्युनिस्ट विचारवंतांकडूनच सुरू झाला; पण तसे झाले असते तरीही डॉ. आंबेडकर 'कम्युनिस्ट' झाले असते, अशी शाश्वती देणे कठीण आहे. कॉ. पाटील मात्र ठामपणे तशी गॅरंटी नेहमीच्या सवयीने देतात. जणू डॉ. आंबेडकर आणि कॉ. पाटील यांचा हृदयसंवादच झाला होता!

धर्म, हिंसा आणि कामगारांची हुकूमशाही तसेच साम्यवादी अवस्थेतील राज्य विलयास जाणे, या मार्क्सवादी मुख्य संकल्पनांविषयी डॉ. आंबेडकरांवरचे प्रामाणिक मतभेद होते, हे आपण समजून घेतले पाहिजे. डॉ. आंबेडकरांच्या या मार्क्सविरोधी भूमिकेत दोष आहेत हेसुद्धा धाडसाने सांगितलेच पाहिजे; कारण जे 'मार्क्सवादा'त नसून केवळ 'मार्क्सविरोधी गैरसमजाच्या लाटेत' होते, तेसुद्धा मार्क्सवादी चिंतनाचा भाग समजण्याची चूक आंबेडकरांकडून घडली आहे. शिवाय भारतीय कम्युनिस्टांच्या चुकांमुळे रागावलेल्या डॉ. आंबेडकरांमधील 'सामान्य माणसा'ने, मार्क्सवादी दर्शनालाच दोष दिल्याचा प्रकार घडला आहे. वास्तविक आंबेडकरवाद व मार्क्सवाद यांचा गाभ्याचा सुसंवाद असून, भदन्त आनंद कौसल्यायन म्हणतात तसे हे दोन्ही 'भाई भाई' आहेत, निदान शत्रू नाहीत. पण 'व्यक्ती' डॉ. आंबेडकरांनी मात्र मार्क्सवादाला 'जंगल वणवा' संबोधून विरोध केला आहे. तेव्हा डॉ. आंबेडकरांची मानसिकता लक्षात घेता ते कम्युनिस्ट झाले असते असे वाटत नाही. त्यांनी कम्युनिस्ट व्हावे असे कॉ. पाटलांना वाटणे यात गैर नाही; पण 'ते कम्युनिस्ट झाले असते' या कॉ.

पाटलांच्या निष्कर्षाला आधार नाही, एवढे खरे!

दुसरी गोष्ट म्हणजे कम्युनिस्टांनी, 'फुले-जवळकर प्रणित ब्राह्मणेतर चळवळीची उपेक्षा केली,' हा कॉ. पाटलांचा आरोप तद्दन खोटा आहे. मुळात ब्राह्मणेतर चळवळ ही 'फुलेप्रणित' मानणे हाच सत्यसंशोधनातील विकृतीचा नमुना आहे. ब्राह्मणेतर चळवळ ही फुल्यांच्या सत्यशोधक चळवळीचा विपर्यास आहे, हे सत्य पुरेसे सिद्ध होऊनही फुल्यांच्या पुण्याईने ब्राह्मणेतरांना 'पवित्र' करून घेण्याचा पराक्रम कॉ. पाटील करतात, याला काय म्हणावे? ब्राह्मणेत्तर चळवळीचे आणि कॉ. पाटील यांच्या मानसिकतेचे अतूट नाते असू शकते. त्यांनी ते जरूर जपावे; पण फुल्यांच्या नावे सत्यापासून दुरावलेल्या संकुचित चळवळीला पुन्हा प्रतिष्ठा प्राप्त करून देण्याचा खटाटोप कॉ. पाटलांनी करावा हे योग्य नव्हे.

ब्राह्मणेतर चळवळ १९३४ च्या सुमारास कॉँग्रेसमध्ये विलीन होते आणि त्याच सुमारास कम्युनिस्ट चळवळ देशात खऱ्या अर्थाने मोठ्या प्रमाणावर सुरू होते. तेव्हा कम्युनिस्टांनी ब्राह्मणेतरांच्या चळवळीची उपेक्षा करण्यासाठी तरी ती चळवळ अस्तित्वात पाहिजे की नको? काळाचे व चळवळीचे नातेही कॉ. पाटील लक्षात न घेता, मनात येईल ते बेछूट आरोप करीत सुटतात, याची ही साक्ष आहे.

आंबेडकरी चळवळ आणि ब्राह्मणेतर चळवळ यांची बेरीज का होऊ शकली नाही? तसेच आंबेडकरी चळवळ आणि कम्युनिस्ट चळवळ यांची बेरीज का होऊ शकली नाही? भारतीय इतिहासातील हे ताजे प्रश्न अद्याप अनुत्तरित आहेत. त्यांची उत्तरे शोधण्याचा व स्पष्टपणे मांडण्याचा प्रयत्न होणे आवश्यक आहे. काही विद्वान त्या प्रयत्नात आहेतही, पण त्यात डोळसपणा आणि प्रामाणिकपणा हवा आहे. या प्रश्नांच्या उत्तरात कॉ. पाटील यांचे जे योगदान पुढे आलेय, त्यातील हेतू व परिणामी मांडणी, यांबद्दल कोणत्याही सत्यशोधकी अभ्यासकाला व परिवर्तनवादी कार्यकर्त्याला शंका यावी, एवढे ते दिशाभूल करणारे आहे त्याचा ढळढळीत पुरावा, उपरोक्त परीक्षण केलेल्या त्यांच्या विचारसूत्रातून मिळतो.

भारतीय कम्युनिस्ट : चूक किती व बरोबर किती?

डाव्या पक्ष संघटनांच्या ध्येय-धोरणात्मक कार्यक्रमावर विधायक टीका करून समाजपरिवर्तनाचा प्रवाह अधिकाधिक निर्दोष करण्याचे काम कुणी केल्यास

त्याचे स्वागतच व्हायला हवे; पण टीकाच बिनबुडाची असेल तर मात्र फलित शून्य राहते. गैरसमजुतीच्या आधारे कॉ. पाटील समाच्या नोव्हेंबर-डिसेंबर ८८, पृ. ५४ च्या अंकात म्हणतात, 'दलित व आदिवासींचे आर्थिक वा वर्गीय प्रश्नाशिवाय दुसरे कोणतेही जातीय प्रश्न पारंपरिक कम्युनिस्ट पक्ष हाती घ्यायला तयार नाहीत याचे मुख्य कारण वर्गवादी मार्क्सवादाच्या मर्यादा स्पष्ट होतील ही त्यांना वाटणारी भीती आहे. या उलट दलित पक्षांना दलित जातीय आंदोलनाच्या पलीकडे गेल्यास आंबेडकरवादाच्या मर्यादा स्पष्ट होतील अशी भीती वाटते.'

मार्क्स व डॉ. आंबेडकरांच्या अनुयायांमध्ये या दोन्ही महापुरुषांबद्दल अक्षरश: प्रचंड भक्तिभावना आहे; त्यामुळे मार्क्सवादात वा आंबेडकरवादात जर कोणती मर्यादा असेल तर निदान त्या त्या अनुयायांना ती मर्यादा कळणारच नाही अशी अवस्था आहे. त्यामुळे आपल्या 'इझम'च्या मर्यादा स्पष्ट होतील ही भीती या दोन्ही पक्षांना वाटण्याचे काहीच कारण नाही. मार्क्स व आंबेडकर या दोन्ही विचारवंतांचे मूल्यमापन निदान त्यांच्या भक्तांनी तरी डोळसपणे केले नसल्याने त्यांच्या विचारव्यूहाच्या मर्यादा त्यांना कळणे कठीण आहे; असे असतानाही जणू त्या मर्यादा मार्क्सवाद्यांना व आंबेडकरवाद्यांना माहीत आहेत म्हणूनच ते 'भितात' असा चुकीचा निष्कर्ष कॉ. पाटलांनी काढला आहे.

वास्तवता अत्यंत वेगळी आहे. कम्युनिस्ट पक्षाने जातीचा लढा स्वीकारला नाही व दलित पक्षांनी जातीच्या लढ्यापलीकडे पाहिले नाही, या दोन्ही वास्तवता खऱ्याच आहेत; पण त्याचे कारण कम्युनिस्ट वा दलित संघटना नव्हेत. मुळातच मार्क्स व डॉ. आंबेडकर या दोन्ही महापुरुषांनी केलेल्या चुका याला कारण ठरल्यात. १८५३ साली 'भारतातील औद्योगिक विकासात जातिसंस्था आपोआप नष्ट होईल,' असे भविष्य मार्क्सने नोंदविले. मार्क्सचे हे विधान 'मार्क्सवादी' नव्हे याचे भान भारतीय कम्युनिस्टांना आले नाही. म्हणूनच या विधानाची सत्यता मार्क्सवादी भूमिकेतून न पडताळता, त्यांनी त्यांच्या वर्गीय चळवळीचे अधिष्ठान म्हणून त्याचा स्वीकार केला. मार्क्सवादी नसलेल्या मार्क्सच्या निष्कर्षात्मक विधानाची बेडी, भारतीय कम्युनिस्ट चळवळीने अलंकार म्हणून मिरविली आणि जातिलढ्याच्या आंदोलनाची उपेक्षा केली. यात मूळची चूक महापुरुष मार्क्सची आहे. (पण ती मार्क्सवादाची नव्हे!) सत्याची ही एक महत्त्वपूर्ण नोंद आहे.

दुसरी नोंद महत्त्वाचीच! शतकापूर्वीच्या जगातील शोषितांच्या कल्याणासाठी शास्त्रीय विश्लेषण पद्धतीसह क्रांतिवादाची पेरणी करणाऱ्या मार्क्सवादाबद्दल डॉ. आंबेडकरांच्या मनात सतत विरोध राहिला; कारण ते अँटिमार्क्सिस्ट विश्वातील,

मार्क्सविरोधी लाटेवर आरूढ झालेल्या अनेक गैरसमजांना बळी पडले. हिंसेचे समर्थन मार्क्सने कुठेच केले नाही, ही वास्तवता डॉ. आंबेडकरांनी लक्षात घेतलीच नाही. स्वत: मात्र 'गरज पडेल तेव्हा हिंसा व इतर वेळी अहिंसा' असा व्यवहार्य मंत्र दिला व गांधींच्या अहिंसेची टवाळी केली. तेव्हा हिंसेच्या मुद्द्यावर डॉ. आंबेडकरांनी मार्क्सला केलेला विरोध हा चुकीचा होता, हे लक्षात घ्यावे लागते. तसेच स्वातंत्र्य हे प्रत्यक्ष उपभोगाच्या टप्प्यात येण्यासाठीच तर मार्क्सवादाचा जन्म असून शोषणाविरुद्धच्या लढाईत सर्वहारावर्गाच्या कल्याणाची हमी, ही या क्रांतिवादी दर्शनाची पूर्वअट आहे. तरीही 'हुकूमशाही'च्या मुद्द्यावर डॉ. आंबेडकरांनी मार्क्सला विरोध केला.

वास्तविक ही दोन्ही क्रांतिवादी दर्शने अत्यंत पूरक आहेत. तपशिलाचे काही मतभेद वजा करता, ही दोन्ही क्रांतिवादी दर्शने आपसांत सुसंवाद राखून क्रांतीची कोंडी फोडू शकतात; परंतु महापुरुषांची सर्वच विधाने ही त्यांच्या 'इझम'च्या पात्रतेची नसतात; कारण महापुरुषांतही 'सामान्य माणूस' असतोच. त्या सामान्य माणसाची 'निर्मिती' म्हणून जन्मलेली काही विधाने त्याच माणसातील महापुरुष निर्मित 'इझम'चा भाग बनू शकत नाहीत; म्हणून महापुरुष आणि त्यांचा 'इझम' यांच्यात 'टाय' निर्माण होऊ शकतो. अशा वेळी 'व्यक्तीच्या मर्यादांमध्ये' सापडलेला महापुरुष क्षणभर बाजूला सारून त्यांच्याच 'इझम'चा विचार डोळसपणे करण्याची गरज असते.

या पार्श्वभूमीवर मार्क्सची काही विधाने मार्क्सवादी चळवळीला आणि आंबेडकरांची काही विधाने आंबेडकरी चळवळीला बेड्यांच्या रूपात पडल्याचे आज दिसते. विशेषत: १) 'Buddhism is an Antidote to Marxism' किंवा

२) 'Communism is like a forest fire, it goes on burning and consuming anything and everything that comes in its way.'

डॉ. आंबेडकरांची ही विधाने मार्क्सवादाच्या विरोधाचे अधिष्ठान म्हणून आंबेडकरी चळवळीने स्वीकारलीत. मार्क्सवाद हा शत्रू नसून निदान तो मित्र बनू शकतो, ही शक्यताच खुद्द डॉ. आंबेडकरांच्या अशा विधानांनी मारली आहे. डॉ. आंबेडकरांची ही मर्यादा कॉ. पाटील व विचारवंत रावसाहेब कसबे धाडसाने सांगत नाहीत; कारण हे उत्तरच त्यांना सापडले नसावे किंवा कळूनही ते मांडण्याचे धाडस त्यांच्यात नसले पाहिजे. पहिली शक्यताच अधिक आहे.

तेव्हा 'इझम'च्या मर्यादा अनुयायांना कळल्या असत्या तर फार बरे झाले असते. पण तसे झालेले नाही. महापुरुषांच्या चुका विचारवंतांनाच जिथे कळल्या

नाहीत, तिथे सामान्य कार्यकर्त्यांना कुठून कळणार? कॉ. शरद पाटील व्यासंगी विद्वान असूनही त्यांनी डॉ. आंबेडकरांची मर्यादा शोधली नाही. म्हणूनच ते चुकीच्या चिंतनातून अनुयायांच्या मर्यादांवर बोट ठेवताना दिसतात. डॉ. आंबेडकरांनी मार्क्सवादाला विरोध करून चूक केली, त्या सत्याची नोंद पचनी पडल्याशिवाय क्रांतिप्रवाहाची कोंडी कशी व कुणी केली याचे उत्तर मिळणार नाही. अर्थात हे मार्क्सबाबतसुद्धा लक्षात घ्यावे लागेल. कॉ. पाटील यांच्या अभ्यासात ही महत्त्वाची उणीव राहिल्यामुळेच त्यांचे निष्कर्ष मार्क्सवाद व आंबेडकरवाद यांच्या अर्धवट आकलनातून निष्पन्न झाल्याचे स्पष्ट जाणवते. 'समा'च्या मे-जून, १९८८ च्या अंकातील पान ६वर कॉ. पाटील लिहितात, 'पण पारंपरिक कम्युनिस्टांनी जातिव्यवस्थाअन्तक लोकशाही क्रांती वर्ज्य मानायचे कर्मठ राजकारण चालू ठेवल्याने आंबेडकरांच्या मृत्यूनंतर दलित चळवळीत कम्युनिस्ट विरोध इतका प्रबळ झाला की दलितांची मुक्ती वर्गान्तवर्जक जात्यन्तांच्या सांसदीय क्रांतीतून होईल हा विचार दृढमूल होत गेला.'

असत्याची परमावधीच या विचारसूत्रात कॉ. पाटलांनी केलेली आहे. क्रमाने एकेक मुद्दा घेऊ.

मुळात कम्युनिस्टांना, वर्गान्त हाच सैद्धान्तिकदृष्ट्या मूलभूत व निर्णायक महत्त्वाचा वाटत होता व त्यातच 'जात्यन्त' त्यांनी गृहीत धरला होता. जाती शिल्लक ठेवण्याची श्रद्धा व कार्यक्रम कोणत्याही कम्युनिस्ट पक्षाजवळ नव्हता. तेव्हा जात्यन्त न करता केवळ वर्गान्तच व्हावा अशी धारणा व भूमिका कम्युनिस्टांची नव्हती, हे आपण प्रथम समजून घेतले पाहिजे. जातीचा प्रश्न वर्गान्ताच्या प्रक्रियेत सुटेल अशी सैद्धान्तिक श्रद्धा बाळगणे प्रामाणिकपणाचा भाग असतो. त्यात व्यवहारीदृष्ट्या भाबडेपणा किंवा मूर्खपणाही संभवतो हे खरेच. तेव्हा जात्यन्ताची उपेक्षा ही कम्युनिस्टांची चूक असली तरी ती क्रांतीशी बेइमानी नव्हती, हे एक सत्य आहे. दुसरे असे की जात्यन्त = लोकशाही क्रांती असे समीकरण कम्युनिस्टांना मुळातच तात्त्विकदृष्ट्या मान्य नव्हते, तर वर्गान्त हीच क्रांतीची निर्णायक अट असून, त्यातच लोकशाही क्रांतीद्वारे हवी असणारी कल्याणकारी वास्तवतेची हमी कम्युनिस्टांना दिसत होती म्हणून जात्यन्तांवर त्यांनी भर न देता, संपूर्ण लक्ष वर्गान्तावरच दिले.

कॉ. पाटलांच्या निष्कर्षात्मक विचारसूत्रातील तिसरा मुद्दा 'दलित चळवळीचा कम्युनिस्ट विरोध' हा आहे. 'आंबेडकरांच्या मृत्यूनंतर दलित चळवळीत कम्युनिस्ट विरोध प्रबळ झाला.' हे कॉ. पाटलांचे मत अर्धवट बरोबर व अर्धवट चूक आहे.

आंबेडकरांनीच खुद्द मार्क्सवादाला विरोध केला हे सत्य जगजाहीर असताना, आंबेडकर जिवंत असतानाच्या कम्युनिस्ट चळवळीला, दलित चळवळीत प्रबळ विरोध झाला होता, हे कॉ. पाटील विसरतात व हाच विरोध आंबेडकरांच्या मृत्यूनंतर दलित चळवळीत पोसला गेला हे मात्र ते बरोबर सांगतात. आंबेडकरांच्या जिवंतपणीच कम्युनिस्टांना दलित चळवळीत प्रबळ विरोध झाला आहे, हे सत्य कॉ. पाटील का नोंदवीत नाहीत? खुद्द डॉ. आंबेडकरांनीच या कम्युनिस्ट विरोधाची भक्कम पायाभरणी केली आहे. त्याची कारणे अनेक असली व या संदर्भात डॉ. आंबेडकरांबद्दल आपण कितीही सहानुभूतीने विचार केला, तरी या विरोधाचे समर्थन करणे कोणत्याही क्रांतिवादी विद्वानाला शक्य नाही. कॉ. पाटील व रावसाहेब कसबे यांनीसुद्धा या आंबेडकरकृत कम्युनिस्ट विरोधाची कारणे सांगितली; पण तो विरोध चूक होता की बरोबर होता, याचे निर्णायक उत्तर कुठेच दिले नाही; कारण त्यांना ते समजले नाही, किंवा त्यांच्यात निर्भयपणे ते नोंदण्याचे धाडस नाही, एवढ्याच शक्यता या संदर्भात शिल्लक आहेत. तेव्हा आंबेडकरोत्तर दलितांच्या कम्युनिस्ट विरोधाचे खरे श्रेय, खुद्द डॉ. आंबेडकरांकडेच जाते; नेमके हेच कॉ. पाटलांना कळले नाही.

या संदर्भात चौथा मुद्दा असा की, कम्युनिस्टांच्या कर्मठ राजकारणामुळेच दलित चळवळ ही 'वर्गान्तवर्जक' जात्यन्ताच्या सांसदीय क्रांतीकडे वळली, असा आरोप कॉ. पाटलांनी कम्युनिस्टांवर केला असून, दलित चळवळीच्या या भूमिकेचा दोष कम्युनिस्टांना दिला आहे.

यामधली वास्तविकता आपण काळजीपूर्वक तपासली पाहिजे. आंबेडकरपूर्व १९व्या शतकात मार्क्स होऊन गेला तेव्हा मार्क्सकडून, डॉ. आंबेडकरांसारख्या क्रांतिवादी भारतीय नेत्याचा विरोध करण्याचा गुन्हा घडण्याची शक्यताच नव्हती. पण भारतीय कम्युनिस्टांनी जातीचा प्रश्न अनुषंगिक मानला व दलित चळवळीने वर्गीय प्रश्न जातिप्रश्नांपेक्षा दुय्यम मानला; त्यामुळे दोन्ही क्रांतिवादी प्रवाहांकडून या उभयप्रश्नी उपेक्षा झाली व दोन्ही प्रवाहातील अंतर व विरोध वाढला. या प्रकारातील दोष कार्यकर्त्यांचा कमी व नेत्यांचा अधिक आहे, हे सत्य कुणालाच कळत नाही. कारण नेत्यांविषयीच्या अतिरिक्त श्रद्धा व दुसऱ्या प्रवाहातील नेत्यांबद्दलच्या अत्यंतिक अश्रद्धा प्राणपणाने जपणारे अनुयायी व पुढारी या दोन्ही परिवर्तनवादी प्रवाहाच्या मध्यभागी आहेत. म्हणून कॉ. पाटलांचा एकतर्फी निष्कर्ष हा योग्य नाही. दोन्ही प्रवाहांतील दार्शनिक गुंता व व्यावहारिक अडचणी यांचा वेध घेतल्याशिवाय, या प्रश्नाचे खरे स्वरूपच उलगडत नाही. कॉ.

पाटलांना मूळ प्रश्नच जिथे गवसला नाही तिथे उत्तराचा प्रश्न यावा कुठे?

भारतीय कम्युनिस्ट पक्ष आणि मार्क्सवादी कम्युनिस्ट पक्ष यांच्यावर कॉ. शरद पाटील यांचा भयंकर राग आहे. उदा. १) 'पण त्यांना (भाकप-माकप) प्रतीकात्मक लढ्यापलीकडे जाऊन शेतकऱ्यांचे खरेखुरे लढे करायचेच नाहीत, हे स्पष्ट झाले आहे.' (समा. नोव्हेंबर-डिसेंबर, ८८ पृ. ५६). २) 'वनीकरण व शिष्यवृत्ती वाढ यांसारख्या प्रश्नांकडे ते (डावे पक्ष) अजिबात लक्ष देत नाहीत, याचे मुख्य कारण आदिवासी दलितांचे आर्थिक प्रश्न सोडून बाकी प्रश्न हाती घेतले तर जातिव्यवस्थेशी झुंजायची पाळी येईल आणि त्यांचा पारंपरिक मार्क्सवाद उघडा पडेल ही भीती वाटते. पण जेवढा मी उघडा पडेन तेवढाच वाढेन ही मार्क्सची हाक त्यांना ऐकू येत नाही.' (समा. नोव्हेंबर-डिसेंबर, ८८ पृ. ५७)

सी. पी. एम. आणि सी. पी. आय. हे पक्ष जातीचा प्रश्न कायम ठेवू इच्छितात काय? जातिव्यवस्थेचे समर्थन करणारा कार्यक्रम या दोन्ही पक्षांनी स्वीकारल्याचा पुरावा नाही. या पक्षाने जातीयवाद वाढवला अशीही वास्तवता नाही. तरीही कॉ. पाटील या पक्षांना गुन्हेगार ठरवत आहेत. सी. पी. आय व सी. पी. एम यांच्या वर्गसंघर्षवादी भूमिकेत वर्गान्ताबरोबरच जातीचा प्रश्न निकालात निघेल, निदान तो निघावा ही अपेक्षा आहे. ही ध्येय-धोरणात्मक वास्तवता कॉ. पाटील लक्षातच घेत नाहीत. म्हणूनच सी. पी. आय. व सी. पी. एम.च्या नेत्यांना ते अगोदर जातीयवादी व नंतर क्रांतीचे विरोधक ठरवून ठोकत राहतात. सी. पी. एम.मधील त्यांचा वैयक्तिक अनुभव कितीही कटू असला तरी त्याचा बदला कॉ. पाटलांनी असा घ्यावा हे पटत नाही.

'माकप' व 'भाकप' यांना उपदेश करताना कॉ. पाटील 'समा'च्या जुलै-ऑगस्ट, ८८च्या अंकात म्हणतात, 'माकप व भाकप नेतृत्वामधील या ब्राह्मणी संघर्षाची जागा त्यांच्या शूद्रातिशूद्र अनुयायांच्या जात्यन्त लोकशाही क्रांतिप्रीत्यर्थच्या संघर्षाने घेतल्याशिवाय जातीय, वर्गीय प्रतिक्रांतीचा यशस्वी सामना होणार नाही.' (पृ.५)

दोन्ही कम्युनिस्ट पक्षांच्या ब्राह्मण नेतृत्वाच्या ठिकाणी शूद्रातिशूद्रांचे नेतृत्व आल्याशिवाय जातीय व वर्गीय प्रतिक्रांतीचा सामना होणार नाही, असा विचार कॉ. पाटील व्यक्त करतात. कोणत्या ना कोणत्या जातीत जन्म घेणे हे भारतीय समाजजीवनातील अपरिहार्य असे आजचे अपघाती वास्तव आहे. तेव्हा कम्युनिस्टांचे नेतृत्व हे ब्राह्मण जातीमधून आले हा काही त्या नेत्यांचा दोष ठरत नाही. ब्राह्मण्य पोसण्याचे काम जर या नेतृत्वाने केले असेल व ब्राह्मणी संस्कृती

टिकविण्यासाठी वैयक्तिक व सामूहिक असा व्यवहार केला असेल, तर कॉ. पाटलांनी ते पुराव्यानिशी जाहीर करणे आवश्यक आहे. शिवाय ज्यांच्याबद्दल तसा 'ब्राह्मण्यग्रस्तते'चा अनुभव असेल त्यांच्या वैयक्तिक मर्यादांचा तो भाग आहे. तसेच ब्राह्मणग्रस्तता ज्यांना अनुभवायला आली असेल ती वास्तवताही असेल किंवा गैरवास्तवताही असू शकेल. तेव्हा ब्राह्मण्यग्रस्ततेवर मात करून कम्युनिस्ट नेतृत्व उभे राहिले असेल, तर ते नेते ब्राह्मण जातीत जन्मले म्हणून त्यांचा गुन्हा ठरू शकत नाही. तसा तो जातीवरून ठरवलाच तर कॉ. शरद पाटील ज्या जातीत जन्माला आले तो त्यांचाही गुन्हा ठरतो. ज्या अर्थी कॉ. पाटील त्यांच्या मराठा या जन्मजात संस्कारावर व जाणिवेवर मात करून सत्यशोधक कम्युनिस्ट म्हणवून घेण्यापर्यंत वाटचाल करतात, त्या अर्थी कम्युनिस्ट नेतेसुद्धा ब्राह्मण जातीत जन्म घेऊनही ब्राह्मण्याच्या संस्कारांवर मात करूनही ते सच्चे कम्युनिस्ट बनू शकतात. या प्रवासातील प्रक्रियेमधील यश, ज्या त्या व्यक्तीच्या प्रामाणिक जागृत जाणिवेवर अवलंबून असावे. तेव्हा कम्युनिस्ट पक्षाचे नेतृत्व हे ब्राह्मणांनी स्वीकारल्याने कुणालाही पोटदुखी जडली तर त्यात दुस्वासाचा दूषित अर्थ असणे अपरिहार्य आहे. या सत्यशोधक भूमिकेतून कॉ. पाटील यांच्या व त्यांनी दोन्ही कम्युनिस्टांवर केलेल्या टीकेचा परामर्श घेताना, हेच सतत जाणवत राहते की, कॉ. पाटील सदोष आहेत.

उपरोक्त विचारसूत्राचाच विचार करता, कॉ. पाटलांना दोन्ही कम्युनिस्ट पक्षांच्या नेतेपदी ब्राह्मण नेत्यांऐवजी शूद्रातिशूद्र नेते असणे आवश्यक वाटतात. याला कुणाची हरकत असण्याचे कारण नाही; पण नेतेपदी ब्राह्मण असावा की शूद्र असावा हा खरा प्रश्नच नाही. पक्षीय नियमाप्रमाणे जो कुणी नेता असेल तो जातीय जाणिवेवर मात करण्यात यशस्वी झालेला असावा, ही निर्णायक वास्तविकता महत्त्वाची आहे. कॉ. पाटलांच्या इच्छेप्रमाणे माकप व भाकपचे नेतृत्व शूद्रातिशूद्रांच्या हाती आले, तर क्रांती होईलच अशी शाश्वती आहे का? कारण शूद्र जातीय संस्कारही ब्राह्मण्यग्रस्ततेचाच भाग असतात. त्यावर मात केलेले शूद्र जातीतील नेतृत्वच कम्युनिस्ट पक्षाच्या क्रांतिवादी प्रवाहाला न्याय देऊ शकेल, असे मानायला जरूर जागा आहे; पण दलित जातीय जाणीव दलित शूद्र नेतृत्वाने सोडली आहे का?

कॉ. पाटलांनीच आंबेडकरोत्तर शूद्रांची दलितांची चळवळ ही 'जातीय' आहे, असा स्पष्ट निर्वाळा दिला आहे. 'जात्यन्ताचा कार्यक्रम कोणत्याही दलित पक्षाजवळ नाही म्हणूनच दलित पक्ष, काँग्रेसपासून भाजपपर्यंतच्या संधिसाधू दोस्त्या करीत असतात,' असा अभिप्राय खुद्द कॉ. पाटलांनीच समा. ऑक्टोबर-

नोव्हेंबर, ८८च्या अंकातील पान ६१ वर दिला आहे. तेव्हा कॉ. पाटलांच्याच मताने दलित पक्षांजवळ जात्यन्ताचा कार्यक्रम नसून, ते भाजपसारख्या जातीयवादी पक्षाशी दोस्ती करून जातीयवादी बनतात व जातीयवाद वाढवितात. कारण भाजपची तीच ओळख, कॉ. पाटलांच्या दृष्टीने निर्णायक महत्त्वाची आहे.

'मग जात्यन्तक लोकशाही क्रांतीसाठी शूद्रांनी ब्राह्मणांची जागा घ्यावी' असे म्हणताना 'दलितही जातीयवादी आहेत' ही स्वत:च सांगितलेली वास्तवता कॉ. पाटील का विसरतात? कम्युनिस्ट नेतृत्व ब्राह्मण जातीयवादी म्हणून नको म्हणताना, जातीयवादी दलितांचे नेतृत्व कम्युनिस्ट पक्षाच्या आघाडीवर आणून प्रतिक्रांती कशी रोखणार? कारण प्रतिक्रांतीचा ध्येयवाद, ज्या भाजपचे सामर्थ्य आहे, त्याच्याशीच 'दोस्त्या' करणाऱ्या दलित पक्षाच्या नेतृत्वाकडून, प्रतिक्रांतीचा सामना करण्याची अपेक्षा कॉ. पाटील का व कशी करू शकतात?

एकच जात वाईट नसून सबंध जातिव्यवस्थाच वाईट आहे, म्हणून सर्व स्तरांवरील व सर्व जातींमधील जातीयवादाचा एकाच वेळी व एकत्रित विरोध करण्यातूनच हा प्रश्न सोडविला जाऊ शकतो, हे कॉ. पाटलांना समजेल का?

भारतीय स्वातंत्र्याच्या लढ्यातील एका महत्त्वाच्या वास्तव प्रश्नावर, विद्वानांचे अत्यंत टोकाचे मतभेद झालेले आहेत. भारताच्या स्वातंत्र्याचा इतिहास टिळकांच्या राजकीय कर्तृत्वाच्या नोंदीशिवाय पूर्ण होऊ शकत नाही, ही अटळता समाजपरिवर्तनवादी प्रवाहातील मंडळींना उगीच अडचणीत टाकताना दिसते. वास्तविक ज्याचे जेवढे माप आहे त्याचे ते माप तेवढ्या संदर्भातच त्याच्या पदरी टाकावे, हा सत्यशोधनाचा नियम असावा. अर्थात एखाद्या ऐतिहासिक व्यक्तीचे कर्तृत्व मोजताना त्याचे सामर्थ्य नोंदवून तेवढ्यास तेवढे श्रेय त्याला देणे व त्याच्या इतर मर्यादाही स्पष्टपणे नोंदवून, त्याला तेवढ्यापुरता दोष देणे, हेच सत्य व न्याय्य ठरते. लोकमान्य टिळकांच्याबाबतीत अत्यंत टोकाला जाऊन त्यांचा अवास्तव गौरव करणारी टिळकभक्तांची परंपरा असून, या परंपरेने टिळकांची सामाजिकदृष्ट्या असलेली प्रतिगामी भूमिका लक्षात न घेऊन, टिळकांचे श्रेष्ठत्व अमर्याद गौरविले, तर टिळकविरोधी परंपरेतील अभ्यासकांनी टिळकांचे प्रतिगामी व्यक्तिमत्त्व आणि त्यांनी सामाजिक सुधारणावादाला केलेला विरोध लक्षात घेऊन, त्यांना समतेचे मारेकरी ठरविताना, राजकीय स्वातंत्र्यासाठी त्यांनी बजावलेले कर्तव्य व कर्तृत्व यांस धुडकावून लावले आहे.

राजकीय स्वातंत्र्य व समता या दोन्ही परस्परपूरक मूल्यधारा असून, त्यांच्यात संघर्ष कल्पिणे, ही स्वत:ची घोर फसवणूक आहे, याचे भान दोन्ही

गटांतील अभ्यासकांना राहिले नाही, म्हणूनच विकृत इतिहासाच्या दोन दिशांनी हा प्रश्न चिघळला. लो. टिळकांच्या बाबतीत कॉ. पाटलांचा निष्कर्ष अत्यंत मजेशीर आणि तेवढाच सत्याचा विपर्यास करणारा आहे. सत्यशोधक मार्क्सवादी जुलै-ऑगस्ट, १९८८ च्या अंकातील ७ व्या पानावर कॉ. पाटील लिहितात, '(नवब्राह्मणी कम्युनिस्ट) टिळकांच्या योगदानाची उजळणी करू लागतात. जात्यन्तवाद्यांना हे योगदान मान्य असते; पण टिळकांसारख्या लोकमान्य व जाति-समर्थक नेत्याच्या विचारकृतीवर 'निंदास्त्र' सोडण्याशिवाय ते जात्यन्तांचे प्रबोधनच करू शकत नाहीत याचे काय?'

कॉ. पाटलांच्या या विचारसूत्राचे तपशिलाने व गांभीर्याने परीक्षण करणे आवश्यक आहे; कारण अशा विचारसूत्रांनीच त्यांच्या सत्यशोधक कम्युनिस्ट पक्षाची सैद्धान्तिक भूमिका तयार झाली आहे. अर्थात ही विचारसूत्रे मान्य असतील तर 'सकप'चा तत्त्वविचार मान्य होईल आणि ती अमान्य असतील तर सकपची भूमिकाच अमान्य केल्यासारखे होणार आहे; पण मान्यता व अमान्यता ही त्यांच्या सत्यशोधनातील वैचारिक तर्कशुद्धतेवर अवलंबून आहे.

उपरोक्त विधानातील आशयाच्या प्रत्येक मुद्द्याचा परामर्श घेऊ या. नवब्राह्मणी कम्युनिस्ट हे टिळकांच्या योगदानाची उजळणी करू लागतात, याबद्दल कॉ. पाटलांनी नाराजी व्यक्त केली आहे. भारतीय कम्युनिस्ट चळवळीतील पहिल्या पिढीचे नेते श्रीपाद अमृत डांगे यांच्या संबंधानेच हे मत लागू होण्यासारखे आहे. इतर कम्युनिस्टांनी जिथे डांग्यांनाच झुगारले तेथे टिळकांचा प्रश्न येऊ नये; पण ज्या नवब्राह्मणी कम्युनिस्टांकडून टिळकांच्या योगदानाची उजळणी होते, ते टिळकांच्या राजकीय कर्तृत्वामधील स्वातंत्र्यवादी योगदानावरच भर देतात. टिळकांचा प्रतिगामी व सनातनी 'रोल' या 'नवब्राह्मणी कम्युनिस्टां'ना मान्य असल्याची नोंद नाही. एवढे असूनही 'नवब्राह्मणी कम्युनिस्टां'ची ब्राह्मण जात आणि टिळकांची ब्राह्मण जात यांचा संबंध जोडून, कॉ. पाटील सर्व ब्राह्मण कम्युनिस्टांना टिळकांच्या पंथात नेऊन बसवितात. कम्युनिस्टांनी सत्यशोधन करताना टिळकांचे ब्राह्मणपण कुरवाळलेले नसून, त्यांचे राजकीय स्वातंत्र्याचे मूल्यच फक्त मान्य केले आहे; हे कॉ. पाटील लक्षात घेत नाहीत आणि शिवाय सामाजिक समतेच्या प्रवाहात टिळकांचे कर्तृत्व श्रेष्ठ असल्याचा दावा कुण्या 'नवब्राह्मणी कम्युनिस्टा'ने केलाच तर त्या कम्युनिस्टाला दोष देण्यास काही प्रत्यवाय नाही. कॉ. पाटीलच काय, कुणीही सत्यनिष्ठ अभ्यासक हे काम करू शकेल.

पण यामध्येसुद्धा एक वेगळीच गोम आहे. टिळकांचे योगदान हे

'जात्यन्तवाद्यांना मान्य असते' अशी प्रामाणिक कबुली कॉ. पाटलांनी दिली आहे; कारण कॉ. पाटील जसे वर्गान्तवादी व स्त्री दास्यन्तवादी आहेत, तसे ते 'जात्यन्तवादी'सुद्धा आहेत; किंबहुना ते जात्यन्तवादी अधिक आहेत, हीच त्यांची खरी ओळख त्यांच्याच दृष्टीने ठरावी. तेव्हा त्यांच्याच मताप्रमाणे खुद्द कॉ. पाटील हे जात्यन्तवादी असल्याने, 'टिळकांचे योगदान जात्यन्तवाद्यांना मान्य असते' या त्यांच्याच सूत्रानुसार त्यांना स्वत:लाही टिळकांचे योगदान मान्य आहे; हा सरळ सरळ अर्थ आहे. या अभिव्यक्तीत कॉ. पाटील सत्याला सच्चेपणाने सामोरे जातात हे खरे. कधी कधी 'सत्यता' हीच प्रबळ होऊन दूषित मानसिकतेवर मात करून स्वत:च उफाळून वर येते. तसा प्रकार इथे घडलाय, याबद्दल कॉ. पाटलांचे अभिनंदन करणे योग्य ठरेल.

परंतु टिळकांच्या जातिसमर्थक भूमिकेमुळे त्यांच्या विचारकृतीवर निंदास्त्र सोडल्याशिवाय जात्यन्तांचे प्रबोधन करता येत नाही, ही व्यावहारिक अडचण त्यांनी प्रामाणिकपणे मांडली आहे. याचा अर्थ असा की, टिळकांचे योगदान हे खरे असले तरी जात्यन्तांच्या प्रबोधनासाठी त्यांच्यावर निंदास्त्र सोडणे हे व्यावहारिक दृष्ट्या कॉ. पाटलांना आवश्यक वाटते.

इथे टिळकांचे 'योगदान' हे एक 'सत्य' असून, ते मान्य करणारे सत्यशोधक कॉ. पाटील, जात्यन्तांच्या प्रबोधनात मात्र ते मांडू इच्छित नाहीत; कारण त्यात जात्यन्तवादी कॉ. पाटलांची अडचण होते; म्हणून स्वत:ची गैरसोय टाळण्यासाठी स्वत:च शोधलेले सत्य बाजूला सारून, कॉ. पाटील टिळकांवर निंदास्त्र सोडू इच्छितात! म्हणजे कॉ. पाटलांना प्रबोधनाची अडचण चालत नाही; पण 'सत्या'ची अडचण चालते. अर्थात 'सत्य' दाबून ठेवूनच त्यांना प्रबोधन करायचे आहे. ते सुद्धा पुन्हा 'सत्या'च्याच नावे! हा 'सत्यशोधकी बाणा' म. फुल्यांचा निश्चितच नव्हे! हा खुद्द कॉ. पाटील 'मेड' सत्यशोधकी बाणा आहे. टिळकांचे योगदान तर मान्य आहे; पण ते प्रबोधनात मांडायचे तर नाही, हा प्रकार सत्यावर बळजबरी करणाऱ्या धटिंगणाला शोभणारा आहे. कॉ. पाटील खरेच 'सत्यशोधक' आहेत का?

सत्याचा बळी देऊन प्रबोधन-परिवर्तन कुणाचे व कसे करणार?

कॉ. पाटील हे व्यवहाराची सोय पाहताना, 'सत्या'चा गळा घोटला तरी चालेल, या अर्थाची मांडणी त्यांच्या विचारसूत्रामध्ये करतात. हा प्रकार एकूणच संशोधन प्रक्रियेवर व सत्यशोधनाच्या परंपरेवर घातक परिणाम करणारा आहे. खरे तर व्यवहाराची किंवा तत्त्वाची सोय पाहण्याचा प्रकार निंद्य मानला पाहिजे.

सत्याचे आणि सोयीचे नाते असण्याचे कारणच काय? सोयीचे, सोयीने सत्य व सोयीचा व्यवहार किंवा व्यवहाराची सोय या बाबी 'सत्य' या मूल्याच्या संदर्भात गैरलागू तर ठरतातच; पण त्या चिंतनक्षेत्रातील शत्रुशक्तीसुद्धा ठराव्यात.

सत्याशी तडजोड चालेल; पण परिवर्तनाचा व्यवहार महत्त्वाचा, अशा आशयाचे एक विचारसूत्र कॉ. पाटलांनी मांडले आहे; ते काळजीपूर्वक सूक्ष्मरीत्या अभ्यासले तर सत्य सहज कळू शकेल. ते म्हणतात, 'कोसंबीसारखा महत्तम मार्क्सवादी इतिहासतज्ज्ञही वर्ण व जातीचे वर्गांशी समीकरण करताना दिसतो. कोसंबीवर समाजपरिवर्तनाची जबाबदारी नव्हती.' (समा. सप्टेंबर-ऑक्टोबर, ८८, पृष्ठ २१) कोसंबी हे 'इतिहासतज्ज्ञ' विद्वान म्हणून 'महत्तम' या शब्दाने कॉ. पाटील त्यांचा गौरव करतात. त्यांनी मांडलेला विचार हा पाटलांच्या दृष्टीने चूक असू शकतो व इतरांच्या दृष्टीने व खुद्द कोसंबींच्या दृष्टीने तो बरोबर असू शकतो. परंतु 'कोसंबींवर समाजपरिवर्तनाची जबाबदारी नव्हती' म्हणून कोसंबींनी मांडलेले विचारसूत्र चुकीचेच आहे, असा ठाम विश्वास कॉ. पाटलांनी व्यक्त केला आहे. दुसऱ्या बाजूने या विधानाचा अर्थ असा की, ज्यांच्यावर समाजपरिवर्तनाची जबाबदारी असते तेच विद्वान सत्य विचार देतात!

परिवर्तनाची जबाबदारी हा सत्याच्या अंमलबजावणीचा व्यवहार आहे. या व्यवहारापासून सत्यशोधन व सत्यप्रतिपादन ही प्रक्रिया वेगळी आहे. संशोधक, इतिहासतज्ज्ञ विद्वान मंडळी, व्यवहाराच्या गरजेसाठी व गरजेनुसार संशोधन करीत नसतात. त्यांनी तसे करू नये, तर सत्याच्या पूजेतूनच संशोधनाची तपश्चर्या सिद्ध होते आणि सिद्धीस आलेले सत्य हे केवळ सत्य असते. ते व्यवहाराला सोयीचे वा गैरसोयीचे कसेही असले तरी, त्याची पर्वा वस्तुनिष्ठ विचारवंत करीत नसतो.

इथे कोसंबींचे विचारसूत्र याच सत्यनिष्ठ भूमिकेतून आले आहे. त्यांनी असेच मूलभूत चिंतनातून सिद्ध झालेले एक सत्य मांडले; कारण कॉ. पाटलांच्या दृष्टीने कोसंबींवर परिवर्तनाची जबाबदारी नव्हती. याचा दुसरा अर्थ असा की, ज्याच्यावर परिवर्तनाची जबाबदारी आहे, त्यांनी असे कोसंबींसारखे सत्य न मांडले तरी चालेल; कारण परिवर्तन महत्त्वाचे आहे, म्हणून सत्याशी तडजोड करूनसुद्धा परिवर्तन हेच महत्त्वाचे मानावे हा कॉ. पाटलांच्या विचासूत्राचा गाभा व्यवहारवादी असून तो सत्याच्या पावित्र्याला डागाळणारा आहे.

खुद्द कॉ. पाटील हे स्वत:वर परिवर्तनाची जबाबदारी असल्याचे मांडतात तेव्हा त्यांच्या दृष्टीने परिवर्तनाची जबाबदारी सिद्धीस नेण्यासाठी संशोधनावरून

सिद्ध झालेले सत्य मांडलेच पाहिजे असे नाही. कारण सत्यापेक्षा परिवर्तन महत्त्वाचे, अशीही कॉ. पाटलांची भूमिका असून, 'सत्यशोधक मार्क्सवादी'च्या जुलै-ऑगस्ट, १९८८, पान ७ व सप्टेंबर-ऑक्टोबर, ८८ च्या (पान २१) अंकातील उपरोक्त दोन्ही विचारसूत्रांतून ती स्पष्टपणे प्रतिबिंबित झाली आहे.

इथपर्यंत आल्यावर पुन्हा काही प्रश्न निर्माण होतात. सत्य महत्त्वाचे की व्यवहार महत्त्वाचा? सत्याने खरोखरच व्यवहाराची अडचण, नुकसान होते काय? सत्याला मुरड घालून व्यवहाराचे मिळालेले यश तात्पुरते की कायमचे? सत्याच्या अपलापातून सिद्ध झालेला व्यवहार अंतिमत: मानवी कल्याणाला पूरक असतो का? सत्याची मानवी समाजाला गरजच काय?

माझ्या दृष्टीने सत्य ही मानवी जीवनातील महत्त्वपूर्ण सांस्कृतिक कमाई आहे. तिच्या प्रेरणा याच मानवी कल्याणाच्या प्रवर्तक दिशा आहेत. सत्याच्या प्रकाशातच मानवी व्यवहाराला योग्य आकार व दिशा मिळते; म्हणून, सत्य हेच मानवी कल्याणाची पूर्वअट ठरते. सर्व महापुरुष, शास्त्रज्ञ व कलावंत सत्याच्या पूजेतच रममाण झाल्याचा इतिहास आहे. तेव्हा व्यावहारिक दडपणात सत्याचे संशोधन व प्रतिपादन शक्य नसते म्हणून कॉ. पाटील यांनी सत्यशोधकांच्या नावे त्यांच्या व्यवहारांची सोय पाहणे, हा महात्मा फुल्यांसह सर्व परिवर्तनवाद्यांचा अपमान आहे. दुसरे असे की, कॉ. पाटील ज्या परिवर्तनाच्या व्यवहाराला महत्त्व देतात, तो सत्याच्या अटीत सिद्धीस जात नसेल, तर ते परिवर्तन अपूर्ण वा घातकी ठरून, परिणामी समाजविघातक ठरू शकेल. म्हणूनच प्रबोधन व परिवर्तन करण्यासाठी सत्याचा अपलाप करण्याऐवजी, सत्याचे अधिष्ठानच उपयुक्त आहे. तिथे सत्याला पर्याय नसतो.

व्यक्तिश: मी लो. टिळकांच्या स्वातंत्र्यलढ्यातील कर्तृत्वाची नोंद घेऊन सामाजिक समतेच्या लढ्यातील त्यांचे कर्तृत्व समाजकंटकांस शोभावे एवढ्या वाईट दर्जाचे आहे, असे मानतो; पण त्यांच्या चुका व मर्यादांचेच भांडवल करून, जात्यन्ताचे प्रबोधन सम्यक ठरते, असे मानणे चूक असून जात्यन्ताचा प्रश्न एका बाजूने राजकीय स्वातंत्र्यास जोडलेला आहे, ही वास्तवता समजावून घेणे आवश्यक आहे. म्हणूनच टिळकांच्या काँग्रेसचा वारसा चालविणाऱ्या स्वातंत्र्यलढ्याला आंबेडकरांनी विरोध न करता, त्याच स्वातंत्र्याच्या ध्यासातून दलित समाजाला राजकीय सत्तेत सहभागी करण्याची ऐतिहासिक कामगिरी केली! तेव्हा राजकीय स्वातंत्र्य हे सामाजिक समतेच्या लढ्यालाही आवश्यक आहे. त्याच राजकीय स्वातंत्र्याचा ध्यास टिळकांनी घेतला; पण तेच टिळक

समताविरोधी होते म्हणून त्यांचे सामर्थ्य, स्वातंत्र्यापुरते मर्यादित करावे लागते आणि त्याचे सनातनी कर्तृत्व त्यांचा दोष व मर्यादा म्हणूनच सांगावे लागते. या दोन्ही बाबी सांगणे हेच खरे प्रबोधन होय. त्यात सत्यासह कुणाचीच अडचण होत नसते. कॉ. पाटलांना आता तरी हे कळेल का?

मंडल आयोगाविरुद्धच्या प्रतिक्रियेला उत्तर देणाऱ्या पुस्तिकेत, कॉ. पाटील लिहितात, 'फुलेवादाचा गाभा भारतीय शेतकरीवर्गाचे राजकीय, आर्थिक विमोचन नसून जात्यन्त हा आहे.' (भारतीय मागासलेपणा ओळखण्यासाठी 'वर्ग' हा 'पाया' असावा की 'जात'? पृ. २८)

कॉ. पाटलांचा हा निष्कर्ष एकांगी भूमिकेचा परिपाक आहे. म. फुल्यांचे कर्तृत्व फक्त जात्यान्तापुरते बंदिस्त करणे, हा फुल्यांच्या मारेकऱ्याला शोभणारा प्रकार आहे. 'फुलेवादाचा गाभा हा शेतकरीवर्गाचे राजकीय व आर्थिक विमोचन करण्याचा नाही', ही पाटीलप्रणित नोंद फुल्यांच्या विरोधातून किंवा फुलेविषयक अज्ञानातून किंवा अन्य स्वार्थी हेतूनेच होऊ शकते. बेहरे-गांगल यांच्या पापापेक्षा हे भयंकर आहे.

भारतीय शेतकऱ्यांच्या दारिद्र्याचे हृदय पिळवटणारे वास्तव वर्णन करून, त्यांच्या दास्याला व दारिद्र्याला कारण ठरलेल्या ब्राह्मणशाहीसह सावकारशाहीचा निषेध करणाऱ्या फुल्यांचा 'शेतकऱ्याचा आसूड' हा ग्रंथ, शेतकऱ्यांच्या सर्वांगीण मुक्तीचा जाहीरनामा असूनही, तो व्यापक आशय जात्यन्तापुरता कॉ. पाटलांनी कोंडवावा यात गौडबंगाल आहे. फुले जात्यन्तवादी होतेच. पण शेतकऱ्यांच्या आर्थिक मुक्तीचा विचारसुद्धा तपशिलाने त्यांनी मांडला आहे. मार्क्सएवढे शास्त्रीय विचार आर्थिक व राजकीय संदर्भात फुले यांनी मांडले नसले, तरी. त्यांच्या रांगड्या भाषेत आर्थिक, सामाजिक मुक्तीचे विचार त्यांनी जरूर मांडलेत. त्यांचे हे योगदान मान्य करण्यात कॉ. पाटलांची अडचण होणे शक्य आहे. कारण त्यांना मार्क्स व फुल्यांच्या बेरजेत आंबेडकर जमा करून आपण नवा 'इझम' व नवा पक्ष स्थापन केल्याचे भूषण मिरवायचे आहे. त्यासाठी फुल्यांचे कर्तृत्व व योगदान आर्थिक-राजकीय संदर्भात नव्हते, असे मांडून फुलेवाद-जात्यन्तवादी व मार्क्सवाद-वर्गान्तवादी अशी एकांगी समीकरणे रुजविणे, त्यांना आवश्यक वाटले. त्यात आंबेडकरवादाची गोळाबेरीज केली की झाला नवा सिद्धान्त, 'मार्क्सवाद-फुले-आंबेडकरवाद!' स्वत:च्या व्यावहारिक सोईसाठी चिंतनाचा बेरकीपणाने स्वार्थी वापर करण्याची किमया, कॉ. पाटील यांच्या प्रज्ञेत किती जबरदस्त आहे याचा हा नमुना आहे

आंतरराष्ट्रीय संबंधविषयक कॉ. पाटलांचा अज्ञानग्रस्त बावळटपणा

ज्या क्षेत्रामध्ये व्यासंग आहे, त्याबद्दल अधिकारवाणीने कुणी बोलले तर त्यात वावगे ठरू नये. अर्थात एखाद्या क्षेत्राचे वावडे विद्वानांनी मानावे असा याचा अर्थ नव्हे. भारताचे परराष्ट्र धोरण आणि आंतरराष्ट्रीय संबंधातील वास्तवाचे भिन्न प्रवाह, यांचा पुरेसा अभ्यास नसताना त्यांवर प्रौढीने भाष्य करणे कितपत बरोबर ठरावे?

या प्रश्नावरील कॉ. पाटील यांचे विवेचन त्यांच्याच काही विचारसूत्रांच्या साहाय्याने तपासण्याची आवश्यकता आहे. 'सत्यशोधक मार्क्सवादी'च्या डिसेंबर, १९८६ च्या अंकात (पान १० व ११) 'भारत आणि आंतरराष्ट्रीय संबंध' या संदर्भात त्यांनी काही विचार मांडले आहेत. क्रमाने ते समजून घेऊन त्यांचे मूल्यमापन करण्याचा हा प्रयत्न आहे.

कॉ. पाटील म्हणतात, 'हरारेला गर्जना करणाऱ्या राजीव सरकारचे तटस्थतेचे धोरणही भुसभुशीत पायांवर उभे आहे.'

तटस्थतेचे धोरण हा अलिप्ततावादी चळवळीचा ध्येयवाद आहे. या चळवळीची निर्मितीच भारताच्या पुढाकारामुळे पं. नेहरू, नासेर व टिटो यांच्या संयुक्त प्रयत्नांतून झाली आणि सबंध जगातच ही चळवळ तिसरे पण विधायक शक्तीचे केंद्र बनल्याचे आज स्पष्ट झाले आहे. अमेरिकेच्या साम्राज्यवादासारखाच रशियाचाही साम्राज्यवाद असून तो साम्यवादी असला तरी तो दोन्ही बड्या शक्तींत 'कॉमन' असल्याचा आरोप जगभर केला गेला आहे. तसेच वॉर्सा करारातील देशसुद्धा सोविएत युनियनच्या विस्तारवादाबद्दल आणि आर्थिक धोरणाबद्दल नाटो करारातील राष्ट्रांप्रमाणेच नाराज आहेत. आज १९९१ मध्ये अनेक कम्युनिस्ट राष्ट्रे रशियाच्याही बंधनातून मुक्त होऊ पाहत आहेत. अशा अवस्थेत तिसरे महायुद्ध टाळून संपूर्ण जगाला लोकशाही व समाजवादी मार्गाने शांततापूर्ण जीवन जगण्यासाठी सहअस्तित्व व सार्वभौमत्त्व यांच्या सन्मानातून जगाचे कल्याण साधण्यासाठी, अलिप्त राष्ट्र चळवळीने दिलेले योगदान निर्णायक महत्त्वाचे ठरले आहे. दुसरे असे की, 'नकाराधिकारा'च्या बेड्यांत अडकून पडलेल्या संयुक्त राष्ट्रसंघटनेच्या विधायक केंद्राला समांतर व पूरक शक्ती प्रदान करणारी हीच अलिप्त राष्ट्रांची चळवळ आहे. या चळवळीच्या प्रभावातूनच सुमारे १५० राष्ट्रांचे सामर्थ्य व शांततावादी बुलंद आवाज, साम्राज्यशाहीच्या अघोरी स्वप्नांना नष्ट करू शकला. रशियाच्या तात्त्विक भूमिकेचा एका वेगळ्या अंगानेसुद्धा झालेला आविष्कारच या चळवळीच्या रूपाने सिद्ध झाला.

ही वास्तवता कॉ. पाटील यांना पूर्णपणे माहीत नसल्यामुळे, त्यांनी राजीव सरकारच्या हरारे येथील तटस्थ धोरणाच्या गर्जनेवर टीका केली आहे. तटस्थतेचे धोरण हे केवळ राजीव सरकारचे नसून ते भारताचेच आहे. अंतर्गत प्रश्नाच्या संदर्भात राजीव सरकारशी मतभेद असले तर आपण समजू शकतो; पण जो राष्ट्रीय ध्येयवाद आजवरच्या सर्व सरकारांनी देशाच्या व विश्वाच्या कल्याणासाठी प्रत्यक्षात आणला, त्याबद्दलचा आक्षेप योग्य ठरू शकत नाही. कॉ. पाटील इथे राजीव सरकारच्या देशांतर्गत मतभेदांना आंतरराष्ट्रीय प्रश्नांच्या संदर्भातसुद्धा शत्रुत्वाचे रूप देत आहेत. विचारवंताचा तोल गेल्याचे हे लक्षण असून ते अयोग्य आहे.

'समा'च्या याच अंकात ११ क्रमांकाच्या पानावर कॉ. पाटील अत्यंत भोळसटपणे लिहितात, 'शत्रू शेजाऱ्याच्या या घेऱ्यातून सुटायचा भारतापुढे एकच मार्ग आहे आणि तो म्हणजे चीनशी सरहद्द करार करून तो घेराच तोडणे. भारत सरकार सरहद्द करार करायला तयार नसल्याचे पाहूनच, चिनी सरकारने पाकिस्तानशी वाढती दोस्ती करायला सुरुवात केली होती हे लक्षात घेतले पाहिजे.'

देशप्रेमापोटी कॉ. पाटील यांनी भारत सरकारला सल्ला द्यायला कुणाचीच हरकत असण्याचे कारण नाही; पण तो सल्ला 'देशहिता'चा असला पाहिजे, तरच तो मान्य होईल ना?

उपरोक्त विधानात भारत सरकार चीनशी सरहद्द करार करायला तयार नसल्याबद्दल कॉ. पाटलांनी दोष दिला आहे. भारताचे परराष्ट्र धोरण कॉ. पाटलांनी अभ्यासलेले नाही, म्हणूनच ते असे मत मांडतात. शेजारच्या नव्हे तर कोणत्याही राष्ट्राशी स्वतःचे सार्वभौमत्व शिल्लक ठेवून समान पातळीवरील मैत्रीसंबंध ठेवायला भारताची तयारी असते. 'सार्क' हे त्याचे ताजे उदाहरण आहे. चीनशी सरहद्द करार करण्यात भारतालाच अडचणी आहेत; कारण १९६२ला जिंकलेला भारतीय भूप्रदेश चीन स्वतःचा मानतो. तिबेटवर हक्क त्याने गाजवलाच आहे. अशा स्थितीत स्वतःच्या अस्तित्वाला तडा जाऊ देणारा व सार्वभौमत्वालाच छेद देणारा सरहद्द करार, चीनला परवडणारा असला तरी भारताला कसा परवडेल? शिवाय 'हिंदी-चिनी भाई भाई'च्या घोषणा आकाशात विरण्याच्या आतच १९६२ला पूर्वीचा मैत्री करार मोडून आक्रमक बनलेला चीन, नव्याने केलेला सरहद्द करार मोडून पुन्हा आक्रमण करणार नाही याची गॅरंटी कॉ. पाटील देणार आहेत काय? राष्ट्राराष्ट्रांतील करार हे सोयीने केले जातात व सोयीनेच ते मोडले जातात. चीनचा या संदर्भातील अनुभव लक्षात

घेऊनच भारत सरकार जपून व सावधपणे पावले टाकत आहे, हेच कॉ. पाटलांना कळत नाही.

दुसरे असे की भारत करार करीत नाही, हे पाहूनच चीनने पाकिस्तानशी दोस्ती करायला सुरुवात केल्याचा जावईशोध कॉ. पाटलांनी लावला आहे!

भारत-पाकिस्तान, चीन-पाकिस्तान व भारत-चीन या त्रिकोणातील संबंधांच्या इतिहासाचा कॉ. पाटलांचा अभ्यास किती कच्चा आहे, याचा हा पुरावा आहे.

चीनची पाकिस्तानशी असलेली दोस्ती ही जुनी असून भारताने चीनशी सरहद्द करार केला किंवा न केला यावर या दोस्तीचा प्रारंभ वा शेवट अवलंबून नाही. पाकपेक्षा भारताचे सामर्थ्य मोठे असून, आशियातील नेतृत्व करताना व चीनच्या विस्तारवादाचा विचार करताना, चीनला पाकिस्तानपेक्षा संलग्न असलेल्या भारताला अधिक महत्त्व द्यावे लागणार व त्यावरच 'चेक' कसा राहील या दृष्टीने चीनची पावले पडणार हे समजावून घ्यायला हवे.

या विवेचनाच्या उत्तरार्धात चीनच्या परराष्ट्रीय वकिलाचा उपदेश कॉ. पाटील यांनी नोंदला आहे. 'भारताने उत्तर व पश्चिम या दोन्ही आघाड्यांवर एकाच वेळी शत्रू ठेवणे टाळले पाहिजे,' हे चिनी वकील सांगतो आणि आपल्या भारत सरकारला कळत नाही असे कॉ. पाटील मानतात काय? भारताची एकूण परंपरा व स्वातंत्र्योत्तर इतिहास लक्षात घेता, युद्धे आपल्यावर शेजाऱ्यांनी लादली आहेत, हे सत्य लक्षात येते. शत्रू निर्माण करण्याची हौस नसते व एकाच वेळी दोन आघाड्यांवर शत्रू पोसण्याचा मूर्खपणा कोणतेही राष्ट्र करीत नसते. पण परिस्थितीच तशी निर्माण झाली व शत्रुत्व लादले तर त्याला भारत काय करणार? उपदेश करणाऱ्या चिनी वकिलाच्या शहाणपणावर कॉ. पाटील विश्वास टाकतात; पण भारताच्या धोरणावर त्यांचा विश्वास नाही याला काय म्हणणार?

कॉ. शरद पाटील पुढे जाऊन उपदेश करतात की, 'चिनी शासन समाजवादी व निधर्मी असल्याने, पाकपेक्षा चीन वेगळा असून त्याच्याशी सरहद्द करार झाला, तर चीन-भारत सरहद्दीवरील बरेचसे सैन्य काढून घेता येईल व भारत-पाकिस्तान सरहद्द जास्त सुरक्षित करता येईल. सैन्यावरचा खर्च बराच कमी होऊन तो विकासकार्याला लावता येईल.' इ.

चीनचा राष्ट्रवाद समाजवादी असला तरी तो विस्तारवादी आहे, याचा राष्ट्रीय अनुभव आपण घेतलाय. देशांतर्गत शोषणाला नष्ट करणारा राष्ट्रवाद जेव्हा आक्रमक बनून विस्तारवादाने पछाडतो तेव्हा तो दुसऱ्या देशाचे राजकीय-आर्थिक शोषण करूनच स्वतःच्या शोषणविरहित निधर्मी समाजव्यवस्थेची सोय

करीत असतो. देशांतर्गत शोषण नसले तरी देशाबाहेरील शोषण हे त्या राष्ट्रवादाचे वैगुण्यच ठरते. अशा वेळी तो राष्ट्रवाद समाजवादी व निधर्मी म्हणून गौरवाचा भाग बनवणे, ही स्वत:ची घोर फसवणूक आहे. कॉ. पाटलांनी चीनच्या राष्ट्रवादाचे एकच रूप लक्षात घेतले! त्यांना दुसरे रूप कळलेच नाही, म्हणून ते समाजवादाच्या भुलभुलैयात सापडून चीनला कुरवाळत आहेत.

चीनच्या सरहद्दीवरून सैन्य काढून घेण्याचा, कॉ. पाटलांचा सल्ला मूर्खपणाचाच आहे. सरहद्द करार केल्यावरसुद्धा चीन आक्रमण करणार नाही याची शाश्वती देता येत नसेल तर सरहद्दीवरून सैन्य कसे काढता येईल? सैन्यावरचा खर्च कमी करण्यासाठी व विकासकार्य करण्यासाठी देशाचे स्वातंत्र्यच गमावण्याची पाळी आली तर विकास कुणाचा व कोण करणार? तेव्हा आंतरराष्ट्रीय संबंधाकडे भोळसट किंवा बावळटपणे पाहणे घातकी असते हेच यावरून लक्षात येणे महत्त्वाचे आहे.

'राजीव सरकारचा चीनशी सरहद्द करार न करण्यात हितसंबंध असल्याने ते स्वत: होऊन करार करणार नाहीत,' अशीही पुस्ती कॉ. पाटलांनी जोडली आहे. राजीव सरकारचा हितसंबंध आंतरराष्ट्रीय संबंधात, राष्ट्रीय हितसंबंधच असणार. जनता पार्टीच्या सरकारनेसुद्धा भारताच्या परराष्ट्रीय धोरणाचा 'आशय' तोच ठेवला होता; तेव्हा राजीव सरकारला दोष देण्याचे निदान या संदर्भात तरी कारण उरत नाही. शिवाय त्यांचा कोणता हितसंबंध आहे, ते कॉ. पाटील सांगत नाहीत. 'मनात आले की झोडपावे' अशा रीतीने वाटेल ती विधाने करण्याची कॉ. पाटलांना सवय आहे; म्हणूनच असे घडते. यातून कॉ. पाटलांचा आंतरराष्ट्रीय प्रवाहाबाबतचा अज्ञानग्रस्त बावळटपणाच प्रकट झालाय, हे नाइलाजाने नमूद करावे लागत आहे. त्यांचे देशप्रेम कितीही अस्सल असले, तरी त्यांचा उपदेश मात्र राष्ट्रहिताला खड्ड्यात घालणारा असून, चीनविषयीचा त्यांचा विश्वास अनाठायी असल्यामुळे त्यांचे या संदर्भातील विचार चीनधार्जिणे व देशहितविरोधी आहेत, या निष्कर्षाप्रत आपणास यावे लागते. इथे चीनचा पक्ष हा 'असत्या'चा आहे, हे विशेष!

चीन संबंधातील कॉ. पाटीलप्रणित अतिशयोक्त पण निर्बुद्ध प्रेमाचा आणखी एक नमुना पेश करून हे विवेचन पूर्ण करू. 'सत्यशोधक मार्क्सवादी'च्या जून, १९८७ च्या संपादकीयात (पान ४) कॉ. पाटलांनी नोंदले आहे की, 'गोर्बाचेव्हचे सोव्हिएत युनियन, चीनशी दिलजमाई करीत असता, या अविचारात (चीनशी करार नाकारण्यात) सोव्हिएट युनियन आपली बाजू घेईल अशी निर्बुद्ध परराष्ट्र नीती आखणाऱ्या सरकारच्या परराष्ट्रीय धोरणाचेही दिवाळे वाजले आहे,

हे उघड आहे.'

भारताचे परराष्ट्रीय धोरण हे भारताचे आहे आणि ते तसे असणे हेच योग्य आहे. 'सोव्हिएट युनियनने चीनशी दिलजमाई केली' म्हणून आपणही ती केलीच पाहिजे अशी सक्ती कॉ. पाटील करतात. दिलजमाई 'दिल'वाल्यांची होते. शिवाय त्यात दोन्हीकडून इच्छा व प्रतिसाद हवा. सरहद्दीवरच्या लाखो मैलांच्या भूप्रदेशाचा बळी देऊन चीनशी दिलजमाई भारताने का व कशी करावी? याचे उत्तर कॉ. पाटील देऊ शकतात का? सोव्हिएत युनियनचा भूप्रदेश चीनने गिळला नाही म्हणून त्यांची मैत्री शक्य आहे. चीनच्या मैत्रीचा ध्यास घेतलेल्या शरद पाटलांनी, चीनच्या ताब्यातील (१९६२ पासूनच्या) अक्साई चीनच्या प्रदेशासह सर्व भूप्रदेश भारताला सोडवून द्यावा; मगच त्यांनी मैत्री व सरहद्द कराराचा उपदेश करावा. परराष्ट्र नीती व आंतरराष्ट्रीय संबंधांतील बेरीज-वजाबाकी हा खरे तर, कॉ. पाटलांचा अभ्यासविषय नाही, म्हणूनच या प्रश्नातील बालवाडीतही ते नापास होतात. पण विद्वत्तेचा अहंकार असल्याने सर्व क्षेत्रातील आपल्यालाच अधिक कळते, हा त्यांचा अतिशयोक्त आत्मविश्वास, बावळटपणाला जन्माला घालतो.

भारताचे सार्वभौमत्व सोव्हिएत युनियनकडेसुद्धा गहाण ठेवून चालत नाही, याची जाण आपल्या परराष्ट्र धोरणात जरूर आहेच. तेव्हा रशिया जसे करील तेच आपण करावे, हे म्हणणे राष्ट्रभक्तीचेही द्योतक ठरत नाही व समाजवादालाही न्याय देऊ शकत नाही. रशिया व चीन यांचा राजकीय सिद्धान्त मार्क्सवाद असला तरी, या दोन देशांतसुद्धा काही काळ दुरावा राहिला, एवढेच नव्हे तर साम्राज्यवादी अमेरिका व साम्यवादी चीन यांची मैत्री रशियाच्या विरोधात गेली, हे आंतरराष्ट्रीय गणित कॉ. पाटलांच्या बुद्धीच्या कक्षेपलीकडील आहे.

तेव्हा चीनशी दिलजमाई ही भारताच्या दृष्टीने जर स्वातंत्र्य अबाधित ठेवण्याच्या अटीवर व लाभदायक असेल, तर भारताचा त्याला विरोध असण्याचे कारणच काय? पण तसे नसते आणि रशियाची मैत्री चीनशी होत आहे व आपण चीनशी मैत्री न केली तर रशियाला आवडणार नाही व म्हणून 'रशिया आपली बाजू घेणार नाही' हा संपूर्ण विचारव्यूहच कॉ. पाटीलप्रणित बालिशपणाचा पोरकट आविष्कार आहे. तेव्हा भारताच्या परराष्ट्र धोरणाचे दिवाळे वाजण्यापेक्षा कॉ. पाटलांच्या आंतरराष्ट्रीय संबंधाचे आकलन करणाऱ्या बुद्धिमत्तेचेच दिवाळे वाजले म्हणण्याची पाळी, निदान एवढ्या संदर्भात जरूर नोंदविणे भाग आहे.

एवढी कडवट समीक्षा करण्याचे कारण असे की चीनच्या राष्ट्रवादाबद्दल

कॉ. पाटलांच्या भूमिकेचे मूल्यमापन / १६३

कॉ. पाटलांच्या मनात भोळसट आस्था आहे; पण चीनच्या राष्ट्रवादाची आक्रमकता साम्यवादी विस्तारवादाचा म्हणजेच साम्यवादी साम्राज्यवादाचा भाग आहे, याची शंकासुद्धा कॉ. पाटलांना येत नाही; म्हणूनच चीनच्या साम्यवादी आक्रमक राष्ट्रवादाकडे ते बुद्धी गहाण ठेवून, भारत-चीन संबंधाकडे पाहतात. विचारवंतांचे चिंतन जर सत्याच्या विरोधात व मानवी कल्याणाला धोका म्हणून उभे असेल तर त्याची पर्वा न करता, स्पष्टपणे व निर्भयपणे त्या कुरूप चिंतनाचा जाहीर पंचनामा करणे कोणत्याही सत्यशोधक अभ्यासकाचे कर्तव्य ठरते. या कर्तव्याच्या भूमिकेतूनच व भावनेतूनच हे परीक्षण केलेले आहे.

चिंतनातील विसंगती

कॉ. पाटील यांच्या लेखनातील विसंगतीचा शोध घेऊन त्यांच्या चिंतनप्रक्रियेतील गोंधळाचा स्पष्टपणे अन्वयार्थ लावण्याचे काम करणे हे तसे अवघड असले, तरी ते त्यांच्या भूमिकेच्या मूल्यमापनाच्या संदर्भात आवश्यक आहे.

'मार्क्सवादाचा भारतीय संदर्भात विकास नंबुद्रीपादांसारख्या शंकराचार्यांच्या वंशजाने केला असता तर त्यांची तक्रार नव्हती. त्यांची तक्रार आहे तो आमच्यासारख्या एका शूद्राने केला ही.' (समा. एप्रिल ८९, पृ.४) असे म्हणणारे कॉ. पाटील 'वंश' या कल्पनेवरूनच चिंतनसूत्र मांडतात तेव्हा आश्चर्य वाटते. नंबुद्रीपाद हे शंकराचार्यांचे वंशज म्हणून ते प्रतिगामी ठरत असतील, तर वंश या संकल्पनेनुसार त्याच धर्तीवर शरद पाटील ज्या वंशात जन्मले तो वंशसुद्धा उच्चवर्णीय मराठा आहे. तेव्हा वंशावर चांगले किंवा वाईट अवलंबून नसते; पण कुणी म्हणेल, तसे असते तर मग जे नबुद्रीपादांना म्हणता येईल तेच शरद पाटलांबद्दलसुद्धा म्हणता येईल.

'समा'च्या सप्टेंबर-ऑक्टोबर, ८८ च्या अंकात कॉ. पाटील यांनी 'जे पारंपरिक कम्युनिस्ट पक्ष आपल्या देशाचा ऐतिहासिक भौतिकवाद सांगू शकत नाहीत ते क्रांती कशी करणार?' (पान२३) अशी क्रांतीच्या संदर्भातील भारतीय कम्युनिस्टांची असमर्थता नोंदवली आहे, तर 'समा'च्या जानेवारी-फेब्रुवारी, ८९ च्या अंकात 'भारतीय मार्क्सवाद्यांचे उद्दिष्ट विध्वंसक' असल्याची नोंद केली आहे. (पान ७५) आणि तेच शरद पाटील 'समा'च्या सप्टेंबर-ऑक्टोबर ८८च्या अंकात भारतीय कम्युनिस्टांच्या क्रांतिवादी सामर्थ्यावर विश्वास ठेवून लिहितात, 'सबंध भारतीय कम्युनिस्ट चळवळ जात्यन्ताचा कार्यक्रम घेऊन संयुक्त प्रबोधन व कृतीच्या रणमैदानात उतरली, तर जातीयवाद्यांची पीछेहाट होईल की नाही?'

(पृ. २०) अर्थात कम्युनिस्टांचे क्रांतिकारत्व पाटलांना मान्य आहे. फक्त जातिलढ्यात त्यांचा सहभाग त्यांना आवश्यक वाटतो. मग कम्युनिस्टांवर एवढा विश्वास ठेवणारे कॉ. पाटील त्यांना 'विध्वंसक' का ठरवतात? या विसंगती, चिंतनातील गोंधळाच्या निदर्शक आहेत.

'असंघटित बिगारी-दलित-आदिवासी हा लुम्पेन नसून क्रांतिकारी आहे.' या कॉ. देवनाथनच्या विचारसूत्राचे कॉ. पाटील 'समा'च्या नोव्हेंबर-डिसेंबर ८८च्या अंकात आंबेडकरवादीही प्रस्थापित आहेत, दलितामध्येही कर्मठपणा आहे, या आशयाची वास्तवता नोंदवून ठेवतात. ज्या दलित समाजाची 'कर्मठ' व 'प्रस्थापित' म्हणून कॉ. पाटील यांनी नोंद केली, तेच दलित ५-६ महिन्यांनंतर त्यांच्या लेखणीतून 'क्रांतिकारी' ठरतात. कॉ. पाटलांच्या विचारातील ही उत्क्रांती की विसंगती?

क्रांतीच्या परीक्षेत कम्युनिस्ट पक्षाला 'नापास'चे सर्टिफिकेट कॉ. शरद पाटील, हेडमास्तरच्या भूमिकेतून १९८८च्या सप्टेंबर-ऑक्टोबरच्या 'समा'त देऊन टाकतात; पण एप्रिल, ८९च्या 'समा'मध्ये मात्र भारतीय कम्युनिस्ट पक्षाला नापास करून मार्क्सवादी कम्युनिस्ट पक्षाला मात्र ते पास करून टाकतात. कॉ. पाटलांचे सर्टिफिकेट असे,'' तसेच वर्गीय संदर्भात माकपची जनतेची लोकशाही क्रांती ही भाकपच्या राष्ट्रीय क्रांतीपेक्षा भारतीय समाजवास्तवाचे जास्त इमानदार आकलन करते व समाजपरिवर्तनाला जास्त उपयुक्त आहे असे आमचे मत आहे.' (पृ. २) केवळ आठ महिन्यांत 'माकप' मध्ये हे स्थित्यंतर झाले की शरद पाटलांमध्ये?

एप्रिल ८९च्या 'समा'मधील पान ६ वर कॉ. पाटलांनी 'माकप'ला 'बंधू' संबोधले आहे आणि इतर अनेक ठिकाणी या पक्षातल्या नेतृत्वाला 'ब्राह्मणी', 'नवब्राह्मणी'या नावाने ठोकले आहे. 'माकप' जर 'ब्राह्मणी' ठरवला तर तो 'शपा'नी 'बंधू' मानल्याने खुद्द पाटीलसुद्धा 'ब्राह्मणी' ठरतात.

ही आपत्ती चिंतनातील गडबडीचा परिणाम म्हणून लेखनात उतरली आहे.

'आंबेडकरवादी किंवा मार्क्सवादी अन्वेषण पद्धती, भारतीय समाजाच्या वस्तुनिष्ठ अभ्यासाची जागा घेऊ शकत नाही,' असा आरोप आंबेडकरवादासह मार्क्सवादी अन्वेषण पद्धतीवर कॉ. पाटीलांनी केला आहे. (समा. नोव्हेंबर-डिसेंबर ८५, पान २४) तसेच मार्क्सवादाची एकप्रवाही ऐतिहासिक भौतिकवादी

वर्गवादी अन्वेषण पद्धती अवर्गीय समाजाचे सम्यक् आकलन करायला असमर्थ ठरविण्याचा निष्कर्ष त्यांनी काढला असून मार्क्सवादी वैगुण्य नोंदले आहे. (समा, मार्च ८८, पृ. १७)

पण याच कॉ. पाटलांनी त्यांच्याच सत्यशोधक मार्क्सवादीच्या ऑक्टोबर-नोव्हेंबर, ८६च्या अंकात, 'मार्क्सवाद केवळ वर्गवादी वा एकप्रवाही ऐतिहासिक भौतिकवाद नाही' असा चक्क घुमजाव पवित्रा घेतला असून मार्क्सवादाचा मुक्तपणे गौरव केला आहे (पान ७). मार्क्सवादातील वर्गवादी ऐतिहासिक भौतिकवाद एकप्रवाही नसल्याचा निर्वाळा खुद्द पाटलांनीच इथे दिला आहे व १९८८ला मात्र त्यांना ही मार्क्सवादी वर्गवादी अन्वेषण पद्धती एकप्रवाही असल्याचा साक्षात्कार झाला आहे. तेव्हा १९८६मधील पाटील खरे की १९८८ मधील पाटील खरे? या दोन पाटलांच्यात जी विसंगती आहे तिचा अर्थ कोणता? पाटलांच्या चिंतनात गडबड झालीय हा सरळ अर्थ यातून स्पष्ट होतो. वर्गवादी अन्वेषण पद्धतीचा गौरव करताना कॉ. पाटील पुढे म्हणतात, 'कोणत्याही समाजाचा वैज्ञानिक अभ्यास करायचा तर प्रथम त्याच्या उत्पादक शक्ती व उत्पादन संबंधाच्या आर्थिक पायांचा अभ्यास करायचा, नंतर वैचारिक वरच्या इमल्याचा आणि नंतर या दोन्ही अभ्यासांचा संयोग करून त्या समाजाच्या गतीचे आंतरिक नियम शोधून काढायचे, हा आहे.' (मार्क्सवादी अन्वेषण पद्धतीचा कालातीत गाभा, समा. ऑक्टोबर-नोव्हेंबर ८६, पृ.७)

मार्क्सवादाचा गाभा 'कालातीत' आहे, ही वास्तवता मानणारे व मांडणारे शरद पाटील, १९८६ नंतर मात्र मार्क्सवाद अपुरा मानून ती अन्वेषण पद्धती एकप्रवाही असल्याचा डंका का पिटू लागले? हा प्रश्न महत्त्वाचा आहे. या प्रश्नाचे उत्तर नॉन-अकॅडेमिक आहे. जाणीवपूर्वक एका सत्याला 'प्रमाण' मानूनही पुन्हा त्याला 'अपूर्ण' मानण्यात काहीतरी हेतू असतो. मार्क्स-लेनिननंतर व फुले-आंबेडकरांनंतर आपण स्वतःच क्रांतिकारी तत्त्वज्ञ, महापुरुष आहोत असे कॉ. पाटलांना भासू लागले. त्याचे प्रतिबिंब चक्क त्यांच्या लेखनात उमटले. हा व्यक्तिवादी स्वप्नाळूपणाचा आधार म्हणून त्यांना 'मार्क्सवाद-फुले-आंबेडकरवाद' निर्माण करावा लागला आणि त्या नव्या 'वादाची' नवी अन्वेषण पद्धती असल्याचे त्यांना सांगावे लागले. त्यासाठी त्यांनी वर्गवादी अन्वेषणाला 'एकप्रवाही' ठरविले आणि स्वतःच्या पद्धतीला 'बहुप्रवाही' ठरविले तेव्हा १९८६ च्या प्रामाणिक अभ्यासक शरद पाटलांचा, १९८८च्या नव्या 'महापुरुष' शरद पाटलांनी खून केला; कारण शरद पाटील यांच्यातील हा विकास नव्हता; स्वतःलाच 'महापुरुष'

म्हणून घोषित करण्याच्या हव्यासावरून जेव्हा सत्याच्या नावे पांडित्याचे प्रदर्शन मांडले जाते, तेव्हा खऱ्या महापुरुषांचा व 'सत्य' या मूल्याचाही तात्पुरता पराभव अटळ ठरतो. हा प्रकार गंभीर आहे. कॉ. पाटील सत्याच्या पराभवासाठीच सत्यशोधक बनलेत काय?

'व्यक्तिवादी' कॉ. पाटलांचा मातलेला अहंभाव!

यापुढे कॉ. शरद पाटील यांनी स्वतःच्या लेखनात स्वतःचा व्यक्तिवाद आणि अहंमन्यता कशी पोसली आहे, याचे पुराव्यासह विवेचन करण्याचे योजिले आहे.

शरद पाटील स्वतःच म्हणतात, 'शरद पाटील-मार्क्स, फुले व आंबेडकर यांच्या पुढे गेले' (समा. जुलै-ऑगस्ट ८८, पृ.१४) त्याच अंकात पान १४ वर कॉ. पाटील म्हणतात, 'शरद पाटलांना माफुआं या नव्या व उच्चतर शुद्ध व व्यवहारित (Applied) तत्त्वज्ञानाची मांडणी... राष्ट्रीय निकडीतून करावी लागते.' पुढे ते असेही म्हणतात की, 'मार्क्सवादापेक्षा जास्त पुढारलेले अवजार तयार करणे आवश्यक होते.' त्यातील सुप्त अर्थ असा की ते हत्यार 'माफुआं' असून ते 'मी' म्हणजे शरद पाटील यांनीच तयार केले आहे. हे सर्व खुद्द शरद पाटील सांगतात. स्वतःबद्दल एवढ्या अवास्तव कल्पना करून, त्या स्वतःच आपल्या लेखनात मांडून, स्वतःला सर्वश्रेष्ठ तत्त्वज्ञ, क्रांतिकारक व मार्क्स-फुले-आंबेडकर यांच्यानंतरचा महापुरुष घोषित करणारा महात्मा, जगात शरद पाटलांशिवाय दुसरा कुणीच आढळत नाही! हे 'घोषित' करून साक्रीच्या आदिवासींत ही भावना रुजविण्यात त्यांना जरूर यश मिळाले आहे. या खटाटोपाचाच एक भाग म्हणून 'आम्ही मात्र मार्क्सला सर्वज्ञ मानायला हरगीज तयार नाही.' (समा. नोव्हेंबर-डिसेंबर ८८, पृ.२४) अशी डरकाळी कॉ. पाटलांनी फोडली असावी. कोणताही महापुरुष सर्वज्ञ नसतोच; पण कॉ. पाटलांनीच मार्क्सवादाचा गाभा 'कालातीत' असल्याची कबुली दिली आहे. त्याचे काय?

स्वतःच स्वतःला विद्वान आणि मार्क्सोत्तर महापुरुष श्री. पाटील समजतात; हा त्यांचा दोष नसावा; कारण त्यांनी अ. भि. शहांचा हवाला देऊन तेच 'सिद्ध' असल्याचे दाखविले आहे. कॉ. पाटील असे लिहितात पाहा, 'अ. भि. शहांना तीनच भारतीय मार्क्सवादी विद्वानांचा आवर्जून उल्लेख करावासा वाटला. एक दा. ध. कोसंबी, दुसरे देवीप्रसाद चट्टोपाध्याय व तिसरे आम्ही. मे. पु. रेगे यांनी तर आम्ही कोसंबींच्याही पुढे गेलो आहोत असे म्हटले.' (समा. नोव्हेंबर-डिसेंबर ८८, पृ.१९) अर्थात एवढे वाचल्यावर कोण अ. भि. शहा? कोण मे. पु. रेगे?

असे बावळट प्रश्न निर्माण करणे चूक असावे; पण शहा आणि रेग्यांच्या प्रमाणपत्रात कॉ. पाटील यांच्या विद्वत्तेला मान्यता आहे, ती कॉ. पाटलांच्या चिंतनातील दोषासह आहे की नाही, ते कळायला मार्ग नाही. तसेच क्रांतिकारी महापुरुष म्हणून मार्क्स-फुले-आंबेडकरांनंतर त्याच लाईनीत कॉ. पाटलांना अ. भि. शहांनी किंवा रेग्यांनी उभे केलेले नाही. कॉ. पाटील मात्र स्वत:च उभे राहून सोयीने शहा व रेग्यांच्या नावे स्वत:ला महापुरुष मानत आहेत आणि तेच मांडत आहेत.

सत्यशोधक कम्युनिस्ट पक्षाच्या सहाव्या वाढदिवस शिबिरासमोर मांडलेल्या राजकीय ठरावात, शरद पाटील यांनी स्वत:चीच थोरवी गायिली असून, भाषाशास्त्र, सौंदर्यशास्त्र, अर्थशास्त्र इ. शास्त्रांत आपण किती मोलाची भर घातली आहे, त्याचा पाढा त्यांनी वाचला आहे. (पाहा, समा. ऑगस्ट-सप्टेंबर १९८४, पृ. २०,२१) हा मजकूर कॉ. पाटलांनी लिहिला नाही काय?

व्यक्तिवादी अहंकार हा चिंतनपरंपरेला परवडणारा नसतो; कारण त्यात सत्यापेक्षा सत्याचा विपर्यास अधिक असू शकतो. घमंडेपणाचा कळस करताना कॉ. पाटील म्हणतात, 'ज्या डाव्या दलित व दलितेतर पक्षांना तसे वाटत नाही त्यांनी सकपचे निष्कर्ष खोडून काढणे आवश्यक आहे. ते खोडले जाऊ शकत नाहीत असा आमचा ठाम विश्वास आहे.' (समा. डिसेंबर ८७, पृ.९) चिंतनाला आवाहन किंवा आव्हानसुद्धा आपण समजून घेऊ; पण आपले निष्कर्ष खोडलेच जाऊ शकत नाहीत, ही घमेंड बालिशपणाचा भाग आहे. कॉ. पाटील स्वत:ला सर्वज्ञ मानतात काय?

संशोधन व सत्य या विश्वातील हा उथळपणा ज्ञानप्रक्रियेतील विशुद्धतेच्या विरोधी जाणारा आहे. 'रामायण महाभारतातील वर्णसंघर्ष' या पुस्तकाच्या प्रकाशन समारंभाच्या अध्यक्षीय भाषणात रावसाहेब कसबे यांनी डॉ. आंबेडकरांच्या ज्ञानतृष्णेचे उदाहरण दिले. 'माझं म्हणणं कुठल्याही संशोधकानं खोडून काढलं तर ते मी स्वीकारायला तयार आहे.' हे आंबेडकरांचे विधान सांगून, ती ज्ञानतृष्णा शरद पाटलांच्या प्रत्येक श्वासात जाणवल्याचा अनुभव श्री. कसबे यांनी मांडला; पण कॉ. पाटील यांचे संपूर्ण लेखन वाचले असता, श्री. कसब्यांचा अनुभव काहीही असो, नेमका उलट अनुभव येतो. कॉ. पाटलांच्या प्रत्येक श्वासात त्यांची मते 'अंतिम सत्य' असून, ती कुणीही खोडू शकणार नाही, हा ठाम विश्वास व्यक्त झाला आहे. त्याचे असंख्य पुरावे आहेत त्यांपैकी काहींची नोंद इथे अपरिहार्य आहे.

श्री. कसब्यांनाच हा उलट अनुभव नंतर आला नाही काय? श्री. पाटीलप्रणीत

'ब्राह्मणी' व 'अब्राह्मणी' मांडणी रावसाहेब कसबे यांनी मान्य न करता तिला विरोध केला, तेव्हा शरद पाटील यांनी एका 'श्वासाने' तरी श्री. कसबे यांची विरोधी भूमिका समजून घेतली काय? विशेष म्हणजे श्री. कसबे स्वत: ब्राह्मण नसताना व सत्यशोधक मार्क्सवादी या कॉ. पाटलांच्याच नियतकालिकाचे सल्लागार संपादक असतानासुद्धा, कॉ. पाटलांची ज्ञानतृष्णा जागी झाली नाही. कदाचित कॉ. पाटील यांची ज्ञानतृष्णा एवढ्या उच्च कोटीची असावी की, त्यांनी स्वत:च निर्माण केलेल्या काल्पनिक महान उंचीवरून खाली येऊन श्री. कसबे यांची भूमिका समजून घेण्यास त्यांना अशक्य व्हावे!

कॉ. पाटलांच्या अहंकाराचा अतिरेक पाहण्यासाठी त्यांच्या 'समा'च्या सप्टेंबर ८७च्या अंकातील २९ क्रमांकाचे पान जिज्ञासूंनी जरूर वाचावे. स्वत:च्या सर्व ग्रंथांच्या व लेखांच्या यादीची स्वत:च अतिशयोक्तीने गौरवून केलेली ही नोंद विद्वत्तेच्या क्षेत्रातील पराक्रमच ठरेल.

१९६५ साली येरवडा तुरुंगात नाना पाटील हे शरद पाटलांनी घेतलेल्या अभ्यासमंडळाला 'नम्रपणे' बसले होते, अशी नोंद करून स्वत: कॉ. पाटीलच प्रौढी मिरवतात. (समा. एप्रिल ८९, पृ. ३७) या नोंदीत नाना पाटील हे 'ज्ञानमुमुक्षु', तर पाटील हे 'ज्ञानी', हा गर्भित अर्थ कोरला आहे. तुरुंगात गेलेल्या राजकीय कार्यकर्त्यांचे अभ्यासवर्ग तुरुंगातच होणार आणि जो जो नेता किंवा कार्यकर्ता तुरुंगात असेल तो त्या वर्गाला हजर राहणार, हे स्पष्ट आहे. त्यानुसार नाना पाटील, कॉ. पाटलांच्या वर्गाला बसले यात विशेष काय? तेव्हा ही नोंद 'भाव मारणारी' व 'भाव खाणारी' ही आहे. तसेच नाना पाटील नम्रपणे बसणार नाहीत तर ते दुसरे काय करणार?

एक मजेशीर कबुली कॉ. पाटलांच्या एका लेखनात आली आहे. नारायण सुर्वे कॉ. पाटलांच्या दृष्टीने 'कर्मठ मार्क्सवादी' असूनही, एका समारंभात 'सुर्व्यांचा सत्कार' करण्याची योजना, श्री. पाटलांनीच आखली. त्यांच्याच म्हणण्यानुसार पुरुषोत्तम पाटलांकडून सुर्व्यांचा गुणगौरवही करून घेतला. पण सुर्वे यांनी मात्र कॉ. पाटलांचा गौरव न करता, टीका केली याचे भयंकर दु:ख पाटलांना झाल्याचे दिसते. (समा. सप्टेंबर-ऑक्टोबर ८८, पृ. १८) तेव्हा नारायण सुर्व्यांनी पुस्तक प्रकाशनाच्या निमित्ताने स्वत:च्या विद्वत्तेचा गौरव करावा, ही सुप्त इच्छा ठेवूनच कॉ. पाटलांनी 'कर्मठ' सुर्व्यांच्या सत्काराची योजना केली होती काय?

दि. २६-२-८९ च्या 'जीवनमार्ग' मधील 'प्रासंगिक परामर्श'मध्ये शरद

पाटील हा 'वाया गेलेला माणूस आहे' असा अभिप्राय आहे. 'भारतीय क्रांतीची वैचारिक तयारी मी करीत आहे असे म्हणणाऱ्या माणसाला तुम्ही काय म्हणणार?' असा प्रश्न विचारून पाटलांना 'ठाण्याच्या इस्पितळात पाठविण्या'बद्दलची तिथे नोंद केली आहे. या कडवट अभिप्रायामधील 'ठाण्याच्या इस्पितळात पाठवणे' किंवा 'वाया गेलेला माणूस' हा भाग योग्य नाही. पण कॉ. पाटलांच्या अहंभावावर इथे नेमके बोट ठेवले गेलेय हे खरेच.

'लोकशाही क्रांतीची वैचारिक व व्यावहारिक हत्यारे 'समा'ने तयार केली आहेत,' अशी दर्पोक्तीची नोंद 'समा' मार्च, ८७ च्या अंकात पाटलांनी केली. (पृ.१) 'समा' म्हणजे शरद पाटील आणि शरद पाटील म्हणजे 'समा' अशी ही एकरूपता दिसते. 'समा'च्या नावे स्वत:ला 'स्टँड' करण्याचे हे वैचारिक कारस्थान आहे अशी शंका कुणी घेतली तर ती योग्य ठरेल काय?

पण खरोखरच समा किंवा कॉ. पाटील यांनी लोकशाही क्रांतीची वैचारिक हत्यारे तयार केली आहेत काय? ती जर शरद पाटलांनीच केली असतील तर प्रश्न असा निर्माण होतो की, मग मार्क्स-फुले-गांधी-आंबेडकरांनी काय केले? या महापुरुषांपेक्षा काही नवीन असे पाटलांनी काय दिलेय? आणि जे दिले ते समाजाला दिसत आहेच. स्वत:च आपले कर्तृत्व व योगदान समाजाला हॅमरिंग करून सांगण्याची पाळी, कॉ. पाटलांवर का आलेली आहे? आपले कर्तृत्व व योगदान हे संशयास्पद वाटल्यामुळेच पाटलांना ते मोठ्याने ओरडून स्वत:लाच सांगण्याची घाई का व्हावी?

कॉ. पाटील वैचारिक विश्वात आखाड्यातील पैलवानाची भाषा वापरतात. भूमिकांमधील मतभेद किंवा संघर्ष कितीही टोकाचा असला तरी, चिंतनाच्या पातळीवर 'आव्हाना'ची भाषा सत्याशी फारकत घेऊ शकते, याची जाणीव अभ्यासकांनी ठेवली पाहिजे. म्हणूनच मार्क्स असो की आंबेडकर, त्यांच्या लेखनात जोरकसपणा, फटकळपणा व आक्रमकताही आहे, ती सत्याच्या अटीत! पण त्या भूमिकेत ठायीठायी नम्रताच असून पोकळ अभिमानाचा अभाव हे त्यांचे खास वैशिष्ट्य आहे. या उलट, सत्यशोधकाला आवश्यक असणारी सत्यनिष्ठा, कॉ. पाटलांच्या गर्विष्ठ व पोकळ विद्वत्तेने मारली आहे, हे खेदाने म्हणावे लागते.

ब्रिटिशपूर्व काळात क्लास (Class) ची पर्यायवाचक संस्था, भारतीय समाजात होती हे सिद्ध करण्याचे आव्हान ७८ पासून आपण दिल्याचे, कॉ. पाटील एखाद्या कुस्तीगीराच्या अभिनिवेशात सांगतात. (समा. सप्टेंबर ८८, पृ.२२) ऐतिहासिक वास्तवता शोधण्याच्या विविध पद्धती असू शकतात. एकाच

अभ्यासकाला ऐतिहासिक वास्तवातील सर्व घटना, जशाच्या तशा रूपात आकळता येतात असा अभिमान बाळगणे हे मूर्खपणाचे असते, हे कोणताही सूज्ञ विद्वान मान्य करील; पण कॉ. पाटलांना ते मान्य नाही! म्हणूनच ते आव्हानाच्या भाषेत डरकाळी फोडतात. कोणत्याही संशोधन कामात अशी भाषा ही केवळ उद्धटच ठरत नसून, ती ज्ञानमूल्यांच्या विरोधी असते. शिवाय कॉ. पाटील जे आव्हान देतात, त्यापूर्वीच, ब्रिटिशपूर्व भारतात 'वर्ग' असल्याचे ऐतिहासिक वास्तव, मार्क्सवादी विद्वानांनी त्यांची ऐतिहासिक भौतिकवादी विश्लेषण पद्धती वापरून सिद्ध केले आहे. पण ते मानायचेच नाही हे ठरवून 'आव्हान' देत राहणाऱ्याला काय म्हणणार?

विशेष म्हणजे ज्या ऐतिहासिक भौतिकवादी विश्लेषण पद्धतीचा गाभा कॉ. पाटलांनी कालातीत ठरवला आहे, त्याच वर्गवादी विश्लेषण पद्धतीने कॉ. पाटलांच्या शब्दांत, 'क्रांतिवादी विज्ञानाने' देवीप्रसाद चट्टोपाध्याय, सुधीर बेडेकर इ. विचारवंतांनी ब्रिटिशपूर्व भारतात 'वर्ग' होते, हे सप्रमाण सिद्ध केले आहे! पण सर्व मार्क्सवादी विद्वानांना अपूर्ण व चुकीचे ठरवून, ठोकून काढल्याशिवाय स्वत:ची विद्वत्ता सर्वमान्य होणे कठीण असल्याचे पाहून, कॉ. पाटलांनी श्री. चट्टोपाध्याय, गेल ऑमवेट, कोसंबी, सुधीर बेडेकर, रोमिला थापर यांच्यासह अनेक मार्क्सवादी विद्वानांना विरोध केला आहे. व्यक्तिवादी अहंभाव कुरवाळण्याचा हा प्रकार, वैचारिक क्षेत्रातील नावीन्यपूर्ण पराक्रम आहे, यात वाद नाही.

सत्यशोधक मार्क्सवादीच्या सप्टेंबर-ऑक्टोबर ८८ च्या अंकात कॉ. पाटलांनी एक जबरदस्त नाट्यपूर्ण घोषणा केलीय.

'या देशाच्या इतिहासाचा ऐतिहासिक भौतिकवाद जो पारंपरिक कम्युनिस्ट नेता सांगेल त्याच्या पक्षात आम्ही 'सकप' बरखास्त करू.' (पृ.२३) हा निर्णय घेताना (वरील संदर्भात) सत्यशोधक कम्युनिस्ट पक्षाच्या सभासदांची प्राथमिक परवानगी तरी कॉ. पाटलांनी घेतली आहे काय? तसा ठराव केव्हा झाला ते कृपया सकपच्या नेत्यांनी सांगावे, ही नम्र प्रार्थना आहे. सीपीएम मधील मुस्कटदाबीचा अनुभव, गायकाप्रमाणे आळवणारे शरद पाटील, त्यांच्या स्वत:च्या पक्षातसुद्धा हुकूमशाही वृत्तीने वागतात काय? या प्रश्नांची उत्तरे समजून घेणे, भारतीय समाजप्रबोधनाच्या दृष्टीने अत्यंत आवश्यक आहे. सकपच्या बरखास्तीचा निर्णय पार्टी मीटिंगमध्ये न घेता, जर स्वत: कॉ. पाटलांनीच एकट्याने घेतला असेल तर तो मार्क्स-फुले-आंबेडकरोत्तर महापुरुषाला शोभणारा नाही! कारण लोकशाही क्रांतीच्या नेत्याने निदान स्वत:च्या पक्षीय सभासदांचा तरी अधिकृत कौल घेणे आवश्यक असते.

दुसरा मुद्दा असा की, ऐतिहासिक भौतिकवादानुसार या देशाचा अभ्यास करून वास्तव सत्य सांगणारी मार्क्सवादी विद्वानांची-देवीप्रसाद, कोसंबी, गेल, रोमिला थापर, सुधीर बेडेकर अशी परंपरा अस्तित्वात असतानाही, कॉ. पाटील ते ठरवून अमान्य करतात. तेव्हा या पार्श्वभूमीवरील त्यांचे 'आव्हान' प्रामाणिक कसे ठरावे?

तिसरा मुद्दा असा की, याच अंकात तेविसाव्या पानावर 'पारंपरिक कम्युनिस्ट पक्ष या देशाचा ऐतिहासिक भौतिकवाद सांगू शकत नाहीत,' असा निर्णय कॉ. पाटलांनीच दिलाय. सांगितलेला ऐतिहासिक भौतिकवाद मान्यही करायचा नाही आणि 'कम्युनिस्ट पक्ष सांगूही शकणार नाही', हे दोन्ही निर्णय स्वत: पाटील घेतात. एखाद्या 'केस'मधील गुन्हेगारानेच न्यायाधीश बनून न्यायनिवाडा करावा तसा काहीसा प्रकार इथे घडतो आहे.

भारतात 'सकप' हाच क्रांती करील, कारण त्यानेच ऐतिहासिक भौतिकवाद या देशाच्या संदर्भात मांडला. अर्थात सकप म्हणजे शरद पाटील, हेच क्रांतिकारक आहेत, हे यावरून लक्षात यावे.

कॉ. पाटलांची स्वत:ची प्रौढी मिरवणारी ही विधाने पाहा.

'संस्कृतीच्या जनकत्वाची अशी व्याख्या करणारा आंतरराष्ट्रीय कम्युनिस्ट चळवळीत काय, या देशात मी पाहिला आहे.' (समा. सप्टेंबर-ऑक्टोबर ८८, पृ. ११)

कॉ. पाटील लिहितात, 'आणि वेदांची रचना मुळात अनार्यांनी, सिंधू संस्कृतीच्या निर्मात्यांनी केली हे शरद पाटलांनी सिद्ध केले आहे.' (समा. मे-जून ८८, पृ.६)

शरद पाटलांच्या भूमिकेत एखाद्या मुद्द्यावर जर कुणी आक्षेप घेतला तर त्यांचा संताप अनावर होतो आणि मग ते मुद्द्यावरून घसरतात. आक्षेपाचे उत्तर देण्याऐवजी ते बिनबुडाचे आरोप करीत सुटतात. त्याचा पुरावा पाहा :

'अशा प्रकारचे प्राथमिक स्वरूपाचे आक्षेप घेण्यात प्राध्यापकद्वयांचा ब्राह्मणी अहंकार स्पष्टपणे दिसून येतो.' (समा. जानेवारी-फेब्रुवारी ८९, पृ.७१)

एक गमतीदार प्रसंग म्हणून सत्य घटनेचा कॉ. पाटलांनीच केलेल्या कथनावर लक्ष केंद्रित करून त्यातील अंत:प्रवाह व्यक्तिवादी कसे आहेत हे पाहणे मनोरंजक ठरेल.

रामायण-महाभारतावर शरद जोशींनी कॉ. पाटलांची व्याख्याने ठेवावीत हा हेतू मनात ठेवून कॉ. पाटील यांनी शरद जोशींच्या शुभहस्ते त्यांच्या

पुस्तकाचे प्रकाशन पुण्याला ३०/४/८७ रोजी केले. पण एक वर्ष वाट पाहून कॉ. पाटील जोशींवर संतापून लिहितात, 'पण जोशींनी अजून शरद पाटलांची व्याख्याने - रिडल्सवर एवढी धुमश्चक्री होऊनही - ठेवलेली नाहीत.' (समा. एप्रिल ८८, पृ.४)

'माफुआं' कॉ. पाटलांची डल्लामारू कमाई

कॉ. शरद पाटलांच्या अहंकाराची तऱ्हा आणि तिचे स्वरूप विशद करण्याचा प्रयत्न केल्यानंतर त्यांची घमेंड ज्या व्यासंगावर उभी आहे त्याचे 'अर्थपूर्ण' व 'नाट्यपूर्ण' दर्शन घडविणे हे कर्तव्य ठरते. साहित्यिकांचे वाङ्मयचौर्य जसे वाईट तसे विद्वानांनी केलेले विचारचौर्य सुद्धा हानिकारक! कॉ. पाटलांच्या, 'दासशूद्रांची गुलामगिरी'च्या दोन्ही खंडांसह, 'सत्यशोधक मार्क्सवादी' व इतर पुस्तकांतील सर्व लेखनात प्रचंड उसनवारी किंवा 'विचारचौर्य' आहे! हे विधान मी अत्यंत धाडसाने आणि भक्कम पुराव्यासह करीत आहे. कॉ. पाटलांचा प्रामाणिकपणा हा आहे की, ते काही ठिकाणी ज्याचे त्याचे श्रेय सिद्धान्तकर्त्याला देऊन टाकतात. याबद्दल त्यांच्या सच्चेपणाचे कौतुक जरूर केले पाहिजे; पण या प्रामाणिक नोंदी सर्वच विचारसूत्रांबाबत केलेल्या नाहीत म्हणूनच 'उसनवारी' किंवा विचारनिष्कर्षांच्या चौर्याचा आरोप त्यांच्यावर करणे क्रमप्राप्त आहे. त्यांचा माफुआंवाद सुद्धा याच प्रक्रियेचे फळ आहे. मार्क्सचा विचार, फुल्यांचा विचार, व आंबेडकरांचा विचार यांची बेरीज करून निर्माण झालेला 'माफुआं'हा शब्द पाटलांचा कसा काय सिद्ध होतो? या तिन्ही महापुरुषांच्या विचारांचे फार तर कॉ. पाटलांनी उत्तम संकलन (सुसंवादी) केले म्हणता येईल! पण संकलकाच्या कामालाच ते स्वत: नवा 'वाद' मानतात व इतरांनीही मानले पाहिजे अशी 'व्यवस्था' करून अपेक्षा ठेवतात.

कॉ. पाटलांच्या लेखनातील उसनवारी कोणती व कशी आहे हे पाहणे आवश्यक आहे.

कॉ. पाटलांनी समा सप्टेंबर ८७च्या अंकात असा दावा केलाय की, 'सकपने मार्क्सवाद भारतीय परिस्थितीला केवळ लागूच केला नाही तर मार्क्सवाद-फुले-आंबेडकरवाद हे उच्चतर तत्त्वज्ञान उभारले आहे.' (पृ. २९) हा दावा पोकळ आहे. भारतीय परिस्थितीला मार्क्सवाद लावण्याची प्रक्रिया शरद पाटील यांच्या जन्माअगोदरच कम्युनिस्ट नेत्यांनी आणि विचारवंतांनी सुरू केली आहे आणि अद्याप ती संपली नाही. मार्क्सवाद, फुलेवाद व आंबेडकरांच्या बेरजेचे

कॉ. पाटलांच्या भूमिकेचे मूल्यमापन / १७३

श्रेय रावसाहेब कसबे यांचे आहे, असे खुद्द कॉ. पाटीलच मांडतात. (समा. मार्च, ८७ पृ.१). तेव्हा त्यांच्याच म्हणण्यानुसार माफुआंवादाची मूळ शिदोरी ही पाटलांच्या उसनवारीचा भाग आहे.

परंतु 'फुले-आंबेडकर-मार्क्स' हा एक नवा विचार १९७० सालीच जन्माला आला होता, याची नोंद कॉ. पाटील करीत नाहीत. या संदर्भातील माझ्या पत्राला उत्तर देताना नागपूर येथील 'समतेसाठी बहुजन संघर्ष' या पाक्षिकाचे संपादक श्री. नागेश चौधरी ३० ऑगस्ट, १९८९ च्या त्यांच्या अंकातील 'पत्रसंवादा'त म्हणतात, 'फुआंमाचा जन्म १९७० मध्ये नागपुरात झाला. त्यात प्रस्तुत संपादकाची भूमिका महत्त्वाची होती. त्या काळी नागपुरातून 'अभिजात' नावाचे साप्ताहिक सुरू होते त्याचे संपादन प्रा. या. वा. वडस्कर करीत होते.'

यावरून हे स्पष्ट आहे की, 'माफुआं'चे, या नव्या तत्त्वज्ञानाच्या उभारणीचे काम, कॉ. पाटील म्हणतात तसे त्यांनी प्रथम केलेले नाही व ते फक्त श्री. कसबे यांचेही श्रेय नव्हे, तर नागपूरच्या प्रा. या. वा. वडस्करांनी त्यांच्या 'अभिजात' साप्ताहिकातून 'फुआंमा' १९७० सालीच जन्माला घातला. १९७० साली शरद पाटील मार्क्सवादी कम्युनिस्ट पक्षात होते; त्यामुळे सत्यशोधक कम्युनिस्ट पार्टीचाच जिथे तेव्हा जन्म नव्हता, तिथे 'माफुआं'च्या जन्माचा प्रश्नच नव्हता. कॉ. पाटलांनी विचारचौर्य करताना, एक बौद्धिक चलाखी केली आहे. प्रा. वडस्करांचा 'फुआंमा' वाद 'माफुआं' असा फिरवून चोरला आहे. अर्थात प्रा. वडस्करप्रणित 'फुले-आंबेडकर-मार्क्स' या मांडणीतील क्रम कॉ. पाटलांनी कालानुक्रमे 'मार्क्स-फुले-आंबेडकर' असा घेतला आहे. क्रम कसाही असला तरी बेरीज तीच आहे. या वादाचा घोष त्यांनी सतत चालवला हे त्यांचे श्रेय आहे. तेव्हा 'माफुआं'वाद हा मुळात कॉ. पाटील म्हणतात तसा श्री. कसब्यांचाही नाही आणि कॉ. पाटलांचाही नाही. तरी याचे श्रेय कॉ. पाटील कसब्यांनाच का देतात? व श्री. कसबे हे फुकटचे श्रेय का स्वीकारतात? (प्रा. वडस्करांचे हे श्रेय कॉ. पाटलांनी नोंदल्याचे माझ्या अभ्यासात दिसले नाही.)

'फुआंमा' ऊर्फ 'माफुआं' या वादाची उसनवारी करूनही ते श्रेय कॉ. पाटलांनी नोंदले नाही, म्हणून प्रा.वडस्करांच्या चिंतनात्मक कर्तृत्वावरील कॉ. पाटलांचा हा वैचारिक दरोडा ठरतो. 'नागपूर आणि प्रा. वडस्कर यांची आपणास माहितीच नाही.' असा वकिली बचाव कॉ. पाटील यांनी घेतला तर मात्र नाइलाज आहे!

पण एवढा अप्रामाणिकपणा आता तरी ते करणार नाहीत, ही अपेक्षा

आहे. सारांश, कॉ. पाटलांचा 'माफुआं' हा कॉ. पाटलांचा नसून, तो नागपूरच्या प्रा. वडस्करांचा 'फुआंमा' आहे. 'माफिया' गँगच्या म्होरक्याची आठवण या 'माफुआं' प्रकरणात व्हावी, एवढा 'मामला चोरीचा' असून त्याच भांडवलावर भारताच्या क्रांतीचे उत्तरदायित्व सिद्ध करण्याचा कॉ. पाटलांचा प्रयत्न अर्थपूर्ण असला तरी रंजक आहे, यात शंका नाही.

या मुख्य सैद्धान्तिक दरोडेखोरीनंतर छोट्यामोठ्या विचारसूत्रांची उचलेगिरी अभ्यासण्याचे कार्य तितकेच महत्त्वाचे ठरते.

उसनवारी (ऊर्फ दरोडेखोरी)

१) 'भारतीय औद्योगिक विकासात जन्मजात जातिव्यवस्था आपोआप नष्ट होईल' हे १८५३ मधील मार्क्सचे विचारसूत्र खुद्द कॉ. पाटलांच्या अभ्यासातून निष्पन्न झालेले नसून, ते प्रभाकर वैद्य व श्री. ग. सरदेसाई या मार्क्सवादी विद्वानांकडून त्यांनी घेतले आहे.

२) वर्गलढा आणि जातिलढा यांचा समन्वय झाला पाहिजे. त्यातूनच समग्र क्रांतिकारी लढा उभारला जाईल, हा विचारसुद्धा प्रथम कम्युनिस्ट विचारवंत प्रभाकर वैद्य यांनीच मांडला. कॉ. पाटलांनी त्याची नक्कल करून त्यावर जोर दिला, तेव्हा जातिलढा व वर्गलढ्याचा आग्रह मूळचा कॉ. पाटील यांचा नसून प्रभाकर वैद्यांचा आहे. 'झोत'मध्ये सुद्धा श्री. कसबे यांनी वर्गलढा व जातिलढ्याचा समन्वय विचार मांडला आहेच.

३) 'महात्मा फुले हे तत्त्वज्ञानी असल्याचे' सिद्ध करण्याचे काम आपण स्वतः केल्याचा दावा कॉ. पाटील यांनी 'समा'च्या ऑगस्ट-सप्टेंबर ८४च्या अंकात (पृ.२४) केला आहे.

पण महात्मा फुल्यांची प्रतिमा 'तत्त्वज्ञानी' म्हणून सिद्ध करण्याचे काम कॉ. पाटलांपूर्वीच प्रभाकर वैद्य यांनी केले असून या संदर्भातील त्यांचा 'म. फुले आणि त्यांची परंपरा' हा ग्रंथ अनन्यसाधारण आहे. ह्या पुस्तकातूनच म. फुलेंच्या तत्त्वज्ञानाची स्वतंत्र प्रतिमा कॉ. पाटलांनी उचलली आहे. कॉ. पाटील 'फुले तत्त्वज्ञानी होते' हे लेखातून व भाषणातून मांडण्याच्या पूर्वीच प्रभाकर वैद्यांनी हा विचार महाराष्ट्रात मांडला. 'युगांतर' १९७३ चा म. फुले विशेषांक हा प्रभाकर वैद्यांच्या लेखणीतून साकार झाला असून त्यातसुद्धा फुले हे 'तत्त्वज्ञानी' कसे

होते याचे दर्शन घडविले आहे. तेव्हा कॉ. पाटलांचा या संदर्भातील उपरोक्त दावा खोटा आहे.

४) भारतीय जातिव्यवस्था ही उत्पादन व्यवस्थेच्या पायाचाच भाग आहे; कारण जात व व्यवसाय यांचे सान्निध्य व साहचर्य हे मुळातील रचनेचा भाग आहे; हे विचारसूत्र मूळचे कॉ. पाटलांचे नसून ते त्यांनी 'कास्ट, क्लास अॅण्ड पॉलिटिक्स' या अनिल भट्ट यांच्या ग्रंथातून स्वीकारले आहे.

५) मार्क्सने त्यांच्या अनित्यात्मक भौतिकवादासाठी, यांत्रिक भौतिकवादाचे प्रतिबिंबवादी प्रमाणशास्त्र आहे तसे स्वीकारण्याने त्याला मर्यादा पडली आहे, हे विचारसूत्र कॉ. पाटलांच्या 'अब्राह्मणी सौंदर्यशास्त्र' या पुस्तकाचा भाग आहे आणि हे गाभ्याचे विचारसूत्र देवीप्रसाद चट्टोपाध्यायलिखित 'लेनिन द फिलॉसफर' मधून त्यांनी घेतले आहे.

६) कॉ. पाटलांच्या ग्रंथसंपदेमधील महत्त्वाचे ग्रंथ म्हणजे 'दास शूद्रांची गुलामगिरी' खंड १ व खंड २ होत. या ग्रंथात एक महत्त्वाचे विचारसूत्र आले आहे.

गणसमाज बनविण्यासाठी शेतीचा शोध लावणे आवश्यक होते. हा शोध जगभर स्त्रियांनीच लावला, तेव्हा आद्य कृषक समाज हा स्त्रीसत्ताक समाज होय. तेव्हा अभिजात गणसमाजाचा प्रारंभ स्त्रीसत्ताक गणसमाजाने झाला, हे वैचारिक सूत्र कॉ. पाटील यांनी त्यांच्या ग्रंथात मांडले असले तरी मूळचे ते त्यांचे नसून जॉर्ज थॉमसन आणि रॉबर्टसन स्मिथ यांच्या ग्रांथिक लेखनातून ते स्वीकारलेले आहे.

७) भारतीय अर्थव्यवस्थेतील अतिरिक्त उत्पन्न हे उत्पादन साधनांच्या गणमालमत्तेतून झाले आहे. ते उत्पादनसाधनांच्या खासगी मालकीवरून झाले नाही, हे आशयसूत्र कॉ. पाटलांच्या 'माफुआं'वादी बहुप्रवाही अन्वेषण पद्धतीचे अधिष्ठान असून त्यांची संपूर्ण ऐट या सूत्रावर उभी आहे! पण हे संशोधन-सूत्र कॉ. पाटलांचे नसून त्यांची मुळे व बीजे, डॉ. देवराज चानना यांच्या संशोधनात्मक तपश्चर्येत व कर्तृत्वात आहेत. जिज्ञासूंनी यासाठी, 'स्लेव्हरी इन एन्शंट इंडिया' ह्या ग्रंथाचे परिशीलन जरूर करावे.

८) जातीची सहा लक्षणे कॉ. पाटील यांनी नोंदलीत. ती त्यांची स्वत:ची निर्मिती आहे असे ते मांडत नाहीत, हे खरे! पण वर्ग आणि जात हे

एकच नसून त्यात फरक आहे, तसा तो केल्याशिवाय भारतीय मागसलेपण ठरवता येणार नाही, या विचारसूत्रांचा जन्म मंडल आयोगाच्या अहवालातच असून तेच पाटलांनी घेतले आहे. तसेच जातीची सहा लक्षणे पां. वा. काणेलिखित 'हिस्ट्री ऑफ धर्मशास्त्र' खंड २, भाग १ मधून कॉ. पाटलांनी स्वीकारली आहेत.

९) 'समा'च्या ऑक्टोबर-नोव्हेंबर ८७च्या अंकातील पान दोनवर 'भारताचे आद्य तत्त्वज्ञान सांख्य आहे. त्याची निर्मिती कपिला नावाच्या स्त्रीने स्त्री राज्याच्या पदार्थापासून केली.' अशी नोंद कॉ. पाटलांनी केली असून हे विचारसूत्र महाभारतातून स्वीकारल्याचे त्याच पानावरील तळटीपेतून भासवले आहे. पण सांख्य दर्शनाची जनक स्त्री कपिला होती; हा शोध कॉ. पाटलांचा नसून तो देवीप्रसाद चट्टोपाध्यायांनी मुळात लावलेला आहे; तोच श्री. पाटील यांनी उचलला.

१०) आद्य मानवी समाज हा कधीच साम्यवादी नव्हता या विचारसूत्राचा वारंवार मारा कॉ. पाटलांनी केला असून, तो शोध जणू आपणच स्वत: लावला आहे असा आव आणला आहे. परंतु जगातील प्राग्मानवसमाज शास्त्रज्ञांनीच हा विचार प्रथम मांडला. विशेषत: फ्रान्समधील विद्वान यात आघाडीवर असून त्यांच्यानंतर कॉ. पाटील त्यांची नक्कल म्हणून हा विचार मांडत आहेत.

११) भारताची लोकशाही क्रांती दलित, आदिवासी व ओ. बी. सी. यांच्या एकजुटीतून साकार होईल, हा विचार कॉ. पाटलांच्या विचारव्यूहाचे मर्म आहे; पण ते स्वत:चे नसून डॉ. आंबेडकरांनीच मुळात ते अभिव्यक्त केले आहे.

१२) कोसंबींच्या 'मार्क्सवाद हे अभ्यासाचे हत्यार आहे. अभ्यास नाही' या शैलीची उसनवारी करून कॉ. पाटलांनी, मार्क्सवाद ही 'मेथड आहे, मंत्र नव्हे' अशी उपदेशसूत्राची नक्कल केली आहे.

१३) म. बुद्धानंतरच्या काळातील समाजरचना ही जातिव्यवस्थायुक्त सामंतवादी होती, तर बुद्धापूर्वी ती वर्णव्यवस्थावादी दासप्रथेने युक्त होती, हा निष्कर्ष पाटलांचा नसून तो त्यांनी राजवाडे (किंवा डांग्यांच्या) ग्रंथातून घेतला आहे.

१४) 'उच्चवर्णीय नेतृत्वाकडून मागास कार्यकर्त्यांकडे सत्तासूत्र आली तरच वर्गलढा व जातिलढा यांच्या समन्वयातून क्रांतिकारक आंदोलन उभे

राहील,' या आशयाचा विचार गेल ऑमव्हेट यांनी त्यांच्या लेखनात मांडला.

त्याचीच सही सही 'कॉपी' करताना कॉ. पाटील 'समा'च्या जुलै-ऑगस्ट ८८च्या अंकात लिहितात, 'माकप व भाकप नेतृत्वामधील या ब्राह्मणी संघर्षाची जागा त्यांच्या शूद्रातिशूद्र अनुयायांच्या जात्यन्तक लोकशाही क्रांतीप्रीत्यर्थच्या संघर्षाने घेतल्याशिवाय जातीय वर्गीय, प्रतिक्रांतीचा यशस्वी सामना होणार नाही.' (पृ. ५)

इथे गेल ऑमव्हेट यांच्या आशयावर संपूर्णतः डल्ला मारण्याचा प्रकार घडला आहे.

१५) सुधीर बेडेकरांच्या 'द आग्रा'च्या जाहीरनाम्यावरील आक्षेपांना उत्तर देताना 'समा'च्या सप्टेंबर-ऑक्टोबर ८८च्या अंकात (पृ. ६०) कॉ. पाटलांनी सिंधू संस्कृती, वैदिक वर्णसमाज, तुर्कपूर्व भारतीय जातिसमाज इ. चा कालखंड इ. स. आकड्यांनी सजविलेला आहे. ते कालखंड त्यांनी स्वतःच शोधलेले नसून मराठी तत्त्वज्ञान महाकोश मंडल, पुणे या संस्थेने १९७४ साली प्रसिद्ध केलेल्या 'मराठी तत्त्वज्ञानात्मक महाकोश'च्या खंडातून चोरून, त्यात किरकोळ फरक करून स्वतःच शोधल्याच्या ऐटीत मांडले आहेत.

उपरोक्त पुरावे हे प्रातिनिधिक स्वरूपाचे आहेत. ही यादी बरीच वाढू शकते. यावरून कॉ. पाटलांच्या लेखनातील विद्वत्तापूर्ण उसनवारीचे स्वरूप व 'मूळ' लक्षात यायला हरकत नसावी.

विभाग पाच

वर्गवादी मार्क्सवाद आणि सत्यशोधक कम्युनिस्ट

ब्रिटिशपूर्व भारतात वर्ग नव्हते?

सत्यशोधक कम्युनिस्ट पक्षाचे तत्त्वज्ञान ज्या तथाकथित तात्त्विक अधिष्ठानावर उभे आहे, त्याचा प्रमुख सिद्धान्त म्हणजे, 'ब्रिटिशपूर्व काळात भारतीय समाजव्यवस्थेत वर्ग नव्हते.' ही मांडणी खुद्द कॉ. पाटलांच्याच शब्दांत खालीलप्रमाणे नोंदविणे योग्य होईल.

कॉ. पाटील 'नव्या धोरणासाठी संघर्ष' या त्यांच्या पुस्तकात लिहितात, 'वर्ग ही संस्था भारतात वासाहतिक काळात जन्मून वर्ण-जातिसंस्थेबरोबर सहजीवन जगत आलेली असल्याने भारतीय इतिहास, तत्त्वज्ञान, संस्कृती व समाज यांचे यथार्थ आकलन मार्क्सवादाच्या रूढवर्गीय दृष्टिकोनाऐवजी वर्गीय-जातीय दृष्टिकोनातून होऊ शकते.' (पृ. ७६)

वरील सूत्र भारतीय समाजाचे विश्लेषण करण्यासाठी मार्क्सवाद अपूर्ण असल्याचा दावा करते.

'अब्राह्मणी साहित्याचे सौंदर्यशास्त्र' या कॉ. पाटलांच्या पुस्तकात 'ब्रिटिश साम्राज्यशाहीने भारतात प्रथम वर्गव्यवस्था आणली.' (पृ. ६३) हे त्यांचे नेहमीचे मत पुन्हा नोंदविले आहे. अर्थात ब्रिटिश भारतात येण्यापूर्वी इथे वर्ग नव्हते तर वर्ण-जाती होत्या. म्हणून 'जगाचा इतिहास हा वर्गसमाजाचा इतिहास आहे.' हा मार्क्सवादी सिद्धान्त कॉ. पाटलांना मंजूर नसून मार्क्सवाद भारतीय समाजाच्या संदर्भात अपूर्ण असल्याचा निष्कर्ष त्यांनी अक्षरश: शेकडो वेळा प्रत्येक लेखात नमूद केला आहे. 'सत्यशोधक मार्क्सवादी'च्या असंख्य अंकांतून कॉ. शरद पाटील यांनी 'मार्क्सने वर्गाची व्याख्या केली नाही,' या मताचाही वारंवार उल्लेख केला आहे. या सर्व विवेचनातून कॉ. पाटील यांची एक भूमिका अभिव्यक्त झाली असून 'मार्क्स-फुले-आंबेडकर वाद' हा नवीन वाद त्यांनी

आग्रहपूर्वक पुरस्कारिला आहे.

भारताच्या समाजव्यवस्थेच्या आकलनासाठी आणि विश्लेषणासाठी मार्क्सवाद अपूर्ण ठरतो, हा निष्कर्ष मांडताना कॉ. पाटलांनी वर्ग ही संकल्पना केवळ आर्थिक संबंधावर आधारित असल्याचा दावा केला आहे आणि ब्रिटिशपूर्व काळात वर्ग नसून वर्ण व जाती होत्या म्हणून ब्रिटिशपूर्व भारतीय समाज हा वर्गीय समाज नसून वर्णीय व जातीय समाज होता, तसेच ब्रिटिशांच्या आगमनानंतरच्या भारतीय समाजव्यवस्थेत जातिव्यवस्था तर आहेच; पण नवी वर्गव्यवस्था अस्तित्वात आल्याचे त्यांचे ठाम मत आहे. या सिद्धान्ताचा दुसरा भाग असा आहे की, वर्गाऐवजी वर्ण किंवा जात ज्या व्यवस्थेत पायाभूत आहे, त्या समाजव्यवस्थेचे विश्लेषण करण्यासाठी, वर्गसंकल्पनेवर आधारित मार्क्सवाद हा अपुरा ठरणे अपरिहार्य आहे. त्या 'अपुर्‍या मार्क्सवादा'चा विकास करण्यासाठी भारतीय समाजक्रांतिकारक फुले व आंबेडकर यांची बेरीज मार्क्सवादात केली पाहिजे. यातूनच मार्क्स-फुले-आंबेडकर हा वाद निर्माण करण्याची गरज, 'सकप'च्या प्रवर्तकांनी प्रतिपादन केली आहे. त्यांच्या या भूमिकेचे तपशिलाने व बारकाईने मूल्यमापन करणे आवश्यक आहे.

मार्क्सवाद मुळातून समजून घेण्यात सत्यशोधक कम्युनिस्ट पक्षाच्या प्रवर्तकांनी प्रचंड चुका करून ठेवल्या आहेत; त्यामुळे चुकीच्या समजुतीवर आधारित सिद्धान्त परिणामत: चूक ठरतात. 'सकप'चे प्रवर्तक आग्रहपूर्वक असे मांडतात, की मार्क्सवादात वर्ग ही संकल्पना आर्थिक संबंधावर निर्धारित आहे. असे मांडण्याचे कारण, तसे ते मानतात हेच आहे. मार्क्सवादाचा कोणताही सुजाण व चोखंदळ अभ्यासक, 'वर्ग' ही संकल्पना केवळ आर्थिक संबंधावर निर्धारित मानत नाही, कारण 'मार्क्सवादा'त तशी सोय नाही; परंतु मार्क्सवादाचा अभ्यास करताना लेनिनसारख्या भाष्यकाराचीही चूक झालेली आहे, असे विचारवंत मानत आहेत. 'वर्गस्वरूपाच्या संबंधीच्या मार्क्सच्या दृष्टिकोनावर ट्रॉटस्की व लेनिन यांनी केलेली भाष्ये मार्क्सच्या दृष्टिकोनाचे यथातथ्य निरूपण करीत नाहीत,' असे प्रतिपादन प्रा. नी. स. वैद्य यांनी 'सामाजिक विचारवंत' या ग्रंथात केले आहे. (पृ. १४०) हे विवेचन अर्थपूर्ण आणि बोलके आहे. अर्थात 'वर्ग संकल्पनेविषयी खुद्द मार्क्सचा दृष्टिकोन हा लेनिनने शुद्ध स्वरूपात स्वीकारलेला नाही, असे काही विद्वानांना वाटते.'

ओसोवास्की या विद्वानाने म्हटले आहे, 'उत्पादन साधनांवरील मालकी ही वर्गदृष्ट्या आवश्यक अट असली तरी ती निर्णायक निश्चितच नाही व

मार्क्सनेही मालकीहक्कास वर्गनिर्धारणाची निर्णायक अट मानली नाही.' खुद्द मार्क्सने कम्युनिस्ट मेनिफेस्टोत स्पष्टपणे म्हटले आहे की, अस्तित्वात असणाऱ्या आतापर्यंतच्या सर्व समाजाचा इतिहास हा वर्गसंघर्षाचा इतिहास आहे.

तरीही भारतात ब्रिटिशपूर्व काळात वर्ग नव्हते असा दावा 'सकप' प्रवर्तकांनी वारंवार केला. केवळ आर्थिक रचनेवरून वर्ग ठरविण्याचा कॉ. पाटीलप्रणीत आग्रह, हा मार्क्सवादाच्या अपुऱ्या आकलनातून जन्माला आला आहे. वर्ग ठरविण्याच्या प्रक्रियेत समाजातील पायाभूत असणारे उत्पादनाचे स्वरूप हे महत्त्वाचे असते, तसेच ते मूलभूतसुद्धा असते. पण केवळ 'हा' आणि 'एवढाच' घटक पुरेसा नसतो! संपूर्ण समाजरचनेतील आर्थिक आणि इतर सर्व सामाजिक संबंधांद्वारेच वर्गाची पूर्ण निश्चिती होत असते, ही मूळची मार्क्सवादी दार्शनिकता 'सकप' प्रवर्तकांच्या लक्षात आलेली नाही. समाजव्यवस्थेचे स्वरूप नियत करण्यात त्या समाजातील अर्थरचना हा घटक निर्णायक ठरत असला तरी, 'वर्ग' निश्चितीसाठी हा एकमेव घटक पुरेसा नसतो. समग्र समाजरचनेतील इतर संबंधांवरूनही वर्ग घडवले जात असतात. अर्थात 'वर्ग' संकल्पना समजून घेताना, समाजरचनेतील नियतक फॅक्टर्स आणि प्रभावी ठरणारे फॅक्टर्स या दोन्हींचा विचार एकत्रित करून मगच विचार केला पाहिजे. त्याशिवाय वर्ग संकल्पनेची वैशिष्ट्यपूर्णता आकलन करता येणार नाही. 'वर्ग संकल्पनेच्या प्रक्रियेतील या दोन्ही घटकांचा गुंता 'सकप' प्रवर्तकांना समजला नाही, म्हणूनच त्यांना 'मार्क्सवाद' अपुरा वाटला.'

मार्क्सचे अपुरेपण : खरे किती, खोटे किती?

सुप्रसिद्ध कम्युनिस्ट जाहीरनाम्यात मार्क्स म्हणतो, 'Freeman and salve, patrician and plebein, lord and serf, guild-master and journemen in a word, oppressor and oppressed, stood in constant opposition to one another, carried on uninterrupted, now hidden, now open fight, a fight that each time ended, either in a revolutionary re-constitution of society at large or in the common ruin of the contending classes.'

सारांश, पिळणारे वा दडपणारे व पिळलेले किंवा दडपलेले हे परस्परांच्या विरोधात सतत उभे राहत आलेले आहेत. कधी स्पष्टपणे तर कधी विशेष स्वरूपात. या दोहोंत अव्याहत संघर्ष चालू आहे, असे मार्क्सचे प्रतिपादन आहे. अर्थातच 'वर्ग' ही संकल्पना केवळ आर्थिक संदर्भापुरती मर्यादित अर्थाने मार्क्सला

अभिप्रेत नव्हती. 'अर्थ' हा समाजव्यवस्थेच्या विशिष्ट रचनेत महत्त्वाचा घटक ठरतोच; पण त्याशिवाय उत्पादन साधनांशी माणसांचे असणारे संबंध, प्रतिष्ठेच्या संदर्भातील स्थान, राज्यसत्तेशी-धर्मसत्तेशी असणारे संबंध या सर्वांचाही 'वर्ग' निश्चितीबाबत परिणाम होणे अपरिहार्य आहे, असा अभिप्राय मार्क्सच्या विवेचनातून स्पष्ट झाला आहे आणि तोच 'सकप'च्या प्रवर्तकांनी दुर्लक्षिला आहे.

वर्गरचनेची गुंतागुंत स्पष्ट करताना मार्क्स उपरोक्त जाहीरनाम्यात म्हणतो, 'इतिहासाच्या आधीच्या युगामध्ये आपल्याला जवळपास प्रत्येक ठिकाणी असे दिसते की, समाज विविध स्तरांच्या गुंतागुंतीच्या व्यवस्थेचा बनलेला आहे, त्यामध्ये बहुविध सामाजिक स्थानांची उतरंड अस्तित्वात आहे. प्राचीन रोममध्ये आपल्याला पॅट्रिशियन्स, सरदार, प्लेबियन्स व गुलाम आढळतात. मध्ययुगात सरंजामदार, कुळे, गिल्डमास्टर्स, जर्नीमन, अॅप्रेंटिस व भूदास आढळतात आणि त्यातल्या जवळजवळ प्रत्येक वर्गाच्या अंतर्गत पुन्हा दुय्यम उच्चनीच श्रेणी आढळतात.

याचा अर्थ स्पष्ट आहे की, समाजाच्या प्रत्येक अवस्थेत दडपणारे व दडपले जाणारे वर्ग परस्परांच्या विरुद्ध उभे राहत आले आहेत. हे वर्ग केवळ आर्थिक स्वरूपाचे नाहीत, तर त्यांत 'complicated arrangement of society into various orders, a momifold gradation of social van' अशी उतरंडसुद्धा आहे. म्हणजेच उत्पादन साधनांच्या मालकी किंवा अमालकीशिवाय अस्तित्वात असलेल्या विशिष्ट समाजव्यवस्थेतील रचनेतसुद्धा वर्ग असतातच; कारण उत्पादन संबंधासह इतर सर्व मानवी संबंधाच्या प्रभावातूनही वर्गनिर्मितीची व निश्चितीची प्रक्रिया सिद्ध होत असते. आधुनिक भांडवली समाजात हे वर्ग अधिक स्पष्ट व सरळ-सरळ विरोधात उभे दिसतात; पण ते जुन्या व्यवस्थेतील वर्गांचेच नव्या रूपात प्रतिनिधित्व करीत असतात.

मानवी समाजातील वर्गांतर्गत अंतर्विरोध आणि संघर्ष हीच प्रगतीमागील खरी शक्ती असते. वर्गांतील परस्पर संबंधांमध्ये असा अंतर्विरोध अपरिहार्यपणे असतोच. या संघर्षालाच मार्क्सने परिवर्तनाची आणि प्रगतीची मुख्य शक्ती मानली आहे. या शक्तीचा मागोवा घेण्याचा मार्क्सचा प्रयत्न महत्त्वाचा असून तो वरवर पाहिल्याने फसगत होते. 'No antagonism, no progress' हे मार्क्सचे सूत्र या संदर्भात विशेष करून लक्षात घ्यायला हवे. समाजव्यवस्थेच्या विश्लेषणासाठी मार्क्सने वर्ग ही संकल्पना साधन म्हणून उपयोगात आणली आहे, याचे भान कॉ. शरद पाटील यांना न आल्यामुळेच त्यांनी 'मार्क्सने वर्गाची व्याख्या केली

नाही आणि 'वर्गवादी' मार्क्सवाद अपूर्ण ठरतो' असे बिनबुडाचे, धादांत चुकीचे निष्कर्ष काढले आहेत.

विशेष नोंद घेण्याचा मुद्दा म्हणजे, कॉ. पाटील यांनी 'वर्गव्यवस्था अंत' हे मार्क्सवादाचे निर्णायक 'विज्ञान' मानले आहे. (पहा : अब्राह्मणी साहित्याचे सौंदर्यशास्त्र, पृ. ५९) तसेच वर्गव्यवस्था अंताचे हे 'एकमेव विज्ञान' नाकारणे दलित मुक्तीला 'उपकारक' ठरणार नाही, अशी पावतीसुद्धा कॉ. पाटील यांनी वर्गवादी मार्क्सवादाला दिली आहे. (उक्त, पृ. ५९). अर्थातच 'वर्गव्यवस्था अंत' हे जर 'एकमेव विज्ञान' आहे तर मग 'भारतात हे विज्ञान ब्रिटिशपूर्व समाजात नव्हते,' असे 'सकप'चे प्रवर्तक कॉ. पाटील कसे म्हणू शकतात?

वर्गव्यवस्था अंत हे मार्क्सवादी विज्ञानाचे गाभ्याचे सूत्र आहे; पण ते समाजविज्ञान भारतीय समाजव्यवस्थेला लागू पडत नाही (ब्रिटिशपूर्व) हा दुराग्रह 'सकप' प्रवर्तकांच्या लेखनाचा केंद्रबिंदू आहे, अशी भूमिका 'समा'च्या संपादकाच्या लेखनात आविष्कृत होण्याची कारणे तपासणे अवघड नाही. पहिली शक्यता अशी, 'सकप' प्रवर्तकांना मार्क्सवाद अपुरा कळला असला पाहिजे. दुसरी शक्यता अशी की, मार्क्सवादच अपुरा असला पाहिजे म्हणून 'सकप' प्रवर्तकांनाही तो अपुरा वाटतो. तिसरी शक्यता, मार्क्सवाद अपुरा नसून सकप प्रवर्तकांनीच तो जाणीवपूर्वक अपुरा मानला आहे. या सर्व शक्यता पडताळून पाहताना मार्क्सवर अन्याय होणे जसे योग्य नाही तसेच 'सकप'च्या प्रवर्तकांवरसुद्धा अन्याय होता कामा नये.

एकीकडे 'एकमेव विज्ञान' म्हणून मार्क्सवादातील 'वर्गव्यवस्था अंता'ला 'सकप' प्रवर्तक मान्यता देतात आणि दुसरीकडे 'वर्गवादी मार्क्सवाद' 'एकप्रवाही' म्हणून तो 'अपुरा' असल्याचा दावा करतात. यात विसंगती आहे. शिवाय मार्क्सने 'वर्ग' संकल्पनेने केलेले विश्लेषण 'सकप' प्रवर्तकांनी मुळातून व सर्व संदर्भासह समजून घेतलेले नाही किंवा त्यांना कळलेले नाही किंवा कळूनही त्यांना तसे ते स्वीकारायचे नाही; कारण त्यांना स्वतःला 'माफुआं' वादाचे जनक तत्त्वज्ञ म्हणून इतिहासात अमर होण्याची संधी गमवायची नाही. (?)

'वर्ग या संकल्पनेच्या संदर्भात भांडवलदार वर्ग आणि कामगार वर्ग यांबाबत प्रामुख्याने मार्क्सने चर्चा केली असली तरी त्यांपूर्वीही वर्ग असतातच असे मार्क्सवाद मानतो. हे मार्क्सचे विश्लेषण सकप प्रवर्तकांना माहीत नाही काय? तरीही ते 'ब्रिटिश साम्राज्यशाहीने भारतात प्रथम वर्गव्यवस्था आणली.' (अब्राह्मणी साहित्याचे सौंदर्यशास्त्र, पृ. ६३) असे वारंवार मांडतात. ब्रिटिश

भारतात येण्यापूर्वी समाजात वर्ग नव्हते, पण जाती होत्या हा कॉ. पाटील (सकपचे प्रवर्तक) यांचा सिद्धान्त त्यांच्या गैरसमजुतीचा भाग आहे. जातिव्यवस्था ब्रिटिशपूर्व भारतात जशी होती तशी ती ब्रिटिशांच्या आगमनानंतर व ते मायदेशी गेल्यावरही अस्तित्वात आहेच. या वस्तुस्थितीबद्दल शंका नाही; पण या वस्तुस्थितीमुळे, ब्रिटिशपूर्व भारतात 'वर्गा'च्या अस्तित्वाची वस्तुस्थिती नाकारण्याचे कारण नाही. दोन्ही वस्तुस्थिती समाजव्यवस्थेच्या रचनेचा भाग आहेत; पण तसे न मानता कॉ. पाटील फक्त 'वर्ण आणि नंतर जाती होत्या' असे मत मांडत राहतात. ब्रिटिशांच्या आगमनानंतर नवे तंत्रज्ञान, नवी उत्पादनसाधने यांचा वापर भारतात सुरू झाला व भांडवलशाही युगाचा प्रारंभ झाला; त्यामुळे भांडवलदार, कामगार व शेतीतील वर्ग हे परस्परविरोधी वर्ग स्पष्टपणे एकमेकांसमोर उभे राहिले. ही अवस्था उत्पादनसाधनांच्या खासगी मालकीवर आधारित वर्गसंघर्षाची आहे.

पण या अवस्थेतील हे वर्ग नव्यानेच पूर्णपणे निर्माण होत नसतात. उत्पादन संबंधाच्या बदलाची गती समाजाच्या जन्मापासूनच परिवर्तनशील असते. अर्थातच भांडवलशाहीपूर्व कोणत्याही मानवी समाजात उत्पादन प्रक्रियेमध्ये निर्णायक नियतक घटकाद्वारे आणि इतर प्रभावी घटकांद्वारे, दडपणारे आणि दडपले जाणारे यांच्यातील विरोधी संबंध अस्तित्वात असतातच. त्याच विरोधी हितसंबंध असणाऱ्या वर्गव्यवस्थेचे ठळक रूप भांडवलशाहीत प्रत्ययाला येते. भारतीय भांडवलशाहीतसुद्धा यापेक्षा वेगळे काही असण्याचे कारण नाही.

'A Contribution to the Critique of Political Economy' या ग्रंथाच्या प्रस्तावनेत मार्क्स म्हणतो, 'In broad outline, the Asiatic, ancient feudal and modern bourgeais modes of production may be designated as epochs making progress in the economic development of society. The bourgeois make of production is the last antagonistic form of the social process of production-antagonistic not in the sense of individual antagonism but of an antagonism that, emanates from the individual's social conditions of existence.' या उताऱ्यात मार्क्सने भांडवलशाही अवस्था ही 'Last antagonistic form of the social process of production.' असे म्हटले आहे. अर्थात वर्गविरोधाचे हे शेवटचे रूप आहे. त्याचा प्रारंभ भांडवलशाहीपूर्वच आहे आणि हे वर्गवादी विज्ञान सर्व समाजाला लागू आहे.

'ब्रिटिशपूर्व भारतीय समाजव्यवस्थेत वर्गाऐवजी वर्ण व जाती याच शोषण संस्था होत्या,' या सिद्धान्तावर कॉ. पाटलांचा सत्यशोधक कम्युनिस्ट पक्ष आणि त्यांचा 'माफुआं' वाद उभा असल्याने त्याचे सूक्ष्म परीक्षण आवश्यक आहे.

मार्क्सवादाचा गाभा - वैज्ञानिक

मार्क्सचा गौरव करताना कॉ. पाटील लिहितात, 'मार्क्सच्या राजकीय अर्थशास्त्राची क्रांतिकारी थोरवी ही की त्याने या वर्गविरोधाचे खरे स्वरूप व विमोचक उद्दिष्ट वैज्ञानिकपणे स्पष्ट केले.' (अब्राह्मणी साहित्याचे सौंदर्यशास्त्र, पृ. ८०-८१) मार्क्सचे वर्गविरोधाचे सूत्र हे कॉ. पाटलांनी 'वैज्ञानिक' मानले आहे, तरीही हे विज्ञान युरोपीय समाजाला लागू आहे. पण भारतीय जातिसमाजाला लागू नाही अशी भूमिका ते घेतात.

सरंजामी व्यवस्थेचे आकलन करताना फक्त आर्थिक संबंधाचा विचार पुरेसा नसतो, तर त्या व्यवस्थेतील सामाजिक विशेष अधिकार तसेच राजकीय सत्तेतील स्थान यांचाही विचार प्राधान्याने करावा लागतो; कारण उत्पादनसाधनांच्या मालकी व नियंत्रणासोबतच हे विशेष अधिकार विशिष्ट लोकांना प्राप्त होत असतात. कॉ. पाटील हे सत्य का दुर्लक्षितात? तेव्हा भारतीय सरंजामी व्यवस्थेतसुद्धा वर्ग होतेच; पण ते केवळ आर्थिक संबंधावर आधारित किंवा मालकी-अमालकी वर आधारित वर्ग नसून उत्पादनसाधनांचे मालक आणि विशेष सत्ता असणारे–भोगणारे व त्यापासून वंचित राहून राबणारे, पिळले जाणारे व दडपलेले असे वर्ग ब्रिटिशपूर्व भारतात होते. या वर्गांचेच ठळक रूप, कॉ. पाटील म्हणतात त्या ब्रिटिशांच्या आगमनानंतरच्या भारतीय भांडवलशाहीत पाहायला मिळते.

'वर्ग' संकल्पना फक्त 'अर्थवादी' व आर्थिक हितसंबंधावर आधारित मानल्यामुळेच 'सकप' प्रवर्तकांच्या चिंतनात प्रचंड घोटाळा झाला आहे. मार्क्सवादानुसार 'वर्ग' केवळ आर्थिक संबंधावरून ठरत नाहीत. मार्क्स म्हणतो, 'प्रत्यक्ष श्रम करणाऱ्याकडून वरकड श्रम ज्या विशिष्ट आर्थिक रचनाकाराद्वारा हिरावून घेतले जातात, त्यावरून शासक व शासित यांच्यातला संबंध नियत होतो. हा संबंध उत्पादनक्रियेतून साक्षात आकारत असतो व त्या क्रियेवर एक नियत करणारा घटक म्हणून उलट कार्य करीत असतो. उत्पादन संबंधामधून निर्माण होणारी समग्र आर्थिक समूहजीवनाची विशिष्ट राजकीय रचना याच मूळ संबंधावर आधारलेली असते.' तेव्हा शासक व शासित यांचे वर्ग, आर्थिक संबंधातील स्थानासह राजसत्ता व सामाजिक सत्ता यांच्यातील स्थानावरूनही निश्चित

होतात. केवळ आर्थिक संबंध इतर मानवी संबंधातून वेगळे काढता येत नसतात.

वर्गनिर्मिती व निश्चितीसाठी आर्थिक निकष आवश्यक आहेतच, पण ते पुरेसे नसतात. आर्थिक रचनेवरून समाजाचा पाया सिद्ध होतो. पण राजकीय सत्ता, धर्मदृष्ट्या असणारे अधिकार व प्रतिष्ठा या घटकांचाही परिणाम वर्गनिर्मितीपर होत असतोच. तेव्हा समाजरचनेतील आर्थिक घटकांसह इतरही घटकांच्या संयुक्त परिणामातूनच वर्ग निर्माण होतात. म्हणून 'समा'चे संपादक कॉ. पाटील यांनी लेनिनची मालकी-अमालकी आधारित व्याख्या संकुचित संदर्भात स्वीकारली आहे; पण लेनिनने वर्गाची ही उत्पादन साधनावरील मालकीवर आधारित व्याख्या भांडवलशाही व्यवस्थेच्या व अवस्थेच्या संदर्भातच केली असण्याची शक्यता अधिक आहे; म्हणून भांडवलशाहीपूर्व अवस्थांमधील वर्गांचे अस्तित्व केवळ मालकीच्या अटीत नसले तरी लेनिनला मंजूरच आहे; कारण मार्क्सवादाकडे लेनिनने अत्यंत डोळसपणे पाहिले. 'सर्व पातळ्यांवर वर्गसंघर्ष लढवला तरच तो वर्गसंघर्ष ठरतो,' हे लेनिनचे प्रतिपादन मार्क्सवादाचे डोळस आकलन आहे. 'समा'चे संपादक कॉ. पाटील मात्र मार्क्सकडे आंधळेपणाने पाहतातच; पण लेनिनचा अभ्याससुद्धा ते स्वतःला सोयीस्कर किंवा आंधळेपणाने करतात हे स्पष्ट दिसते.

भांडवलदारी अवस्थेत सरळ-सरळ वर्गसंघर्ष होताना दिसतो; कारण या अवस्थेतील वर्ग 'आर्थिकदृष्ट्या' स्पष्ट असतात. हा प्रकार भांडवलशाहीपूर्व समाजात नसतो; कारण पूर्वीच्या अवस्थेतील वर्ग हे फक्त आर्थिक संदर्भाच्या रूपातच उघड होत नाहीत, तर ते विविध रूपाविष्कारात त्यांचे अस्तित्व राखून असतात. भारत सोडून जगाच्या इतर समाजात, सर्व काळात (प्राथमिक अवस्था सोडून) वर्ग होते इथपर्यंत 'सकप' चे प्रवर्तक कॉ. पाटील मान्य करतात; पण ब्रिटिशपूर्व भारतात वर्ण व जाती होत्या; पण वर्ग नव्हते असे त्यांना वाटते. ब्रिटिशपूर्व भारतात शोषण, पिळवणूक, दडपणूक होती का? याचे उत्तर होकारार्थीच आहे. मग हे शोषण किंवा दडपणूक कोण करीत होते? याचे उत्तर कॉ. पाटलांच्या मते फक्त 'वर्ण व जाती' हे आहे. हे उत्तर बरोबर आहे; पण ते अपूर्ण आहे. शोषण व दडपणूक करणाऱ्यांत वर्ण, जाती प्रमुख आहेतच; पण मार्क्सवादी तत्त्वज्ञानानुसार भारतीय समाजाच्या सर्व अवस्थांत जगाप्रमाणेच वर्ग अस्तित्वात होते; पण लेनिनला अभिप्रेत नसलेली वर्गव्याख्या सोयीस्करपणे मांडून मार्क्सवादात नसलेला अपुरेपणा 'सकप' प्रवर्तकांनी खुबीने प्रकट केला आहे. हे सत्यसंशोधन नव्हे! मार्क्स या संदर्भात म्हणतो, 'जिथे जिथे भांडवलदार वर्गाला प्रभुत्व प्राप्त

झाले तिथे तिथे सर्व सरंजामी, पितृसत्ताक, स्वर्गसादृश्य संबंध त्याने नष्ट केले. ज्या अनेक वेगवेगळ्या प्रकारच्या बंधनाशी माणसाला त्याच्या नैसर्गिकत: वरिष्ठ असलेल्यांशी जखडलेले होते, ती बंधने भांडवलदार वर्गाने निर्दयपणे तोडून फोडून टाकली. नागड्या-उघड्या स्वार्थावर, हृदयशून्य रोख पैशाच्या आधारावर उभी असलेली नाती सोडून माणसा-माणसांतले बाकी सर्व संबंध त्याने नष्ट करून टाकले... एका शब्दात धार्मिक व राजकीय भ्रमांचे आवरण घातलेल्या पिळवणुकीऐवजी नागड्या, निर्लज्ज, साक्षात व क्रूर पिळवणुकीची स्थापना केली.'

सारांश, भांडवलशाहीतील स्वार्थ हा निखळ रोख पैशावर आधारलेल्या नात्यात दिसतो, तर भांडवलशाहीपूर्व काळातील स्वार्थ-शोषण हे धार्मिक व राजकीय आवरणातील रूपात असते. भांडवलशाहीत त्या धार्मिक व राजकीय आवरणांचा पडदा फाटला जाऊन फक्त नागडी क्रूर पिळवणूकच दिसू लागते; म्हणूनच ब्रिटिशपूर्व भारतातील वर्ण व जाती या समाजवास्तवाच्या मुळात वर्ग अस्तित्व होते; पण ते धार्मिक व राजकीय आवरणात होते, हे सिद्ध होते.

वर्गाची संकल्पना 'सकप'च्या प्रवर्तकांनी अत्यंत संकुचित फक्त आर्थिक संदर्भातच स्वीकारून तिचे मूलभूत वैशिष्ट्य लक्षात घेतले नाही. या संकल्पनेला त्यांनी केवळ आर्थिक मानले. वास्तविक ती मार्क्सवादानुसार सामाजिक संकल्पना आहे. वर्गाचे हे सामाजिक विशिष्टत्व, आकलन न झाल्यानेच 'सकप' प्रवर्तक बुचकळ्यात पडले.

वर्गसंकल्पना ही बंदिस्त नाही, तशीच ती स्थिर नाही. बदलती ऐतिहासिक संकल्पना म्हणूनच 'वर्ग'ला स्वीकारणे हे मूळ मार्क्सवादाला सुसंगत आहे.

समाजव्यवस्थेच्या अंतर्गत असणाऱ्या सर्व मानवी संबंधांतूनच वर्ग निश्चित होतात. त्यांच्या प्रगटीकरणात ऐतिहासिक परिस्थितीचा महत्त्वाचा वाटा असतो. विशिष्ट कालखंडात, विशिष्ट रूपात सिद्ध झालेले वर्ग आपसांत संघर्षरत असताना संपूर्ण समाजरचनेच्या विशिष्टत्वाचा आविष्कार त्या वर्गाच्या अस्तित्वात अविभाज्यपणे असतोच. त्यातूनच या वर्गसंघर्षाचा विकास होतो.

मूळ प्रश्नाला बगल (?)

वर्गसंघर्षाची ब्रिटिशपूर्व भारतातील रूपे कोणती? या प्रश्नाचे उत्तर 'समा'चे संपादक यांनी शोधण्याऐवजी ह्या प्रश्नाला बगल देऊन 'तेव्हा वर्गच नव्हते' अशी सोपी, पण चुकीची मांडणी केली. ब्रिटिशपूर्व भारतातील वेदान्ती

आणि नास्तिक, वेदान्ती आणि बौद्ध यांमधील संघर्षाच्या पडद्याआड वर्गसंघर्षच चालू होता. धर्ममार्तंडांच्या प्रस्थापित हितसंबंधाविरोधी कर्मठ महंतांच्या स्वार्थाविरोधी महाराष्ट्रीय संतांनी केलेला संघर्ष हा वर्गसंघर्षाचे वेगळे रूप म्हणूनच अभ्यासावा लागतो.

शैव आणि वैष्णव यांच्यातील संघर्ष हा वर्गसंघर्षच कसा आहे, याचे प्रतिपादन प्रा. डी. डी. कोसंबी यांनी समर्थपणे केले आहे. वर्गसंघर्ष हा ज्यांना खरोखरच मार्क्सवादानुसार निष्ठेने करायचा असतो, ते सर्व प्रकारच्या आणि सर्व स्तरांवरील शोषण-पीडणाविरुद्ध संघर्ष करीत असतात; कारण असाच वर्गीय संघर्ष मार्क्सवादाला अभिप्रेत आहे. हा संघर्ष केवळ आर्थिक नसतो, तर त्याचे स्वरूप विशाल असते. सर्व पिळवणुकीविरुद्ध व अन्यायाविरुद्ध केला जाणारा संघर्ष हा वर्गसंघर्षच असतो. तेव्हा आर्थिक संदर्भासह धार्मिक व राजकीय प्रभावातून सिद्ध होणाऱ्या वर्गीय संघर्षाचे स्वरूप हे असे वैशिष्ट्यपूर्ण असते, असावे लागते; कारण वर्गनिर्मितीमध्ये अर्थव्यवस्था ही नेहमीच निर्धारक (Determinant) असली तरी विशिष्ट समाजात धर्म किंवा राजकारण प्रभावी (Dominant) असू शकते, असे विवेचन खुद्द मार्क्सनेच Capital I, p. 86च्या तळटीपेमधील एका उताऱ्यात केले आहे. अर्थात ब्रिटिशपूर्व भारतातील समाजरचनेत धर्म प्रभावी होता आणि जातसुद्धा प्रभावी होती. त्यांचा स्वाभाविकच परिणाम त्या काळातील वर्गनिश्चितीच्या प्रक्रियेत झाला म्हणून 'वर्गा'ची संकल्पना आर्थिक बाबीपुरती मर्यादित करण्याचा कॉ. पाटलांचा प्रयत्न हा मार्क्सवादाला धरून नाही.

'प्राथमिक साम्यवादी गणसमाजाच्या पोटात अतिरिक्त उत्पादनाचा पुरेसा विकास झाल्यानंतर त्यावर आधारलेले सामाजिक संबंध, मग ते वर्ग असोत वा वर्ण, या समाजाचे पोट फाडून बाहेर पडतात आणि नवा समाज स्थापतात.' (अब्राह्मणी साहित्याचे सौंदर्यशास्त्र, पृ. ७४) असे जेव्हा कॉ. पाटील नमूद करतात तेव्हा अतिरिक्त उत्पादनाच्या पुरेशा विकासानंतरच्या सामाजिक संबंधांना वर्ग वा वर्ण म्हणायला त्यांची हरकत दिसत नाही. उत्पादनाचा विकास आणि त्यावर आधारित सामाजिक संबंध हेच खास वर्गीय संबंध आहेत; कारण या प्रक्रियेत समाजातील विविध स्तर आपसांतील गुंतागुंतीतून उभे राहतात आणि स्वाभाविकपणेच त्यांचे विरोधी हितसंबंधही निर्माण होतात. या विरोधी हितसंबंधांतून वर्गांमधील शत्रुत्व विकसित होत राहते. असे शत्रुत्व ब्रिटिशपूर्व भारतात होते. कॉ. पाटील यांच्या म्हणण्याप्रमाणे ते जाती-जातींमध्ये तर होतेच; पण मुख्यत: मुळात ते वर्गीय शत्रुत्व होते.

वर्ग म्हणजे जाती असे समीकरण मात्र मानता आणि मांडता येणार नाही हेसुद्धा तितकेच खरे आहे. काही अभ्यासक जाती=वर्ग असे समीकरण मांडून हा प्रश्न स्वत:पुरता सोडवितात. डॉ. आंबेडकरांचे वैचारिक सामर्थ्य आणि परिवर्तन चळवळीला मिळालेले श्रेष्ठ दार्शनिक योगदान मान्य करूनसुद्धा 'बंदिस्त वर्ग म्हणजे जात' हे त्यांचे विचारसूत्र पूर्णांशाने मान्य करता येत नाही.

ब्रिटिशपूर्व भारतातील जातिव्यवस्थेच्या माध्यमातूनच विशिष्ट वर्गरचनेचा आविष्कार झाला. हा विशिष्ट समाजरचनाकार हा वर्गीय जसा आहे तसाच तो जातिबद्धसुद्धा आहे. वर्गीय संबंध आणि जातीय संबंध हे वेगळे असूनही आपसांत ते गुंतलेले आहेत. या परस्परांत मिसळूनही स्वत:चे वेगळेपण सिद्ध करणाऱ्या ब्रिटिशपूर्व भारतीय समाजाचे गुंतागुंतीचे वास्तव खोलात जाऊनच समजून घेता येते. या व्यवस्थेत वर्ग आहेत आणि त्यांचे अस्तित्व हे जातिरचनेच्या व्यवस्थेचाच अविभाज्य भाग बनलेले आहे. अशी ही भारतीय समाजाची सामंतशाही अवस्था आहे. या अवस्थेचे मार्क्सवादी नामकरण 'भारतीय जातिप्रधान सामंतशाही व्यवस्था' असे केलेले असून या कालखंडात जातिसंस्था आणि धर्म हे प्रभावी घटक अर्थव्यवस्थेच्या सामाजिक संबंधावर परिणाम करीत होते असे विश्लेषण भारतीय मार्क्सवाद्यांनी केलेले आहे. जातिसंस्था प्रभावी असल्याने तिच्यावर अवलंबून असणारी, विविध स्तरांतून प्रकट होणारी वर्गरचना हे या सामंतशाहीचे खास वैशिष्ट्य होते. भांडवलशाही व्यवस्थेतील मूर्त रूपात ठळक दिसणारे वर्ग या सामंतशाहीत तितक्या प्रमाणात ठळक दिसत नाहीत, म्हणून वर्गच नाहीत असा निष्कर्ष काढता येणार नाही.

'सकप'चे प्रवर्तक वर्गव्यवस्थेच्या अंताचा मार्क्सवादी सिद्धान्त विज्ञान मानतात; पण ते स्वत: विज्ञानाच्या आकलनापासून बरेच दूर राहतात. वर्गाचे विज्ञान अनुभवप्रामाण्यवादी भूमिकेतून समजून घेता येत नाही. 'जे ताबडतोबीने अनुभवायला येते त्याचेच फक्त वर्णन करणे म्हणजे विज्ञान नव्हे.' हा विचारवंत सुधीर बेडेकरांचा अभिप्राय या संदर्भात बराच बोलका ठरावा. (तात्पर्य, जून १९८१) तेव्हा वर्ग प्रत्यक्षात अनुभवण्याची वास्तवता नसली तरी अप्रत्यक्षात समाजरचनेत अस्तित्वात असतातच. ते समजून घेण्यासाठीच 'समाज-वैज्ञानिक' दृष्टी लागते. वर्गाची वास्तवतासुद्धा ब्रिटिशपूर्व भारतात असतानाही ती केवळ अनुभवायला येत नाही, एवढ्याच कारणासाठी 'वर्ग नव्हते' म्हणणे योग्य नाही. मूर्ताकडून अमूर्तापर्यंत जाणारी शोधप्रक्रिया हीच वैज्ञानिक असते. त्यासाठीच विज्ञानाची गरज असते.

कॉ. पाटील लिहितात, 'दासप्रथाक गणसमाजाचा आर्थिक पाया दास शूद्र वर्ण व स्वामी द्विज वर्ण यांच्या विषमतेच्या वर्णसंबंधाचा बनल्यामुळे समतेचे त्याच्या विरोधात रूपांतर झाले, पण खासगी मालमत्ता व कुटुंबसंस्था यांचा उदय न झाल्याने द्विजांचे गणप्रधान समाजजीवन समूहनिष्ठ समतेचे राहिले.' (अब्राह्मणी साहित्याचे सौंदर्यशास्त्र, पृ. ११०) इथे कॉ. पाटील दासांचा व द्विजांचा वर्ण यांच्यातील उत्पादन संबंधावर आधारित असणारा भेद आणि भेदातील प्रत्यक्ष-अप्रत्यक्ष पिळवणूक विसरतात. खासगी मालमत्तेचा उदय झाल्याशिवाय पिळवणूक शक्य नाही, हा ग्रह व आग्रह गैरसमजुतीवर आधारित आहे. शेवटी गणसमाजातील उत्पादनसंबंध लक्षात घेतले तरी त्यात श्रम करणारे व न करणारे होतेच. ती वर्ण विभागणी विषमतेचाच प्रत्यय देते. विषमतेतही 'वर्ग' अस्तित्व असते हे मूळ मार्क्सवादी आशयसूत्र समजून घेतल्याशिवाय वर्ग-संकल्पनेचा बोधच होणार नाही! त्यामुळे गणसमाजातसुद्धा खासगी मालमत्ता आणि कुटुंबसंस्था उदयास आली नाही तरी दास व स्वामी यांचे उत्पादनसंबंध वर्गीय विषमतेचेच होते. मुळात वर्गीय शोषणाचे सूत्र या व्यवस्थेत आहेच. खासगी मालमत्तेचे प्रत्यक्ष नाते वर्ग संकल्पनेशी अतूटपणे जोडूनच सोयीने विचार केल्यामुळे कॉ. पाटील चुका करीत राहतात.

'वर्गा'साठी खासगीच मालमत्ता हवी असते असे नाही. मालमत्ता-उत्पादन साधने वापरणारे (श्रमणारे) व त्या श्रमाचा विशिष्ट वाटा स्वीकारणारे (श्रम न करता) यांच्या संबंधातच वर्गाची मुळे असतात. या संदर्भातील मार्क्सचे विचारसूत्र विशेष महत्त्वाचे आहे. भांडवलपूर्व कोणत्याही समाजात असणारी वर्गीय रचना ही 'गुंतागुंतीच्या विविध पातळ्यांच्या रचनेद्वारा' अभिव्यक्त होते. तेव्हा दासप्रथाक गणसमाजातील ही गुंतागुंतीच्या स्तरांची रचना ही मूलतः वर्गीयच आहे. प्रतिष्ठा, जन्मकुळावर आधारित असलेले वर्ण (नंतर जातीसुद्धा) विशेष हक्क, धार्मिक व सामाजिक नियंत्रणाचे संबंध सत्तासंबंध तसेच उत्पादन प्रक्रिया व संबंध यांमधील व्यक्तीला मिळालेली जागा, या सर्व घटकांनी वर्गव्यवस्था आकार घेते. दासप्रथाक गणसमाजात अशी वर्गव्यवस्था होती; कारण वरील घटकांनी सिद्ध झालेले, श्रमविभागणीतून आकारास आलेले विरोधी मानवी संबंध त्या समाजात होते.

'एखाद्या समूहाला वर्ग म्हणण्यासाठी केवळ आर्थिक संबंध पाहून पुरत नाही.' असे ठोस प्रतिपादन करून सुधीर बेडेकर पुढे म्हणतात, 'बदलत्या समाजजीवनाच्या परिस्थितीत व स्वतःच्या क्रियाशीलतेद्वारा वर्ग स्वतःला सतत घडवत असतात, जन्मतःच आकारात असतात. केवळ उत्पादन प्रक्रियेत विशिष्ट

स्थान असणाऱ्या माणसांच्या बेरजेला वर्ग हे नाव नाही. असले तर फक्त 'सुप्त' संभाव्य अर्थाने आहे. खऱ्या अर्थाने वर्ग हा 'वर्ग' म्हणून ओळखला येऊ लागतो, जेव्हा तो समाजजीवनात, राजकारणात काही एका संघटितपणानिशी वैचारिक-सांस्कृतिक एकत्वानिशी व जाणीवपूर्वकरीत्या स्वत:च्या हितसंबंधासाठी क्रियाशील होतो.' (तात्पर्य, जून १९८१) हे मत लक्षणीय आहे.

गणसमाजातील शोषक-शोषित संबंध

गणसमाजाच्या रचनेत संघर्ष आहेत. ह्या समाजजीवनातील धर्म, सत्ता, पावित्र्य-कल्पना, विशेष अधिकार, श्रमविभागणी या सर्व गोष्टींचा अटळ परिणाम वर्गनिर्मितीमध्ये झाला आणि सांस्कृतिक-वैचारिक-सामाजिक हितसंबंध लक्षात घेऊन हे वर्ग कृतिशील राहिले. ही वास्तवता कॉ. पाटील यांच्या प्रतिपादनाविरुद्ध व सिद्धान्तांविरुद्ध जात असली तरी ती ऐतिहासिक सत्यता आहे. या सत्याचे आशयसूत्र खुद्द कॉ. पाटील मान्य करतात. गणसमाजात 'दास' होणे व स्वामी होणे हे सांगताना ते वर्गाऐवजी फक्त वर्णाच्या भाषेत सांगतात. वर्णीय संबंधाची वास्तवता मान्य केल्याने वर्गीय वास्तवता नाकारता येते, असे त्यांनी सोपे गणित मांडले आहे. 'समा'चे संपादक व 'सकप'चे प्रवर्तक कॉ. पाटील यांचे संशोधन आणि निष्कर्ष सिद्ध झाले नसतानाही ते स्वत:च आपले सिद्धान्त निर्विवादपणे सिद्ध झाल्याचे गृहीत धरतात व तशी नोंदही करतात. उदा. 'शेतीचा शोध जगभर स्त्रियांनी लावला म्हणून स्त्रीसत्ताक गणसमाज हाच अभिजात गणसमाजाचा प्रारंभ आहे.' असा निष्कर्ष कॉ. पाटील काढतात. (अब्राह्मणी साहित्याचे सौंदर्यशास्त्र, पृ. १०९). कॉ. पाटील यांनी प्राथमिक गणसमाजातील साम्यवादी संकल्पनेला विरोधही केला आहे. 'शेतीचा शोध स्त्रियांनी जगभर लावला.' हे संशोधन मूळचे कॉ. पाटील यांचे नसून ते जॉर्ज थॉमसन यांचे आहे. ते उसने संशोधन, 'प्राथमिक गणसमाज साम्यवादी नव्हता,' या विचाराच्या प्रतिपादनासाठी कॉ. पाटलांनी वापरले आहे.

वास्तविक रॉबर्टसन स्मिथ, जॉर्ज थॉमसन हे विद्वान प्राथमिक गणसमाजातील साम्यवादी अवस्था मान्य करतात. तेव्हा या सर्व विवेचनाचा अर्थ असा की, वर्गपूर्व मानवसमाज अनेक प्रकारचे असू शकतात. एकच एक प्रकारचा मानवी समाज वर्गपूर्व अवस्थेत भारतात वा इतरत्र होता असा आग्रह इतर सत्याच्या शक्यता नाकारणारा ठरतो. तेव्हा कॉ. पाटलांचा वर्गपूर्व समाजाबद्दलचा अभ्यास व निष्कर्ष ही अनेक शक्यतांपैकी एक शक्यता आहे. ती निर्विवाद सिद्ध झालेली

वास्तवता नव्हे. दुसरी गोष्ट अशी की, अभिजात गणसमाजाचा प्रारंभ हा प्राथमिक साम्यवादी गणसमाजापासून झाला की स्त्रीसत्ताक गणसमाजापासून झाला, हे निर्णायकपणे सिद्ध झालेले नाही. या दोन्ही शक्यता मानल्या-न मानल्याने इतिहासात-वास्तवात फरक पडत नाही. मुख्य म्हणजे कॉ. पाटील, स्त्रीसत्ताक गणसमाज हाच अभिजात गणसमाजाचा प्रारंभ जेव्हा मानतात, तेव्हा द्विज स्त्रियांकडून द्विज पुरुषांकडे शासनसत्ता का आणि कशी गेली? या प्रश्नाचे उत्तर देण्याची जबाबदारी त्यांच्यावर होती; पण ही जबाबदारी त्यांनी टाळली आहे. अगदीच ओढून-ताणून व दूरान्वयाने स्त्रीसत्ताक ते पुरुषसत्ताक असे स्थित्यंतर दाखविण्यात अर्थ नसतो. त्यामधील वर्णीय व लिंगप्राधान्याची वास्तवता अनेक समाजघटकांच्या प्रभावातून सिद्ध झालेली आहे आणि त्यात उत्पादनप्रक्रिया ही मुळातच पायाभूत असल्याने धर्मभावना, पावित्र्यकल्पना इत्यादी समाजनियंत्रण करणाऱ्या घटकांसह श्रमविभागणीची वास्तवता, ही वर्गव्यवस्थेच्या वास्तवाला जन्माला घालते. अर्थात ही अवस्था प्राथमिक गणसमाजानंतरची आहे.

'वर्गाऐवजी वर्ण ही शोषणाची संस्था प्राचीन भारतात होती' असे प्रतिपादन करताना वर्गाचेच 'मॉडेल' 'समा'चे प्रवर्तक वापरतात. 'वर्गसंघर्षातून वर्गसमाजाचा विकास जसा होतो, तसाच वर्णसंघर्षातून वर्णसमाजाचा विकास होतो,' असे सूत्र त्यांनी मांडले आहे. (अब्राह्मणी साहित्याचे सौंदर्यशास्त्र, पृ.१७६) वास्तविक पाहता वर्गसंघर्षात शोषितांची बाजू न्याय्य मानली आहे. पण वर्ण संघर्षात कोणत्याही वर्णीय अस्मितेचा विचार न्याय्य ठरू शकत नाही. उलट वर्णव्यवस्थाविरोधी वर्गच न्याय्य ठरतो; कारण वर्णव्यवस्थांतर्गत वर्णीय जाणीव ही समर्थनीय नसते, तर वर्णव्यवस्थाविरोधी जाणीवच समर्थनीय ठरते; म्हणून वर्णांतर्गत संघर्ष विकासाला पूरक नसतो. कॉ. पाटील मात्र वर्णीय संघर्ष हा विकासाला पूरक मानतात. वर्णीय संघर्षाऐवजी वर्णविरोधी संघर्ष हाच समाजविकासाला पूरक आहे, याची जाण इथे विसरली आहे. तसेच वर्गीय समाजातील व्यक्ती कोणत्या ना कोणत्या वर्गाचे प्रतिनिधित्व करतेच; कारण त्या त्या व्यक्तीचे हितसंबंध विशिष्ट वर्गाच्या बाजूने व विशिष्ट वर्गाच्या विरोधी असतात. वर्ण समाजात वर्णीय हितसंबंध असतात; पण हे एकमेव वास्तव नसते - नाही. भारतीय वर्ण व जातव्यवस्थेत वर्णीय व जातीय हितसंबंध आहेत ही वास्तवाची एक बाजू आहे. जात-वर्ण न मानता अस्तित्वात असलेल्या बौद्ध, जैन इ. अनेक परंपरा समाजात आहेतच. तेव्हा वर्गाच्या मॉडेलला समोर ठेवून 'वर्णा'ची संकल्पना अवैज्ञानिकपणे रेटत राहणे हा प्रकार विसाव्या शतकातील 'भारतीय मार्क्स'

बनण्याच्या हौसेचा एक भाग म्हणून, कॉ. पाटलांच्या संदर्भात आपण समजून घेतला पाहिजे.

'उत्पादनसाधनांची खासगी मालमत्ता, वर्गाला जन्माला घालते, तर उत्पादनसाधनांची गणमालमत्ता जातीचा पूर्वज असलेल्या वर्णाला जन्माला घालते,' असे प्रतिपादन कॉ. पाटील करतात. (भारतीय मागासलेपणा ओळखण्यासाठी 'वर्ग' हा पाया असावा की 'जात'? मंडल आयोगाविरोधी प्रतिक्रियेला उत्तर, पृ. २७)

या सूत्रात स्वत: पाटलांनीच गफलत करून घेतली आहे. गणसमाजाच्या अंतानंतर भारतीय समाजात खासगी मालमत्तेचा म्हणजे वर्गाचा उदय झाला हे कॉ. पाटील मान्य करतात. ब्रिटिशपूर्व भारतात खासगी मालमत्ता होती याचे असंख्य पुरावे असल्याने, तेव्हा वर्ग होते हे त्यांना मान्य करणे भाग आहे. तेव्हा ब्रिटिशपूर्व भारतात वर्ग होते हे पारंपारिक मार्क्सवादी तर मान्य करतातच; पण सुप्रसिद्ध विदुषी गेल ऑमव्हेटनासुद्धा वर्गाचे ब्रिटिशपूर्व भारतातील अस्तित्व मान्यच आहे. वर्गाची संकल्पना स्पष्ट करताना गेल ऑमव्हेट यांनी म्हटले आहे की, 'जिथे जिथे शोषणजन्य उत्पादनसंबंध असतात, म्हणजे समाजाचा एक भाग कष्टतो व उत्पादन करतो, पण उत्पादन-फलाला वंचित असतो, तर दुसरा भाग कष्टत नाही, पण उत्पादन साधनावरील नियंत्रणाच्या जोरावर उत्पादनफल बळकावतो, तिथे तिथे वर्ग असतात.' (सत्यशोधक मार्क्सवादी, जुलै ८२ पृ. ६) यावरून 'सकप' प्रवर्तकांची वर्गविषयक धारणा गेलबाईंनी चूक ठरविली असून, 'जिथे शोषण तिथे वर्ग' ही मार्क्सवादी धारणा ऐतिहासिक भौतिकवादाच्या अटीत मांडली आहे. ब्रिटिशपूर्व भारतातील वर्ण व वर्ग तसेच जात व वर्ग यांचे नाते, सहभावाचे की एकात्मतेचे की सहभाव विच्छेदाचे? या प्रश्नाच्या उत्तरात विद्वानांमध्ये मतभेद जरूर आहेत; पण वर्गाचे अस्तित्व वर्ण-जातीसह ब्रिटिशपूर्व भारतात होते; या वास्तवतेबद्दल कॉ. पाटील सोडून सर्वांचीच खात्री आहे. ब्रिटिशांच्या आगमनापूर्वी इथे वर्ग नव्हते, याचा ठोस पुरावा कॉ. पाटील देत नाहीत. उलट खासगी मालमत्ता गणमालमत्तेच्या नाशानंतर उदयाला येणे अपरिहार्य मानल्यामुळे व खासगी मालकी हेच वर्गोदयाचे मूळ मानल्याने अप्रत्यक्षरीत्या वर्गाचे अस्तित्व या देशात गणसमाजानंतर निर्माण झाल्याची कबुली कॉ. पाटील देतात.

लेनिनची वर्गव्याख्या

आता ज्या वर्गाच्या व्याख्येचा आधार घेऊन कॉ. पाटील त्यांचा सिद्धान्त

मांडतात, ती लेनिनची व्याख्या समजून घेतली पाहिजे. लेनिन म्हणतो, 'वर्ग हे लोकांचे असे मोठे गट असतात की, जे एकमेकांपासून वेगळे असतात. इतिहासातील सामाजिक उत्पादनव्यवस्थेतील त्यांच्या स्थानामुळे, उत्पादनसाधनांशी असलेल्या त्यांच्या संबंधामुळे, सामाजिक श्रमसंघटनेतील त्यांच्या भूमिकेमुळे आणि फलत: त्यांना समाजधनात मिळणाऱ्या वाट्याच्या आकारामुळे व ते मिळवायच्या पद्धतीमुळे, वर्ग हे लोकांचे असे गट असतात की, ठरावीक सामाजिक अर्थव्यवस्थेतील भिन्न स्थानांच्या जोरावर त्यांच्यापैकी एक दुसऱ्याचे श्रम ताब्यात घेऊ शकतो.' (व्ही. आय. लेनिन, सिलेक्टेड वर्क्स, खंड २, मॉस्को १९४७, पृ. ४९२)

सारांश, उत्पादन व्यवस्थेतील विशिष्ट स्थानामुळे समाजधनाचा वाटा विशिष्ट लोकांच्या गटांना विशिष्ट पद्धतीमुळे मिळतो आणि मुख्य म्हणजे ठरावीक सामाजिक अर्थव्यवस्थेतील भिन्न स्थानांच्या जोरावर श्रम ताब्यात घेण्याची वास्तवता जन्माला येते. अर्थातच इथे उत्पादनसाधनांच्या खासगी मालकीवर वर्ग आधारित असतातच असे बंधन लेनिन मानीत नाही. श्रम ताब्यात घेण्यासाठी व समाजधनाचा वाटा मिळविण्यासाठी उत्पादनसाधनावरील मालकीपेक्षा सामाजिक उत्पादनव्यवस्थेतील स्थान आणि नियंत्रण शक्ती हेच महत्त्वाचे ठरून लोकांचे गट वर्गात विभाजित होतात, हेच लेनिन सांगतात. या वर्ग-विश्लेषणाच्या पार्श्वभूमीवर उत्पादन-साधनांचे मालकी-अमालकीवर आधारित वर्गविवेचन एकत्रित करूनच लेनिनची वर्गसंकल्पना सिद्ध होते; पण संदर्भ व पार्श्वभूमी वजा करून लेनिनचे आर्थिक विवेचन कॉ. पाटील घेतात व गोंधळात पडतात.

कम्युनिस्ट जाहीरनाम्यातील, 'आतापर्यंतच्या सर्व समाजाचा इतिहास हा वर्गसंघर्षाचा इतिहास आहे.' हा मार्क्सचा सिद्धान्त लेनिनने कुठेच बाद ठरविलेला नाही, हेसुद्धा या संदर्भात लक्षात घेतले पाहिजे. उत्पादन साधनांची मालकी व खासगी मालमत्ता बरखास्त करण्याच्या आवश्यकतेवर लेनिनने भर जरूर दिला आहे; पण मालकी-अमालकीवरच वर्ग अवलंबून असतात असे लेनिनचे म्हणणे नसून शोषण हाच वर्गसंकल्पनेचा प्रमुख निकष असल्याचे लेनिनचे प्रतिपादन आहे आणि शोषण ब्रिटिशपूर्व भारतात होते. श्रमिक व शोषक या संबंधावरच सामंतशाही उभी होती; म्हणून ज्या लेनिनच्या वर्गव्याख्येचा हवाला देऊन व आधार घेऊन कॉ. पाटील 'वर्ग' संकल्पना मांडतात व ब्रिटिशांच्या आगमनानंतर भारतात वर्ग उदयाला आल्याचे सांगतात, तो लेनिनच कॉ. पाटलांनी अर्धवटरीत्या स्वीकारला आहे. 'सकप'चे प्रवर्तक कॉ. पाटील असे का करतात? एक तर त्यांचे अज्ञान असावे, नाहीतर त्यांना सोयीचे तेवढेच अर्धे सूत्र घेऊन नवे

तत्त्वज्ञान मांडल्याचा दावा करण्याचा स्वार्थ इथे असावा; पण सत्यशोधनात व सत्यप्रतिपादनात या दोन्ही गोष्टी बाधक असतात.

डॉ. आंबेडकरांनीसुद्धा 'वर्गसमाज हा सामान्य नियम आहे' असे सूत्र मांडले आहे. 'वर्गलढा कदाचित अतिशयोक्तिपूर्ण असेल' असे मत देणारे डॉ. आंबेडकर समाजाचे स्वरूप 'वर्गीय' असणे या वास्तवतेला सामान्य नियमात पाहतात तेव्हा हा 'सामान्य नियम' ब्रिटिशपूर्व भारतीय समाजालाही लागू आहे असेच डॉ. आंबेडकरांना अभिप्रेत नाही का? पण जे आंबेडकरांना मान्य आहे ते कॉ. पाटलांना नाही. समाजाचे वर्गीय स्वरूप मांडताना डॉ. आंबेडकर म्हणतात, 'समाज नेहमीच वर्गाच्या समावेशाने तयार होतो. वर्गलढ्याच्या विचारसरणीचे प्रतिपादन कदाचित अतिशयोक्तिपूर्ण होईल; परंतु समाजामध्ये निश्चित असे वर्ग अस्तित्वात असतात ही वस्तुस्थिती आहे. त्याचा आधार वेगवेगळा असू शकतो. ते आर्थिक, बौद्धिक किंवा सामाजिक असतील; परंतु समाजातील व्यक्ती ही नेहमीच कोणत्याही वर्गाचा घटक असते. ही वस्तुस्थिती असून हिंदु समाजही या नियमाला अपवाद नसावा आणि खरी गोष्ट अशी की, तो तसा नव्हता हे आपण जाणतोच.' (डॉ. आंबेडकर : 'भारतातील जाती,' अशोक प्रकाशन, नागपूर, पृ. २१)

वर्ग संकल्पनेच्या संदर्भातील डॉ. आंबेडकरांचे उपरोक्त विवेचन अर्थपूर्ण आहे. त्यात वर्गाचा निकष शोषण हाच गृहीत आहे. म्हणूनच 'बौद्धिक, सामाजिक व आर्थिक' वर्गाची कल्पना त्यांनी मान्य केली आहे. शोषणातून वर्ग निर्माण होतात व हिंदू समाजात असे वर्ग आहेत असा ठाम निर्वाळा खुद्द डॉ. आंबेडकर देतात. विशेष म्हणजे 'ब्रिटिशपूर्व काळातील हिंदुसमाज वर्गापासून मुक्त होता,' अशी अपवादात्मकताही त्यांनी नोंदली नाही. तेव्हा मालकी-अमालकीवर आधारित वर्ग संकल्पनेपेक्षा शोषण निकषावर भर देणारी वर्गव्याख्याच खऱ्या अर्थाने ऐतिहासिक भौतिकवादी विश्लेषणाचा गाभा ठरू शकते; पण हे सत्य कॉ. पाटलांना समजले नाही किंवा मानवले नाही, म्हणूनच चुकीच्या सैद्धान्तिक भूमिकेला त्यांचा सत्यशोधक कम्युनिस्ट पक्ष बळी पडला. वर्ग व जाती यांची लक्षणे भिन्न असतानाही व खुद्द 'समा'च्या संपादकांनी तसे मान्य करूनही 'वर्णव्यवस्था वा जातिव्यवस्था या वर्गव्यवस्थाची भारतीय रूपे होती.' असा भोंगळ व चुकीचा सिद्धान्त त्यांनी 'समा'च्या जुलै १९८२ च्या अंकात (पृ. १८) मांडला आहे.

पाया व इमला

भारतीय समाजाचा पाया हा वर्ण वा जातव्यवस्था असल्याचे निर्णायक प्रतिपादन कॉ. पाटील यांनी मंडल आयोगविरोधी प्रतिक्रियेला उत्तर देणाऱ्या पुस्तिकेत केले आहे. 'समा'च्या अनेक अंकांतूनही हेच प्रतिपादन प्रसिद्ध झाले असून, पारंपरिक मार्क्सवाद्यांपेक्षा ही वेगळी दिशा आहे. 'मार्क्सवादी' समाजरचनेचा पाया 'अर्थसंबंध' मानतात व जात ही इमल्याच्या ठिकाणी मानतात, कॉ. पाटलांनी मात्र 'जात' हाच पाया मानला आहे. या मुद्द्यावर विद्वानांमध्ये प्रचंड मतभेद आहेत; म्हणून हा महत्त्वाचा विचार काळजीपूर्वक तपासला पाहिजे. वर्ण व वर्ग यांचे वेगळेपण सांगताना 'समा'चे संपादक लिहितात, 'संस्कार-संपन्नता व संस्कारविहीनता हा वर्णसमाजातील मुख्य भेद होता. द्विज वर्णामधले उच्च- नीचतेचे भेद हे पोटभेद होते आणि हे पोटभेदही ब्राह्मण, क्षत्रिय व वैश्य यांच्या वेगवेगळ्या उपनयन संस्कारांमुळेच पडलेले होते. वर्ग समाजामधले वर्गभेद हे संस्कारसंपन्नता व संस्कारविहीनता यांवर अवलंबून नसतात, तर उत्पादनसाधनांची व्यक्तिगत (वा खाजगी) मालकी वा अमालकीवर अवलंबून असतात.' (समा. डिसेंबर ८६, पृ. २४)

इथे संपादक कॉ. पाटील जे मांडतात तेच त्यांच्या सिद्धान्ताविरुद्ध जात आहे. वर्ण हे संस्कारांवर अवलंबून आहेत आणि संस्कार हे माणसाच्या मनावर केले जातात. तेव्हा वर्ण व जात यांना मानसिक संस्कारांचाच आधार आहे असे कॉ. पाटील मांडत आहेत ना? आणि मार्क्सवादानुसार मानसिक संस्कार हा 'इमला' ठरतो. कॉ. पाटीलसुद्धा त्यांची इच्छा नसताना व त्यांच्या सिद्धान्ताला विरोधी जाऊन सत्याचे प्रतिपादन करतात व जात-वर्ण हा 'इमला' असल्याचे सांगून बसतात. हे त्यांनाही नकळत घडले आहे. सत्य कधी कधी उफाळून अप्रत्यक्षरित्या पृष्ठभागावर येतेच. तसेच इथे घडले आहे. असे घडण्याचे कारण आपण समजून घेतले पाहिजे.

जातीचा एक पाय 'पाया'त तर दुसरा 'इमल्या'त आहे ही वास्तवता, जशी परंपरानिष्ठ मार्क्सवाद्यांना कळली नाही, तशीच पारंपरिक मार्क्सवाद्यांना विरोध करणाऱ्या 'सकप' प्रवर्तकांनी भारतीय समाजवास्तूचा 'पाया' वर्गाऐवजी 'जात' मानला आणि परंपरावादी मार्क्सवाद्यांनी जातीचा, अर्थव्यवस्थेतील पायातील संबंध लक्षात न घेता तिला 'इमला' मानला. या दोन्हींमध्ये अर्धसत्य असल्याने त्यांचे निष्कर्ष चुकले आहेत.

वर्ग व जात या भिन्न संकल्पना असून त्या भारतीय समाजातील वेगवेगळ्या

वास्तविकतेचे वर्णन करतात. समाजात अनेक संबंध अस्तित्वात असतात. उदा. स्त्री-पुरुष, गौरवर्णीय-कृष्णवर्णीय, सत्ताधारी-दडपलेले वर्ग, जाती इ. या विविध घटकांत समाजाचे विभाजन होत असते आणि विभाजनाचे हे विविध प्रकार आपसांत गुंतलेले असतात. उदा. कामगार वर्ग हा अनेक जातींच्या, स्त्री-पुरुष असलेल्या, गोर्‍या-काळ्या अशा अनेक स्तरांनी बनलेला असतो.

जन्म, विवाहसंबंध, व्यवसाय, पावित्र्य इ. घटकाधारे जाती ठरतात व जातिसंबंधातील वास्तवता आकार घेते, तर उत्पादन संबंधावरून वर्ग ठरतात. तेव्हा एक वर्ग अनेक जातींनी व एक जात अनेक वर्गांनी बनलेली असू शकते.

भौतिक उत्पादन प्रक्रियेत माणसामाणसांत जे सामाजिक संबंध निर्माण होतात, त्या संबंधांची बनलेली एकंदर संरचना म्हणजे 'पाया' होय आणि सामाजिक जीवनाच्या इतर प्रक्रियांमध्ये म्हणजे राजकीय, धार्मिक, वैचारिक इत्यादी प्रक्रियांमध्ये निर्माण होणाऱ्या सामाजिक संबंधाच्या बनलेल्या संरचना म्हणजे 'इमला' होय. पाया व इमला यांचे हे सर्वसाधारण विवेचन गृहीत धरून जात ही पाया की इमला या प्रश्नाचे उत्तर शोधणे योग्य ठरेल.

जातीय संबंधांना अनेक पैलू असतात. उदा. जातीचे व्यवसायाशी निगडित असणे. विशिष्ट जातींना मालमत्ता, जमीन इ.चा अधिकार नसणे किंवा असणे. विशिष्ट जातींनी वेठबिगारी करणे इ. तेव्हा जातीचे व जातिसंबंधाचे काही पैलू हे भौतिक उत्पादनप्रक्रियेचा भाग असतात, म्हणून ते उत्पादनसंबंधाचा भाग बनतात, तर जातीचे काही पैलू हे उत्पादनसंबंधाचा प्रत्यक्षरित्या भाग नसतात. उदा. ब्राह्मण पवित्र व शूद्र अपवित्र, विवाह जातीतच झाला पाहिजे इ. पैलूंचा साक्षातरित्या उत्पादनसंबंधात सहभाग नसतो. अर्थात हे पैलूसुद्धा विशिष्ट उत्पादन संबंध टिकण्यास पूरक असतात. हे खरे असले तरी ते उत्पादनसंबंधाचा भाग नसतात. तेव्हा जातीचे स्वरूप पाहताना तिची काही अंगे 'पाया'चा व काही अंगे 'इमल्या'चा भाग असतात हे लक्षात घेणे आवश्यक आहे. पायात व इमल्यात आपला एकेक पाय टाकून, जात दोन्ही ठिकाणी अस्तित्वात असते हे वास्तव 'सकप' प्रवर्तक व परंपरानिष्ठ कम्युनिस्ट यांना आकळले नाही म्हणूनच टोकाच्या व काल्पनिक भूमिका तात्त्विक प्रतिपादनात स्वीकारल्या गेल्यात.

या भूमिकेतूनच सत्यशोधक मार्क्सवादाचे संपादक अपूर्ण सत्य मांडू लागतात. ते म्हणतात, 'युरोपातील समाज केवळ वर्गसमाज असल्यामुळे मार्क्स व एंगल्सनी वर्गीय पाया व वर्गेतर घटकांचा वरचा मजला असे समाजवास्तूचे मॉडेल तयार केले.' (सत्यशोधक मार्क्सवादी, डिसेंबर १९८६, पृ. २८)

इथे 'समा'चे संपादक फक्त युरोपातील समाजच वर्गीय समाज मानतात. वास्तविक मार्क्सचा वर्गीय सिद्धान्त हा जगातील सर्व समाजाला लागू आहे; पण स्वत:ला तत्त्वज्ञानी समजून मार्क्सच्या धर्तीवर वर्गाच्या मॉडेलसारखे जातीचे मॉडेल डोळ्यांपुढे ठेवून 'सकप' प्रवर्तकांनी 'भारतीय समाज हा ब्रिटिशपूर्व काळी फक्त जातिसमाज होता,' असा सिद्धान्त मांडला. हे मांडण्यासाठी त्यांना वर्गाच्या अस्तित्वाची अडचण होत होती; म्हणून वर्गच नव्हते हे नोंदविणे भाग पडले. तेवढ्यावर भागणे शक्य नव्हते, म्हणून मार्क्सवाद अपुरा ठरविणे त्यांना आवश्यक वाटले; पण मार्क्सवाद टाळणे शक्य नव्हते म्हणून अन्वेषण पद्धती घेतली आणि वर्गसंकल्पना मर्यादित करून स्वत:ला विसाव्या शतकातील मार्क्सच्या पुढे गेलेला 'क्रांतिकारक विचारवंत' अशी सोयीस्कर प्रतिमा उभी करण्याचा खटाटोप 'सकप' प्रवर्तक कॉ. पाटलांनी केला आहे.

वर्गसंकल्पना व आर्थिक घटक तसेच इतर प्रभावी घटकांचा परामर्श घेताना एंगल्स म्हणतो, 'इतिहासाच्या भौतिकवादी दृष्टिकोनानुसार अंतिमदृष्ट्या इतिहासात जी गोष्ट निर्णायक असते, ती म्हणजे साक्षात जीवनाचे उत्पादन आणि पुनरुत्पादन करणे हीच असते; याहून अधिक मार्क्सवाद्यांनीही कधी ठासून सांगितले नाही आणि मीही कधी ठासून सांगितलेले नाही; परंतु आर्थिक घटक हाच एकमेव घटक असतो असा जर यातून कुणी अर्थ काढायला लागला, तर तो या विधानाचे रूपांतर अर्थशून्य, अमूर्त व हास्यास्पद शब्दयोजनेत करून ठेवतो. आर्थिक परिस्थिती हा पाया असतो; परंतु वरच्या इमल्याचे विविध घटक म्हणजे वर्गीय संघर्षाचे राजकीय प्रकार आणि त्यांच्या फलश्रुती तसेच घटना– कायदेशीर प्रकार आणि त्याचबरोबर संघर्षात भाग घेतलेल्यांच्या मेंदूमध्ये या प्रत्यक्ष संघर्षाचे सगळे प्रभाव, म्हणजे राजकीय, कायदाविषयक तात्त्विक सिद्धान्त, धार्मिक मते या सगळ्या गोष्टी ऐतिहासिक लढ्याच्या विकासावर प्रभाव पाडतात आणि अनेक बाबीतीत त्यांची स्वरूपे निश्चित करतात.' (सत्यशोधक मार्क्सवादी, डिसेंबर १९८६)

अर्थात वर्गनिश्चितीमध्ये एंगल्सच्या मताने आर्थिक परिस्थिती पायाभूत असते; पण तोच एकमेव घटक कारण नसून इमल्याचे अनेक प्रभावी घटक ऐतिहासिक लढ्याच्या विकासावर प्रभाव पाडत असतात. भारतीय समाजव्यवस्थेतील जात-जाणीव ही प्रभावी आहे, हे सत्य भारतीय मार्क्सवाद्यांच्या आकलनातून प्रकट होणे आवश्यक आहे. तसेच व्यवसाय आणि जात यांचा संबंध आता अतूट राहिलेला नाही. सबब पायांत असलेली जातिवैशिष्ट्ये वा पैलू आता

पूर्वीसारखे आहेतच असे म्हणता येतच नाही. पण समाजाच्या 'इमल्या'त 'जात' आहे आणि तिचा प्रभाव 'पाया'वर सतत पडत आहे, ही वास्तवता नाकारता येत नाही. परंतु कॉ. पाटील भारतीय समाजरचनेचा संपूर्ण पायाच 'जात' या वास्तवतेवर आधारित ठेवतात. 'इमल्या'तील 'जाती'चे अपरिहार्यपणे असलेले अस्तित्व (काही पैलूंच्या संदर्भात) नाकारून समाजाच्या पायांत असणाऱ्या वर्गांनाही (ब्रिटिशपूर्व भारताच्या संदर्भात) कॉ. पाटील नकार देतात; तेव्हा त्यांचे निष्कर्ष सत्यापासून बरेच दुरावल्याचे दिसते.

उत्पादनसाधनाच्या मालकी-अमालकीवर आधारित वर्गव्याख्या प्रमाण मानताना 'सकप' प्रवर्तक हे विसरतात की, मालकी हा नियंत्रणाचाच प्रकार आहे व नियंत्रणातही मालकीचाच प्रत्यक्ष 'उपभोग्य'पूर्ण अर्थ आहे. दोन्हींची परिणामक्षमता एकच असून दोन्हींचा परिणाम एकच असतो. नियंत्रण ठेवणारा व मालक, दोघांनाही कष्ट न घेता समाजधनाचा वाटा-मिळकत मिळते, हेच शोषण असून मार्क्सची वर्ग संकल्पना त्या घटकावरच उभी आहे. परंतु केवळ हट्टीपणामुळे 'समा'चे संपादक कॉ. पाटील मालकीचा अर्थ 'नियंत्रण' या शब्दाशयाद्वारा घेऊ इच्छित नाहीत. या दोन्ही शब्दांचा अर्थ वा आशय साधर्म्याने पूर्ण असूनही कॉ. पाटील शाब्दिक-तंत्रवादाचा बाऊ करून गेलबाईंचा 'नियंत्रण' शब्द मालकीऐवजी स्वीकारीत नाहीत; कारण तो स्वीकारला तर मार्क्सची वर्गव्याख्या व्यापक बैठकीवर आधारित असल्याचे सिद्ध होऊन, मार्क्सचा अपुरेपणा दाखवून स्वत:ची विद्वत्ता सिद्ध करण्याची संधी गमावली जाण्याची शक्यता आहे.

वास्तविक जगातील बहुतेक मार्क्सवादी विद्वान ऐतिहासिक भौतिकवादाचा पुरस्कार करताना वर्गेतर शोषण– शासनाच्या संस्था या वर्गाचीच रूपे असल्याचे मानतात. संपादक कॉ. पाटील मात्र वर्ण-जाती याच शोषणाच्या संस्था असल्याचे सांगतात. सत्यशोधक मार्क्सवादीच्या नोव्हेंबर-डिसेंबर १९८५ च्या अंकात संपादक म्हणतात, 'या देशामध्ये गुलामांचे बाजार भरत होते. ही माणसांची खरेदी-विक्री ब्रिटिशांनी १८४३ मध्ये गुलामगिरीवर बंदी घालणरा कायदा आणून बंद केली.' (पृ. ६८)

अर्थात ब्रिटिश भारतात येण्यापूर्वी इथे गुलामांची खरेदी-विक्री होत होती आणि या गुलामांच्या श्रमावर मालक पोसले जात होते, हे कॉ. पाटीलच सांगतात. हे शोषण जातिसंस्थेद्वारे होत नव्हते, तर या शोषणाची संस्था वर्गच होती. गुलामांना कोणती जात होती? या गुलामांची गुलामी जातीय नसून वर्गीय होती. विशिष्ट एकाच जातीचे गुलाम विकले जात नव्हते; अर्थात ब्रिटिशपूर्व

भारतात शोषित व शोषक होते म्हणून वर्ग होते.

जात - वर्ग संबंध

'जातिव्यवस्था ही भौतिकता व धर्म ही मानसिकता' असल्याचा 'समा'च्या संपादकांचा दावा (समा. डिसेंबर ८७, पृ. १०) अर्धसत्यात्म आहे. जात जेवढी व ज्या अर्थाने भौतिक आहे, तेवढा धर्मही भौतिक व धर्म जेवढा मानसिक तेवढीच जातसुद्धा मानसिक आहे; कारण धर्माच्या अधिष्ठानावरच, किंबहुना धर्मव्यवस्थेचे स्वरूपच जातव्यवस्थेने सिद्ध होते; परंतु जात हाच भारतीय समाजरचनेचा 'पाया' ठरविण्याच्या दुराग्रहामधून चुकीचे विचारसूत्र सकपचे प्रवर्तक यांनी जन्माला घातले. या देशात बौद्ध, जैन, लिंगायत, महानुभाव, कबीरपंथी इ. अनेक धर्म व पंथांच्या लोकांत जातव्यवस्था नव्हती. हे धर्म-पंथ अनुयायी समाजात राहात होते. त्यांच्या समाजजीवनाचा रचनेचा 'पाया' कोणता? हिंदुधर्मातील जातव्यवस्था हीच वास्तवात डोळ्यांपुढे ठेवून एकपदरी वास्तवावर सिद्धान्त मांडणे चुकीचे असते, याचे भान 'सकप' प्रवर्तक ठेवताना दिसत नाहीत. जातीची वास्तवता हिंदू समाजात आहे. जातीचे काही पैलू 'पाया'त असले तरी व्यवसाय आणि जात यांची फारकत होत असतानाही, जातीचे 'इमल्या'मधील पैलू पायावर प्रभाव टाकतातच. हे खरे भारतीय वास्तवतेचे आकलन आहे.

जात व वर्गाचा संबंध असताना डॉ. प्रदीप गोखले म्हणतात, 'वर्ण-जात या, वर्गाचे विशेष प्रकार ठरू शकतील.' (समा. डिसेंबर ८७) पण हे मत वर्ग-वर्ण-जाती संबंधावर वेगळ्या दिशेने प्रकाश टाकत असले तरी योग्य नाही. वर्ग व जात या स्वतंत्र व परस्परांत गुंतलेल्या वास्तवता आहेत.

वर्गासंबंधी श्री. रावसाहेब कसबे म्हणतात, 'समाजामध्ये वर्ग आहेत; पण हे वर्ग मिथ्या आहेत, अशी जाणीव आपल्यासारख्यांना व्हावी हेच ते वर्ग सतत अस्तित्वामध्ये राहण्याची तरतूद आहे; म्हणून हे वर्ग फार चांगल्या पद्धतीने हुडकावे लागतात.'

इथे रावसाहेब कसबे वर्गाचे अस्तित्व समाजवास्तवाच्या गाभ्यात अमूर्त रूपात असल्याचेच सांगत आहेत. जाती दृश्यरूपात दिसत असल्या व त्या खोट्या नसल्या तरी 'वर्गा'चे अस्तित्व हेच मूलतः पायाभूत आहे.

मार्क्सच्या वर्गसंकल्पनेचा खुलासा करताना प्रसिद्ध विदुषी गेल ऑमव्हेट म्हणतात, 'आम्हाला वाटते की, वर्ग शोषण / संघर्षाचे घटक असून मालमत्ता संबंधावर (उत्पादन साधनांच्या व शर्तीच्या नियंत्रण / मालकीवर वा अभावावर)

अधिष्ठित असतात.' (समा. मार्च ८८, पृ. १६)

यावरून मार्क्सवादाचे आकलन करताना 'वर्ग' संकल्पना समजून घेण्यात चूक झाली तर निष्कर्ष चुकीचे निष्पन्न होण्याची शक्यता अधिक असते. हेच 'सकप' प्रवर्तक कॉ. पाटलांच्या संदर्भात झाले आहे. शोषणाची संस्था इथे वर्गपूर्व काळात वर्ण होती, हा दुराग्रह मांडताना 'समा'चे संपादक म्हणतात, 'वर्ग हे उत्पादनसाधनांच्या खासगी मालकीच्या उदयानंतर जन्माला येतात, तर वर्ण हे उत्पादनसाधनांच्या मालकीवर उपनयनांचा वा अभिसिंचनाचा (Initation) गणसंस्कार झाल्यावर जन्माला येतात. गणमालकीपासून वंचित केलेल्या दासांना वा शूद्रांना अद्विज वा एकजन्मा पण वर्णच म्हटले जाते; म्हणून वर्ण ही शासन-शोषणची वर्गपूर्व संस्था होती.' (समा. मार्च ८८, पृ. ३२)

उपरोक्त विधानात सकप प्रवर्तक कॉ. पाटील यांनी त्यांचा आवडता सिद्धान्त मांडला आहे. त्याचे मूल्यमापन व परीक्षण करणे आवश्यक आहे. वर्ण व वर्ग हे एकच नव्हेत, हे कॉ. पाटील यांचे म्हणणे बरोबर आहे; पण इथे उत्पादन साधनांची मालकी महत्त्वाची असूनही त्या मालकीवरील उपनयनाच्या गणसंस्कारालाच फक्त कॉ. पाटील निर्णायक महत्त्व देतात; कारण त्यांना वर्गाऐवजी वर्णअस्तित्व सिद्ध करायचे आहे. संस्कारापेक्षा उत्पादनसाधनांचे संबंध हेच समाजाच्या रचनेत पायाभूत ठरतात आणि संस्कारांचा संदर्भ हा उत्पादनसंबंधातील विशेष प्रभावी घटक ठरतो. शिवाय गणमालकी असणाऱ्यांना व वंचित केलेल्या शूद्रांना (अद्विजांना) दोन्हींना वर्णच म्हटले असले तरी त्यांचे भिन्न भिन्न वर्ग आहेत; कारण त्यांच्यात शोषक-शोषित संबंध आहेत. वर्ण हा संस्काराचा भाग असल्याने ती वैचारिक-मानसिक वास्तवता आहे. तेव्हा गणसमाजाच्या काळातही वर्ग आहेतच, हे लक्षात यावे. त्यासाठी वर्गसंकल्पना ऐतिहासिक भौतिकवादाच्या अटीत व मूळ संदर्भात समजून घेणे आवश्यक ठरते. 'सकप' प्रवर्तकांनी असे केले नाही.

'धार्मिक जग हे खऱ्या वास्तविक जगाचे प्रतिबिंब असते.' हे सूत्र नोंदणारा कार्ल मार्क्स, धर्म हा इमला मानतो. धर्माच्या अधिष्ठानावरच, संस्कारावरच जातिव्यवस्था रूढ आहे, हे भारतीय समाजाचे वास्तव आहे; पण जातीची काही वैशिष्ट्ये उदा. व्यवसायाशी निगडित असणे किंवा विशिष्ट जातींना मालमत्ता, जमीन इ. अधिकार असणे वा नसणे इ. समाजाच्या अर्थरचनेचा भाग आहेत; त्यामुळे त्या पायाचाही भाग आहेत. पण अलीकडे जातीचे हे पैलू विविध स्थित्यंतरांमुळे नष्ट होत आहेत आणि इमल्यातील जात-पैलू मात्र कायम आहेत.

ही भारतीय वास्तवता नीट समजून घ्यायला हवी. समाजाचा पाया हा अर्थरचनेचाच असतो; पण 'विशिष्ट उत्पादन पद्धती आणि तिला अनुरूप असे सामाजिक संबंध म्हणजेच समाजाची अर्थरचना होय.' असे प्रतिपादन खुद्द मार्क्सनेच 'अर्थशास्त्राची मीमांसा' या मार्क्सच्या ग्रंथावरील अमेरिकेतील एका जर्मन वृत्तपत्राने घेतलेल्या आक्षेपाला उत्तर देताना केले आहे. याच विवेचनात पुढे मार्क्स म्हणतो, 'या अर्थरचनेच्या पायावरच खरं म्हणजे समाजाचा कायदेशीर आणि राजकीय इमला उभारला जातो.' (भांडवल : खंड १ ला, अनुवादक वसंत तुळपुळे, पृ. ७२ वरील तळटीप)

इथे अर्थरचना ही उत्पादन पद्धती व तिला अनुरूप सामाजिक संबंध यांची बनलेली असते; तेव्हा वर्गनिश्चितीच्या प्रक्रियेत आर्थिकसह इतर सामाजिक संबंध व संदर्भही महत्त्वाचे ठरतात. हे सत्य मार्क्स सांगतो. दुसरे असे की, या 'अर्थरचनेच्या पायावरच राजकीय व कायदेशीर इमला उभारला जातो.' असे मार्क्सचे मत आहे. तेव्हा 'वर्ग' हेच समाजाच्या मुळातील संरचनेचे मुख्य वास्तव असते. ते भारतीय समाजातही होते व आहे. भारतासंबंधी मार्क्सने विपुल असे अभ्यासपूर्ण लेखन केले आहे, हेसुद्धा इथे लक्षात घेणे भाग आहे.

जातीचे वास्तव हे पूर्णपणे 'इमल्या'त नसून 'पाया'त आहे, हे भारतीय समाजरचनेचे कॉ. पाटलांनी केलेल आकलन अर्धसत्य असल्याने ते मान्य करण्याचे कारण नाही; पण 'नव्या धोरणासाठी संघर्ष' या कॉ. पाटील यांच्या पुस्तिकेतील, 'जात्यन्ताचा लढा हा वर्गसंघटनाद्वारा चालविला पाहिजे,' हे सूत्र योग्य आहे. कॉ. पाटील यांच्या विचारविश्वाचे हे सामर्थ्य आहे. एप्रिल १९८९ च्या सत्यशोधक मार्क्सवादीतील 'जात्यन्तक लोकशाही क्रांतीसाठी जातिलढे व वर्गलढे सुसंवादीपणे चालले पाहिजेत असे आम्ही सतत सांगतो.' (पृ. ५) ही कॉ. पाटलांची तळमळ निर्विवादपणे योग्य म्हटली पाहिजे.

परंतु याच अंकात पृ. ५वर कॉ. पाटलांनी अशी नोंद केलीय की, 'भारतीय सरंजामशाही जातीय असल्याने जातिव्यवस्थाअंतक लढा प्रधान व भांडवलशाही विरोधी वर्गलढा दुय्यम असे आंबेडकरांनी म्हटले.'

वरील विधान खरोखरच डॉ. आंबेडकरांनी केले असेल तर ते चूकच आहे. जातिलढ्याची उपेक्षा करून वर्गलढ्याला प्राधान्य देणारे कम्युनिस्ट जेवढे अज्ञानी आहेत, तेवढेच जातिव्यवस्थाअंताच्या लढ्याला प्राधान्य देऊन वर्गलढ्याची उपेक्षा करणारे आंबेडकरवादीही अज्ञानी आहेत. 'ब्राह्मणशाही' आणि 'भांडवलशाही' या दोन्हींना डॉ. आंबेडकरांनी शत्रू मानले असून त्यात त्यांनी आद्यक्रमांक व

दुय्यम क्रमांक ठरविल्याची नोंद मला तरी सापडली नाही; पण दोन्ही लढे एकत्रित लढणे व दोन्ही विषमतांना समान शत्रू मानणे हेच खऱ्या अभ्यासकाचे कर्तव्य आहे.

हे विवेचन करताना सत्यशोधक मार्क्सवादीचे संपादक कॉ. शरद पाटील यांनी एक सार्थ प्रश्न उपस्थित केला आहे की, 'इथे जातिलढा प्रधान व वर्गलढा दुय्यम हा प्रश्न येतोच कुठे?' (समा. एप्रिल ८९, पृ. ५) पण हा प्रश्न उपस्थित करणारे कॉ. पाटील, डॉ. आंबेडकरांच्या, 'जातिलढा प्रधान व वर्गलढा दुय्यम' अशा मांडणीला आक्षेप घेऊन ती चूक आहे म्हणून सांगण्याचे धाडस करीत नाहीत. मार्क्सवाद्यांच्या सिद्धान्तानुसार वर्गलढा हाच मूलभूत असल्याने जातिलढा त्या अंतर्गत सामावला जातो. त्यामुळे त्यांच्या व्यवहारात, प्रायॉरिटी जातिलढ्याला की वर्गलढ्याला? हा प्रश्नच निर्माण होत नाही. जातीच्या वास्तवाकडे वर्गीय दृष्टीने पाहण्याचा हा परिणाम आहे. अर्थातच या भूमिकेत सैद्धान्तिक सामर्थ्य असले तरी व्यवहारात या भूमिकेला मर्यादा पडतात; पण असे असले तरीही भारतीय मार्क्सवादी हे जातिलढ्याचे शत्रू व सनातन्यांचे मित्र ठरू शकत नाहीत. कॉ. पाटलांच्या लेखनात कम्युनिस्टांवर 'जातिलढ्याचे शत्रू' म्हणून शिक्का मारण्याचा प्रकार बऱ्याच वेळा घडलेला आहे; कारण सी. पी. आय. व सी. पी. एम.चे नेतृत्व हे 'ब्राह्मणी' असल्याने कॉ. पाटलांना ते क्रांतीचे विरोधक भासतात. या देशातील कम्युनिस्टच क्रांतीचे विरोधक ठरविले गेले, तर क्रांतीचे पाईक कोण? या प्रश्नाचे निर्णायक उत्तर कॉ. पाटलांच्या संपूर्ण लेखनात सापडत नाही; कारण त्यांनाच ते अद्याप गवसले नाही.

भारतीय कम्युनिस्टांचे चुकीचे मूल्यमापन करताना, 'समा'चे संपादक लिहितात, 'जातिलढा हा वर्गलढ्यात फूट पाडतो' ही पारंपरिक कम्युनिस्टांची धारणा असल्यामुळे त्यांनी जातिलढ्याला विरोध केला. त्यामुळेच ते नामांतर लढ्यात निरुपायाने व व्यक्तिगतरित्या सामील झाले. त्यांच्या जनसंघटनानिशी नाही.' (सत्यशोधक मार्क्सवादी, एप्रिल ८९, पृ. ५)

जातिलढ्यापेक्षा वर्गलढा हाच मूलभूत व अंतिमत: निर्णायकी असल्याचा विश्वास, मार्क्सचा सिद्धान्त प्रमाण मानणाऱ्या कम्युनिस्टांचा असणे स्वाभाविक आहे. परंतु 'जातिलढ्याला कम्युनिस्टांनी विरोध केला.' हे संपादक कॉ. पाटलांचे मत मात्र पूर्ण चुकीचे आहे. वर्गलढ्याच्या अंतामध्ये जातिव्यवस्था संपून जाईल; कारण वर्गलढा हाच समाजपरिवर्तनातील मुख्य गतिमान वास्तव असून, त्याच्या अंतामध्येच जातिबद्ध विषमता नष्ट होईल, ही तात्त्विक भूमिका स्वीकारणे सिद्धान्ताला धरून असून, त्यात जातिलढ्याला विरोध करण्याचे कारणच उरत

नाही. कम्युनिस्टांची ही सैद्धान्तिक भूमिका जातिलढ्याला विरोधी ठरत नसून वर्णलढ्यावर वर्णलढ्याच्या तुलनेत कमी भर दिला गेला हे सत्य आहे; पण कॉ. पाटील यांचे, 'कम्युनिस्टांनी जातिलढ्याला विरोध केला,' हे म्हणणे धादांत खोटे आहे. कम्युनिस्टांच्या धोरणात चूक संभवते; पण जातिलढ्याशी बेइमानी दिसत नाही. चूक आणि गद्दारी यांमध्ये कॉ. पाटलांना फरक दिसत नाही, याला बिचारे कम्युनिस्ट काय करणार? भारतीय कम्युनिस्टांचे नेतृत्व 'ब्राह्मणी' असल्याने ते जातलढा लढवीत नाहीत, या कुशंकेमुळेच कॉ. पाटील क्रांतीच्या पाईकांवरच बेताल आरोप करतात.

तद्दन खोटेपणातून आरोप करणारे 'समा'चे संपादक कॉ. पाटील त्याच विधानात 'नामांतर लढ्यात निरुपायाने व व्यक्तिगतरित्या' कम्युनिस्ट सामील झाल्याची नोंद करतात. नामांतराच्या लढ्यात भारतीय कम्युनिस्ट व्यक्तिगतरित्या तरी सामील झाले, ही कबुली कॉ. पाटीलच देतात. फक्त त्यांचा राग 'जनसंघटनानिशी सामील झाले नाहीत' या मुद्द्यावर आहे. जे कम्युनिस्ट नामांतर लढ्यात सामील होतात ते जतिलढ्याचे विरोधक कसे ठरतात? कम्युनिस्टांनी जातिलढे लढले नाहीत ही त्यांची निष्क्रियता ठरू शकेल; त्यांची मर्यादाही ठरू शकेल किंवा कम्युनिस्टांची स्वीकारलेल्या ध्येयधोरणाचा तो भागसुद्धा असू शकेल आणि तरीही कदाचित ती त्यांची चूकही ठरेल! पण कॉ. पाटलांचा 'जातिलढ्याचे विरोधक कम्युनिस्ट आहेत' हा निष्कर्ष मात्र अविवेकी असून सत्याच्या अटीतील क्रांतिसन्मुख भूमिकेशी वैचारिक गद्दारी करणारा आहे.

अशाच अर्धवट भूमिका त्यांनी घेतल्यामुळे मार्क्सची वर्गवादी अन्वेषणपद्धती ही एकप्रवाही म्हणून अपूर्ण असल्याचा निष्कर्ष, कॉ. पाटलांच्या चिंतनातून निष्पन्न झाला आहे. मार्क्सच्या राजकीय अर्थशास्त्राची थोरवी, 'वर्गविरोधाचे खरे स्वरूप व विमोचक उद्दिष्ट वैज्ञानिकपणे स्पष्ट करण्यात' असल्याचे ठामपणे सांगणारे कॉ. पाटील, (अब्राह्मणी साहित्याचे सौंदर्यशास्त्र, पृ. ८०-८१) त्याच वर्गवादी अन्वेषण पद्धतीला एकप्रवाही ठरवून स्वतःच फुले-आंबेडकर-मार्क्सवादी बहुप्रवाही अन्वेषण पद्धती शोधून काढल्याचा दर्पोक्तिपूर्ण दावा करतात, याला काय म्हणावे?

'माफुआं' : एक भेसळ

तेव्हा मार्क्सवादातील वैज्ञानिक अन्वेषण पद्धतीचे निर्णायक महत्त्व मान्य करून, ऐतिहासिक भौतिकवादाच्या चौकटीत वर्गसिद्धान्ताचा अर्थ स्वीकारण्यात

व अर्थ लावण्यात कॉ. पाटील यांनी गल्लत केल्यामुळेच, त्यांच्या मांडणीत प्रचंड गोंधळ झालेला आहे. ते मार्क्सवादाच्या नावे जे मांडतात ते आशयसूत्र मार्क्सवादी नसेलच तर दोष कुणाचा? वर्गसिद्धान्त व मार्क्सवादी अन्वेषण पद्धतीचे आकलन करण्यात हीच चूक कॉ. पाटील यांची झाली आहे; त्यामुळे या अधिष्ठानावरील त्यांचे 'माफुआं' नावाचे नवे 'क्रांतिकारी' तत्त्वज्ञानही एकात्म नसल्याने, नवी दिशा देऊ शकत नाही आणि मार्क्सवादातील जी 'वर्गसिद्धान्त' विषयक अपूर्णता कॉ. पाटील सांगतात ती अपूर्णताच नाही, हे पुरेसे सिद्ध झाल्याने, या अधिष्ठानावर उभा असलेला त्यांचा सैद्धान्तिक डोलाराच कोसळून पडतो. 'सकप' प्रवर्तक कॉ. पाटील यांच्या भूमिकेची ही स्पष्ट झालेली मर्यादा आहे; तीच त्यांच्या चिंतनाचीही मर्यादा ठरते.

कॉ. पाटलांचे सामर्थ्य वेगळ्या कारणासाठी नोंदविता येते आणि ते स्वीकारले पाहिजे. पण कॉ. पाटील ज्या तात्त्विक भूमिकेला त्यांचे स्वत:चे सामर्थ्य मानून 'भारतीय लोकशाहीच्या क्रांतीची हत्यारे' आपल्या सत्यशोधक कम्युनिस्ट पक्षाने तयार केल्याची गर्विष्ठ नोंद करतात; तो त्यांचा सुंदर भ्रम आहे. मार्क्सवादाची अपूर्णता कॉ. पाटलांना गवसली नाही आणि मार्क्सवादी अन्वेषण पद्धतीपेक्षा आज तरी तुलनात्मकरीत्या अधिक प्रगल्भ व शास्त्रीय विश्लेषणपद्धती त्यांनीच काय, कुणीही आत्मसात केली नाही, म्हणून त्यांच्या 'सकप' या पक्षाची तात्त्विक भूमिकाच बोगस ठरते. म्हणून हा पक्ष साक्री तालुक्यातील २-४ खेड्यांतील आदिवासींच्या वर्तुळापलीकडे गेला नाही. कॉ. शरद पाटील = सत्यशोधक कम्युनिस्ट पक्ष, असेच समीकरण या पक्षाच्या ध्येयवादात व व्यवहारात प्रतिबिंबित झाले; किंबहुना कॉ. पाटलांच्या पाठीमागेच हा पक्ष फरफटत गेला आणि कॉ. पाटलांनी केलेल्या चिंतनात्मक व व्यावहारिक चुकांना हा पक्षही बळी पडला.

एक नवा पक्ष स्थापन केल्याचे समाधान कॉ. पाटलांना झाले एवढीच या पक्षाची जमेची बाजू म्हणता येईल. भारतीय परिवर्तनाच्या इतिहासात स्वत:ची थोरवी नोंदविण्यासाठी व महापुरुषांच्या मालिकेत नाव कोरण्यासाठी केलेली एक धडपड म्हणजे पाटलांच्या सत्यशोधक कम्युनिस्ट पक्षाची स्थापना होय. हे श्रेय संपूर्णपणे कॉ. पाटलांचेच आहे.

बौद्ध धर्म अस्तित्वात असतानाही म. फुल्यांनी तो न स्वीकारता सार्वजनिक सत्यधर्म मानला व मांडला. डॉ. आंबेडकरांनी म. फुल्यांना गुरू मानले तरी त्यांचा हा सत्यशोधकी सार्वजनिक सत्यधर्म न स्वीकारता, प्राचीन बौद्ध धर्म

स्वीकारला. या विसंवादातील अर्थ कॉ. पाटलांना सांगता आला नाही. बुद्ध स्त्री-स्वातंत्र्य समताविरोधी असताना, फुल्यांच्या सार्वजनिक सत्यधर्माला वळसा घालून आंबेडकरांनी बौद्धधर्म स्वीकारला आणि आर्यसमाजी परंपरेचा पुरस्कार करणाऱ्या शाहू महाराजांना त्यांनी जवळचे मानले. शाहूंनी बौद्ध धर्मही स्वीकारला नाही आणि फुल्यांचाही धर्म मानला नाही; त्यांनी मानला वर्णाश्रमधर्म! म. फुल्यांनी ईश्वरी अस्तित्व 'निर्मिका'च्या संकल्पनेतून विनाअट मान्य केले आणि डॉ. आंबेडकर यांनी ईश्वराला हद्दपार करणारा बौद्ध धम्म मानला. मार्क्सने ईश्वर व धर्म दोन्हींना नकार दिला आणि डॉ. आंबेडकरांनी आयुष्यभर मार्क्सला हिंसेच्या व हुकूमशाहीच्या मुद्द्यावर विरोध केला. एवढे सर्व विसंवाद आणि विरोध कायम ठेवून, कॉ. पाटील यांनी फुले-आंबेडकर-मार्क्स यांची बळजबरीने सांगड घातली. कोणत्या महापुरुषाचे काय स्वीकारले व काय वजा केले याचा हिशेब, कॉ. पाटलांनी दिला नाही. काही साम्य व सुसंवाद असणे व ते स्वीकारणे शक्य आहे. मग गांधी-आंबेडकर, आगरकर-आंबेडकर, गांधी-मार्क्स, फुले-आगरकर, गांधी-बुद्ध, गांधी-शाहू या आणि अशाच महापुरुषांतही अनेक मुद्द्यांवर साम्य आहे व विरोधही आहे; पण ही बेरीज 'सकप'च्या प्रवर्तकांना पचत नाही; कारण त्यांची भूमिका सत्याचे फक्त कुंकू लावणारी आहे; म्हणूनच ते फुले-आंबेडकर-मार्क्सवादीही खऱ्या अर्थाने नाहीत, हे सत्य त्यांच्या व परिवर्तनवादी प्रवाहाच्या दृष्टीने खेदजनक आहे.

नाव - श्रीपाल मोहन सबनीस

गणराज ब अपार्टमेंट, ५५९ नारायण पेठ, पुणे ३०.

स्वातंत्र्य सैनिक व जमीनदार कुटुंबात जन्म (मराठवाडा)

शिक्षण - एम. ए., पी.एचडी. (मराठी)

मोबा. नं. ९४२२३६९५२०

शैक्षणिक सन्मान - कुरुगुरूपदासाठी पॅनेलवर २००४ व २००६ मध्ये निवड

सेवा - उत्तर महाराष्ट्र विद्यापीठ जळगाव येथील तौलनिक भाषा विभाग प्रमुख आणि प्रोफेसर म्हणून कार्य तसेच कलाविद्याशाखेचे 'डीन' म्हणून कार्य आणि प्राचार्य पदावरून सेवानिवृत्त!

- २५ वैचारिक-समीक्षात्मक ग्रंथ प्रकाशित तसेच महाराष्ट्रातील ५१ लेखक, कवी, पत्रकार, कथा-कादंबरीकारांच्या ५३ पुस्तकांना प्रस्तावना.
- डी. डी. कोसंबी पुरस्कार. म. फुले पुरस्कार, प्रबोधनकार ठाकरे पुरस्कार, यु.जी.सी.चा अडीच लाखाचा रिसर्च ॲवॉर्ड, महाराष्ट्र शासनाचा राज्यस्तरीय आदर्श शिक्षक पुरस्कार महदंबा साहित्य संघाचा मनोहर पुरस्कार, एकांकिका लेखनास सुवर्ण पदक.
- मान्यवरांकडून भूमिकेचा गौरव व सन्मान. प्रातिनिधिक मान्यवर ना. ग. गोरे, वि. वा. शिरवाडकर, प्रा. ग. प्र. प्रधान, मे. पु. रेगे, स. मा. गर्गे, राम शेवाळकर, नरहर कुरुंदकर, डॉ. श्रीराम लागू, प्रा. केशव मेश्राम, न्या. चंद्रशेखर धर्माधिकारी, एन. डी. पाटील, डॉ. गंगाधर पानतावणे, भाई वैद्य, डॉ. योगेंद्र मेश्राम इ.

डॉ. श्रीपाल सबनीस यांची ग्रंथ संपदा

- संस्कृती समीक्षेची तिसरी भूमिका
- परिवर्तनवादी प्रवाहांची तौलनिक समीक्षा
- भारतीय प्रबोधन आणि नव आंबेडकरवाद
- ब्राह्मणी सत्यशोधक
- भारत रत्न आणि बहिष्कृत भारत
- उगवतीचा क्रांतीसूर्य
- साने गुरुजी विचार जाग
- प्रबोधनाचा मानदंड : सेक्युलॅरिझम
- समतोल समीक्षा
- इहवादी संस्कृती शोध
- विद्रोही अनुबंध
- आदिवासी, मुस्लिम, ख्रिश्चन साहित्य मीमांसा,
- तौलनिक साहित्य आणि भाषांतर मीमांसा
- संत साहित्यातील सेक्युलॅरिझम

www.ingramcontent.com/pod-product-compliance
Lightning Source LLC
Chambersburg PA
CBHW030325020726
47493CB00004B/1163
9789382988632